आपल्या स्नेहीजनांना पुस्तके भेट द्या

क्रौंचवध

वि. स. खांडेकर

मेहता पब्लिशिंग हाऊस

Please contact us at **Mehta Publishing House,** 1941, Madiwale Colony, Sadashiv Peth, Pune 411030. ✆ +91 020-24476924 / 24460313
Email : info@mehtapublishinghouse.com
production@mehtapublishinghouse.com
sales@mehtapublishinghouse.com
Website : www.mehtapublishinghouse.com

KRAUNCHVADH by V. S. KHANDEKAR

क्रौंचवध : वि. स. खांडेकर / कादंबरी

प्रकाशक : सुनील अनिल मेहता, मेहता पब्लिशिंग हाऊस,
१९४१, सदाशिव पेठ, माडीवाले कॉलनी, पुणे – ४११ ०३०.

अक्षरजुळणी : इफेक्ट्स, २१/६ब, आयडिअल कॉलनी, कोथरूड, पुणे – ३८.

मुखपृष्ठ : चंद्रमोहन कुलकर्णी

प्रकाशनकाल : १९४२ / १९४४ / १९५१ / १९५७ / १९६२ / १९६७ / १९७४ / १९७९ / १९८८ / १९९० / १९९१ / १९९२ / १९९४ / १९९५ /१९९७ / १९९९ / २००० / २००३ मार्च, २००६ / ऑगस्ट, २००८ / ऑगस्ट, २०१० / जानेवारी, २०१३ / ऑक्टोबर, २०१४ / मार्च, २०१६
पुनर्मुद्रण : नोव्हेंबर, २०१७

P Book ISBN 9788177666687
E Book ISBN 9788184989786
E Books available on : play.google.com/store/books
m.dailyhunt.in/Ebooks/marathi
www.amazon.in

स्टीफन् झ्वाइग्
व
अन्र्स्ट टोलर्
यांच्या स्मृतीस

पुनर्भेट

'क्रौंचवधा'ची दुसरी आवृत्ती यापूर्वीच वाचकांना सादर करणे आवश्यक होते.
पण–

हा युद्धकाळ आहे! या काळापूर्वी आगगाड्यांच्या येण्याजाण्याच्या वेळांवरून
घड्याळे लावली जात असत. आता ती तशी लावली तर दिवसाकाठी एकसुद्धा
काम वेळेवर पार पडणार नाही. इतकेच नव्हे, तर आपले घड्याळ स्वभावत:च
'चक्रम' असले तरी आता ते अगदीच कामातून गेले आहे, अशी माणसाची समजूत
होऊन जायची! चूल पेटवायला लागणाऱ्या रॉकेलपासून चुलीवर भांड्यात वैरायच्या
तांदळापर्यंत सर्व वस्तूंची दुर्मिळता जशी आज स्वयंपाकघरात जाणवत आहे, तशी
ती बाहेरच्याही जगात दवाखान्यापासून छापखान्यापर्यंत सर्वत्र आपले भयानक
अस्तित्व प्रकट करीत आहे. त्यामुळेच ही आवृत्ती उशिरा वाचकांच्या हाती पडत
आहे.

'क्रौंचवधा'चे मराठी वाचकांनी जे स्वागत केले त्याबद्दल मी त्यांचा अत्यंत
ऋणी आहे. या कादंबरीचा हिंदी अनुवाद नुकताच प्रकाशित झाला असून गुजराथी
आणि तामीळ भाषांतरे प्रकाशनाच्या मार्गावर आहेत. अशा प्रकारचे रसिकांचे उत्तेजन
हे लेखकाला अभावितपणे मिळालेले ऋण असते. त्या ऋणातून मुक्त होण्याचा
एक मार्ग आहे– त्यांची अखंड सेवा. अनेक उपाधींमुळे माझ्या सेवेत अलीकडे अंतर
पडले आहे याची जाणीव मला आहे. तथापि, लवकरच मी त्यांच्या सेवेला सादर
होण्याचा प्रयत्न करीत आहे.

औषधाप्रमाणे वाङ्मयाचेही गुणावगुण विशिष्ट कालावधी लोटल्यावाचून निश्चित
कळू शकत नाहीत. म्हणून 'क्रौंचवधा'वरल्या टीकांचा परामर्श तिसऱ्या आवृत्तीच्या
वेळी घेण्यातच अधिक औचित्य आहे. तथापि, एका लहान शंकेच्या बाबतीत मात्र
आज दोन शब्द लिहिणे मला आवश्यक वाटते.

ती शंका कादंबरीच्या अर्पणपत्रिकेविषयी आहे. एका कॉलेजातल्या हंगामी

अध्यापकांनी ती व्यक्त केली. हंगामी मंत्रिमंडळाच्या राजकारणकौशल्याप्रमाणे हंगामी अध्यापकांच्या विद्वत्तेचीही मला नेहमीच धास्ती वाटते! तथापि, विद्वत्ता ही युद्धकाळातल्या सोन्याप्रमाणे दुर्मिळ आणि म्हणून सराफकट्ट्यावरच आढळणारी चीज असली तरी रसिकता ही घरोघर दिसणाऱ्या नि हसणाऱ्या फुलांसारखी वस्तू आहे अशी माझी कल्पना होती; पण त्या कल्पनेला सदरहू प्राध्यापकमहाशयांनी जबरदस्त धक्का दिला. स्टीफन झ्वाइग व अर्न्स्ट टोलर हे कोण लोक आहेत व त्यांना हे पुस्तक अर्पण करण्यात औचित्य काय, असा त्या पंडितांच्या प्रश्नाचा रोख होता.

पुस्तक कोणाला अर्पण करावे, याविषयी एखादा भारतसंरक्षक अथवा तशाच प्रकारचा कायदा अस्तित्वात नाही, अशी माझी समजूत आहे. साऱ्या जगाला अज्ञात असलेल्या एखाद्या व्यक्तीला लेखकाने आपले पुस्तक अर्पण केले तर त्यात कुणाचे काय बिघडले?

तथापि, मी ज्यांना हे पुस्तक अर्पण केले आहे; ते आजकाल साऱ्या जगाला माहीत असलेले प्रतिभावंत साहित्यिक आहेत. पण आमचे विद्वान अध्यापक आजच्या जगात आहेत कुठे? ॲरिस्टॉटल आणि मम्मट यांच्याच जगात ते राहत असावेत! तेव्हा त्यांच्या शंकानिरसनाकरिता व त्याहीपेक्षा इंग्रजी न जाणणाऱ्या मराठी वाचकांकरिता या अर्पणपत्रिकेविषयी थोडा अधिक खुलासा करतो.

टोलर आणि झ्वाइग हे विसाव्या शतकातले जागतिक कीर्तीचे आणि असामान्य प्रतिभेचे साहित्यिक आहेत. टोलरच्या नाटकांत, झ्वाइगच्या कादंबऱ्यांत जेवढे उच्च दर्जाचे काव्य आढळते, तेवढे महाकवी म्हणून मानल्या गेलेल्या अनेक पूर्वसुरींतसुद्धा सापडणार नाही. टोलरची 'मी जर्मन होतो' आणि 'तुरुंगातली पत्रे' ही पुस्तके अत्यंत प्रक्षोभक व हृदयस्पर्शी आहेत. नवे तत्त्वज्ञान, नवे तंत्र आणि नवे नाट्य यांचा प्रभावी संगम त्यांच्या नाटकांत झाला आहे. झ्वाइगची 'एका अनामिकेचे पत्र' ही भावकथा त्या वाङ्मयप्रकारातली अत्यंत श्रेष्ठ अशी कृती असून त्याची 'Beware of Pity' (दया म्हणजे सहानुभूती नव्हे, दया म्हणजे त्याग) ही कादंबरी जगातल्या कादंबऱ्यांच्या पहिल्या रांगेत मानाने बसू शकेल. 'मेरी ॲंटिऑनेट'चे त्याने लिहिलेले चरित्र घ्या किंवा 'तीन साहित्यप्रभू' (Three Masters) हा बालझॅक, डोस्टोव्हस्की आणि डिकेन्स यांच्या जीवनाचा साहित्याशी मेळ घालून त्यांची अत्यंत काव्यात्मक पण विश्लेषणात्मक पद्धतीने चर्चा करणारा प्रबंध घ्या, इतर सामान्य शिखरांपेक्षा गगनचुंबी कांचनगंगेचे शिखर पाहण्यात जो अलौकिक आनंद आहे, तो झ्वाइग वाचताना वाचकाच्या अनुभवाला आल्यावाचून राहत नाही. टोलरविषयी 'With No Regrets' या पुस्तकात कृष्णा हाथीसिंग लिहितात– 'ब्रुसेल्समध्ये मी टोलरला पाहिले. तो प्रथमदर्शनी आकर्षक वाटत नसे. पण त्याचे डोळे मात्र विलक्षण भेदक

होते. त्या डोळ्यांनी जणू काही तो आपल्या अंतरंगात डोकावून पाहत आहे– नव्हे, तिथे काय चालले आहे हे त्याला सहज कळत आहे असे वाटे. आकृतीत नसलेली मनोवेधकता त्याच्या संभाषणात मात्र भरपूर होती. अनेकदा त्याची मुद्रा विलक्षण उदास दिसे. त्याच्या दृष्टीत कुठल्या तरी असीम दु:खाने निर्माण केलेल्या भीतीचे प्रतिबिंब पडल्याचा भास होई.'

'टोलर नाझी राजवटीचा बळी होता. त्याला आपली मायभूमी सोडून दुसऱ्या देशांचा आश्रय करावा लागला. तो खरोखरच महाकवी होता. त्याचे जीवन म्हणजे सत्य आणि स्वातंत्र्य या दोन उत्कट भावनांची पूजा होती. त्याचा निर्भयपणाही अलौकिक होता. अमुक एक गोष्ट न्याय्य आहे, अशी त्याच्या विवेकबुद्धीची खात्री झाली की तिचा पुरस्कार करण्याच्या व्रतापासून मृत्यूसुद्धा त्याला परावृत्त करू शकला नसता!'

'देशत्याग त्याच्यावर लादला गेला. मायभूमीच्या वियोगाचा हा जुलूम त्याच्या मनाला चांगलाच जाणवला. खचलेले शरीर आणि पिचलेले मन– अशा स्थितीत त्याने शेवटी आत्महत्या केली. त्याच्या मृत्यूने जगातला एक हिरा हरपला, यात संशय नाही! पण टोलरचे व्यक्तित्व किंवा त्याचे साहित्य हे अमर आहे. युगानुयुगे त्यांची अमरता कायम राहील.'

इ्वाइग आणि टोलर यांच्या प्रतिभेच्या प्रकृतीत, कलाविषयक कल्पनांत आणि जीवनविषयक तत्त्वज्ञानांत भिन्नता असली तरी टोलरचे हे वर्णन इ्वाइगलाही लागू पडेल. तोही नाझी राजवटीचा बळी होता. महायुद्ध सुरू झाल्यावर त्यालाही जन्मभूमीचा त्याग करावा लागला. या महायुद्धातले भयंकर अनर्थ पाहून त्याचेही कविमन व्याकूळ होऊन गेले. नवकोटनारायणावर अन्नछत्रात जेवणाची पाळी यावी, त्याप्रमाणे या मानधन प्रतिभासंपन्न लेखकाला परदेशातले जिणे वाटू लागले. नाझींच्या ताब्यात गेलेल्या आपल्या प्रिय जन्मभूमीचे पुन्हा आपल्याला दर्शन होणेसुद्धा अशक्य आहे या कल्पनेने त्याची विलक्षण तडफड होऊ लागली. अशा मन:स्थितीत त्यानेही मृत्यूचा आश्रय केला. त्याच्या आत्महत्येचे चित्र डोळ्यांपुढून हलत नाही. 'माझ्या मृत्यूने तरी हे क्रूर जग शुद्धीवर येवो' असा त्याच्या निश्चेष्ट मुद्रेवर दिसणारा भाव आणि मृत्यूनंतरही पतीची सोबत करण्याकरिता त्याच्याबरोबर विषप्राशन करून त्याच्या गुडघ्याला मिठी मारून बसलेली त्याची प्रिय पत्नी! फक्त महाकवीच असल्या आत्महत्या करू शकतात.

टोलर आणि इ्वाइग यांच्यासारख्या लाखो निष्पाप आत्म्यांच्या हत्येची जबाबदारी आजच्या जगातल्या सर्व क्रूर निषादांवर आहे. देशपरत्वे या निषादांचा वेष बदलतो. अनेकदा या शिकाऱ्यांच्या हातांतील हत्यारांत बदल होतो. प्रसंगी हे पारधी आपण साधेभोळे वनचर आहोत असा भास उत्पन्न करतात; पण या सर्वांचे अंतरंग सारखेच

क्रूर आणि काळेकुट्ट असते. नाझी तत्त्वज्ञान काय, साम्राज्याचा लोभ काय किंवा व्यापाराची हाव काय– हे सारे आजच्या जगातल्या निष्पाप मानवाच्या साध्यासुध्या स्वाभाविक जीवनाचे कट्टर शत्रू आहेत.

या क्रूर निषादांचा धिक्कार करणारा एकच ऋषी आज सुदैवाने जगात– या भारतवर्षात– आहे. निष्पाप आणि निरपराधी मानवतेची हत्या करणाऱ्या क्रूरकर्म्यांना तो कारागृहातूनसुद्धा शाप देत आहे. या निषादांचा प्रतिकार करण्याचे सामर्थ्य त्याच्या त्या पवित्र शापवाणीत असेल का? असले तर ते पूर्ण तेजाने प्रकट होऊ दे, आणि अजून त्याची तपस्या अपूर्ण असली तर शक्य तितक्या लवकर ती पूर्ण होऊ दे, याशिवाय टोलर-झ्वाइगसारख्या जगातून निघून गेलेल्या सर्वश्रेष्ठ मानवांची आणि जगात असणाऱ्या प्रत्येक सहृदय मनुष्याची दुसरी कुठली उत्कट इच्छा असणार?

कोल्हापूर
ता. २१-४-१९४४

वि. स. खांडेकर

निवेदन

लहानपणी इंग्रजी चौथीत वाचलेली थॉमस हूडची एक कविता हल्ली मला वारंवार आठवते, त्या कवितेचे नाव– 'I remember, I remember.' कवितेचा एकंदर सूर निराशेचाच आहे. अज्ञानामुळे का होईना, बाळपणात सुखाचा चिरंतन आभास लाभतो, असे कवीला सांगायचे आहे. व्याकुळलेल्या कविमनातून एका विशिष्ट क्षणी निर्माण झालेला हा विचार मान्य नसला तरी त्या कवितेतील शेवटची कल्पना मात्र मला नेहमीच मजेदार वाटते. कवी म्हणतो– लहानपणी झाडाला टांगलेल्या झोपाळ्यावर बसून उंच झोके घेताना स्वर्ग अगदी जवळ असल्याचा साक्षात्कार होऊन माझे मन आनंदाने फुलून जात असे; पण आता? आता झोका कितीही उंच गेला तरी आकाश आपल्यापासून फार फार दूर आहे याची जाणीव होऊन माझे मन उदास होऊन जाते.

माझ्या लहानपणीही आम्ही असेच झोके घेत होतो. त्या वृक्षाचे नाव? विसावे शतक! या वृक्षाला एक सुंदर हिंदोळा बांधला होता. त्याचे नाव सुधारणा. या हिंदोळ्यावर बसून कल्पनेचे झोके घेता घेता माझ्यासारख्या लहान मुलांना आणि तरुणांना नेहमी वाटे– आता जग सुखी व्हायला कितीसा उशीर लागणार? उद्या विमानाने चोवीस तासांत एक खंडातून दुसऱ्या खंडात जाता येईल; परवा मोठमोठ्या पुरुषांचे जिव्हाळ्याचे बोल ध्वनिमुद्रित करून जगातल्या कानाकोपऱ्यांत त्यांचे पडसाद घुमविता येतील आणि तेरवा पडद्यावर हलणाऱ्या चित्रांचा उपयोग करून संपत्ती नि आरोग्य यांची द्वारे खुली करणारे नवे नवे शोध खेड्यापाड्यांतल्या गोरगरिबांपर्यंत नेऊन पोचविता येतील! एक ना दोन, अशी किती तरी मनोराज्ये ती पिढी दररोज करीत होती!

पण ती मनोराज्ये शेखमहंमदाची होती, असा अनुभव आला. आज प्रौढ झालेली ती पिढी डोळे उघडून भोवताली पाहू लागली म्हणजे त्या मनोराज्यांची आठवण होऊन भांबावून जाते. आज सारे जग दुःखाच्या खाईत होरपळत आहे. आपल्यावर

केव्हा बाँबहल्ला होईल, याचा नेम नाही म्हणून प्रत्येक राष्ट्रातली प्रमुख शहरे चिंतातुर होऊन गेली आहेत. ध्वनिमुद्रणापेक्षाही महत्त्वाचा असा नभोवाणीचा शोध उपलब्ध झाला असला तरी त्याच्याद्वारे घरोघरी ऐकू येणाऱ्या बातम्या आजच्या जगात कुणाचेच जीवित सुरक्षित नाही, हेच सांगत आहेत आणि निद्रानाशाचा विकार जडलेल्या माणसाने झोपेचे औषध घ्यावे त्याप्रमाणे पडद्यावरले नाच पाहून नि गाणी ऐकून त्या कृत्रिम करमणुकीच्या कैफात दोन तास तरी आपल्या काळज्या विसरून जाण्याचा साऱ्या जगातली जनता प्रयत्न करीत आहे!

असे का व्हावे? जगावर सुखासमाधानाचे सडे टाकण्याकरिता निघालेल्या या विसाव्या शतकाच्या हातून जिकडे तिकडे फुललेले निखारेच का फेकले जात आहेत? मनुष्य आकाशातून पाखराप्रमाणे उडू लागला, समुद्रातून माशाप्रमाणे सुखसंचार करू लागला, दूषित फुफ्फुसाला विश्रांती देऊन क्षयासारखा असाध्य रोग बरा करण्याच्या कामी त्याला अभूतपूर्व यश मिळू लागले! एक ना दोन, निसर्गावर मानवाने मिळविलेल्या अशा विजयांची यादी करू लागले तर ती किती तरी मोठी होईल. यांतल्या प्रत्येक विजयाबद्दल मनुष्याचे अभिनंदनच करायला हवे! पण मानवाने आपल्या बुद्धीने एवढे मोठमोठे विजय मिळविले असूनही मानवजात अद्याप दुःखातच पिचत आहे. सामान्य मनुष्य संसारातल्या सर्वसामान्य सुखापासूनही अजून दूर आहे, इतकेच नव्हे तर, सध्याच्या धावपळीच्या नि धकाधकीच्या यांत्रिक आयुष्यक्रमापेक्षा पूर्वीचे आपले शांत नि साधेभोळे जीवन अधिक सुखी होते की काय, अशी शंकाही त्याच्या मनात उत्पन्न झाली आहे.

माझ्यासारख्या सामान्य मनुष्याच्या मनात नेहमी विचार येतात– सुधारणा, सुधारणा म्हणून ज्या गोष्टी आपण आजपर्यंत भराभर कवटाळल्या, त्यांचा जीवनाच्या सुखशांतीशी कितीसा संबंध आहे? सोने मानून आपण मुलामा दिलेले पितळ तर विकत घेत नाही ना? कचकड्याचे बाळ खऱ्याखुऱ्या बाळापेक्षा अधिक रेखीव नि सुंदर दिसते; पण ते कितीही शोभिवंत असले तरी पोटाशी धरून आपली वात्सल्याची तहान कुठल्या आईला तृप्त करता येईल? सुधारणा, सुधारणा म्हणून आपण जिचा उदोउदो करीत आहोत, तीही अशीच केवळ शोभेची वस्तू आहे की काय? मानवी हृदयाशी, स्त्री-पुरुषांच्या भावनांशी आणि जीवनाच्या अंतरंगाशी समरस होऊन ते अधिक सुंदर करण्याचे सामर्थ्य या सुधारणेत आहे का? ते असते तर आज जगात निष्पाप रक्ताच्या नद्या वाहत राहिल्या नसत्या; मुलाबाळांनी गजबजलेल्या शहरावर राक्षसी बाँब पडले नसते आणि जगाला जे रौरव नरकाचे स्वरूप आले आहे, ते निश्चित आले नसते.

सुधारणा म्हणजे जुन्या गोष्टींचे उच्चाटन नि नव्या गोष्टींची स्थापना एवढीच बालबुद्धीची कल्पना असते. त्यामुळे नारदापेक्षाही अधिक हट्टाने आपल्या शेंडीला

चिकटून राहणारा कुणी सोबती लहानपणी आढळला की डोळ्यांचे पाते लवते न लवते तोच त्याला शिखानष्ट करण्यात मला मोठा आनंद वाटत असे. देवलांचे शारदा नाटक वाचल्यामुळे असो, अथवा लग्न हा खेळ आहे, तेव्हा तो समवयस्क माणसांनीच खेळला पाहिजे असे वाटत असल्यामुळे असो, चौदा वर्षांच्या पोरीशी लग्न करणाऱ्या साठीतल्या म्हाताऱ्याचा जाहीर निषेध केला पाहिजे, असे मलाही वाटे. जुन्याला स्थानी-अस्थानी आव्हान देण्यातच पोरवयातल्या अवखळपणाला आनंद वाटत असतो. त्यामुळे आषाढी अगर कार्तिकी एकादशी दिवशी मुद्दाम हंटले-पामरची बिस्किटे खाणाऱ्या मुलाच्या नीतिधैर्याविषयी बालवयात मला विलक्षण आदर वाटू लागला होता आणि पुण्याला शिकायला गेलेल्या एका विद्यार्थ्याने तिथले एक विद्वान गृहस्थ देवाला 'मिस्टर गॉड' म्हणतात असे सांगितलेले मी प्रथम ऐकले, तेव्हा तर माझा आनंद गगनात मावेना. गणपतीच्या देवळावरून जाताना बाहेरूनच 'गुड मॉर्निंग, मिस्टर गणपती' असे मी अनेकदा पुटपुटलो असेन. फार मोठ्याने 'गुड मॉर्निंग' म्हणण्याचा मात्र मला कधीच धीर झाला नाही. मध्येच मनात येई– एखाद्या वेळी देव असलाच तर उगीच पंचाईत व्हायची. गणपती हा सरस्वतीचा नवरा आणि सरस्वती तर विद्येची देवता. पतिराजांचा कैवार घेऊन एखाद्या परीक्षेत तिने आपल्याला डिच्चू दिला तर घ्या काय? त्यापेक्षा गणपतीला नीट ऐकू जाणार नाही अशा स्वरातच 'गुडमॉर्निंग' म्हटलेले बरे!

या किंवा असल्या पोरकट आठवणींचे आज मला हसू येते; पण हसण्याचा भर ओसरला म्हणजे वाटते– लहानपणी माझ्या किंवा माझ्याबरोबरीच्या मुलांच्या सुधारणेच्या कल्पना अगदी बालिश होत्या यात नवल नाही; पण त्यानंतर तरी त्यात महत्त्वाचा असा कितीसा फरक पडला आहे? बालपणी वनदेवतांच्या गोष्टीत रमून जाणारा मुलगा यौवनात पदार्पण केल्यावर पिंगट वर्णाचे टपोरे डोळे आणि पिंगट छटेचे सुंदर कुंतल यांनी मंडित झालेल्या एखाद्या कॉलेजकुमारीचे वर्णन वाचण्यात गुंग होऊन जातो. हे स्थित्यंतर काही त्याच्या मनाचा विकास दर्शवीत नाही; त्याच्या वयाची वाढ तेवढी त्यावरून सिद्ध होते. सुधारणेच्या बाबतीत सर्वसामान्य माणसांच्या कल्पनांतही एवढाच बदल होतो. त्यांचा आत्मा तसाच कायम असतो. बाह्य देह तेवढा बदलतो. अस्पृश्यता अनिष्ट आहे असे बुद्धीला पटले तरी चुकूनमाकून होणाऱ्या एखाद्या सहभोजनात भाग घेण्यापलीकडे त्याची मजल जात नाही. खेड्यापाड्यांतल्या शेतकऱ्याचे अज्ञान नि दारिद्र्य दृष्टीला पडण्याचा प्रसंग आला तर तो क्षणभर हळहळतो; पण त्या दृश्याने तो बेचैन होत नाही. त्याची झोप उडून जात नाही; माणसाला माणूस म्हणून जगण्याचा हक्क मिळालाच पाहिजे हा निर्धार त्याच्या मनात घुमू लागत नाही. गोड गळ्याने

म्हटलेली करुण कविता ऐकून मन क्षणभर व्याकुळावे, पण लगेच दुसऱ्या नादात ती व्याकुळता ओसरून जावी, तशी जगातले अन्याय पाहताना आजच्या बुद्धिनिष्ठ माणसाची स्थिती होते. हा अन्याय आहे हे आपल्याला कळते, तो दूर व्हावा अशीही आपली सदिच्छा असते, आपल्या मनातला क्रोध किंवा करुणा आपण प्रसंगी शब्दांनी व्यक्तही करतो; पण यापलीकडे मात्र आपण सहसा जात नाही. पोटाच्या पाठीमागे लागलेल्या सामान्य मनुष्याची असमर्थता हेच त्याच्या दुबळेपणाचे खरे कारण असते असे नाही. त्याची चीड काय किंवा त्याची सहानुभूती काय, निव्वळ बौद्धिक असते.

आतापर्यंतचा सुधारणेचा इतिहास म्हणजे मानवी बुद्धीच्या विविध विलासांचा इतिहासच होय. प्राचीन काळी अरण्यात ओबडधोबड गुहेत राहणाऱ्या मनुष्याच्या कालच्या वंशजानेच ताजमहाल बांधला आणि ह्यावेळी गारगोटीवर गारगोटी घासून अग्नी उत्पन्न करणाऱ्या मनुष्याच्या आजच्या वंशजानेच बटन दाबल्याबरोबर सूर्यप्रकाशाला लाजविणारा विद्युतप्रकाश सर्वांच्या सेवेला सादर होईल, असा शोध लावला. आजचे प्रगत शास्त्र हा मानवी बुद्धीचा गगनचुंबी विजयस्तंभ आहे. प्रत्येक यंत्र ही मानवाने निसर्गावर मिळविलेल्या प्रचंड विजयाची पताका आहे.

पण शास्त्रे इतकी पुढे गेली, इतकी विपुल आणि विविध यंत्रे निर्माण झाली, म्हणून मानवजात अधिक सुखी झाली असे नि:शंकपणे आपल्याला म्हणता येईल का? छे! आंधळ्यालासुद्धा तसे म्हणता येणार नाही. त्याला विमाने दिसली नाहीत तरी त्यांची घरघर ऐकू येते, बाँबच्या स्फोटाने त्याच्याही कानठळ्या बसतात, अश्रुवायूने त्याला गुदमरल्यासारखे होते. बाटली, अर्धी बाटली रॉकेलकरिता चार चार तास त्यालाही गर्दीत तिष्ठत उभे राहवे लागते आणि आजच्या जगात यांत्रिक सुधारणा अगदी कळसाला पोचली तरी तिच्यात काही तरी मोठी उणीव आहे असे त्यालाही वाटत असते.

बुद्धीच्या मागे धावता धावता मनुष्य भावनेला विसरत चालला आहे, हेच ते वैगुण्य आहे. नुसत्या उन्हात झाडे वाढत नाहीत, ती सुकून जातात, हे आम्हाला पण कळते. नुसत्या बुद्धीवर मनुष्याला जगता येईल या अहंकाराचा मात्र अजूनही सुधारलेल्या मनुष्याच्या मनावर पगडा आहे. विसाव्या शतकातला मानव आपल्या उद्धाराचा एकच महामंत्र घोकीत आला– 'बुद्धा-बुद्धी-बुद्धी!' पण ज्या बुद्धीला भावनेची जोड नाही ती जीवन सुखमय करायला शेवटी असमर्थ ठरते, याचा त्याला विसर पडला.

लहान मूल आईच्या साध्या गाण्याने झोपी जाते. पण ही शक्ती रेडिओवरल्या उत्कृष्ट संगीतातसुद्धा असणे शक्य नाही! भावनेचे सामर्थ्यही असेच आहे. ते जितके सूक्ष्म तितकेच सर्वस्पर्शी असते. बुद्धी ही प्रात:काळी गात गात आकाशात उंच

उडणाऱ्या चंडोल पक्ष्यासारखी आहे. भावना ही आंबराईत लपून 'कुहू- कुहू' करणाऱ्या कोकिळेसारखी आहे. जीवनाच्या विकासाला या दोन्ही शक्ती आवश्यक आहेत. भावनेवाचून बुद्धी म्हणजे मुठीवाचून तलवार. ती तशीच उचलायला गेले तर स्वत:चा हात कापला जाण्याचा संभव अधिक! बुद्धीवाचून भावना म्हणजे पुढे तलवार नसलेली नुसती मूठ! लढणाऱ्याला जशी गंजलेली तलवार चालत नाही, तशी मोडकी मूठही त्याचा अवसानघात केल्यावाचून राहत नाही.

पण बुद्धीच्या साहाय्याने निसर्गावर मिळविलेल्या विजयाच्या उन्मादात मनुष्य भावनेकडे तुच्छतेने पाहू लागला. साहजिकच, स्त्री, वाणी आणि भावना या तिघीही अबला आहेत, त्यांच्या हातून कुठलाही पराक्रम होणे शक्य नाही; आपल्या शृंगारचेष्टांनी प्रियकराला महालात खूष करण्याकरिताच स्त्रीचा अवतार आहे; गोड गोड शब्द आणि सुंदर सुंदर कल्पना गुंफून रिकामटेकड्या लोकांची करमणूक करणे हेच वाणीचे कार्य आहे आणि या दोघींची एक आवडती मैत्रीण एवढेच भावनेला जीवनात महत्त्व आहे, अशा अर्थांचे विचार त्याच्या डोक्यात कळत-नकळत घोळू लागले तर त्यात नवल कसले? स्त्री ही नुसती शृंगाराची पुतळी नसून पराक्रमाची स्फूर्ती आणि पावित्र्याची मूर्ती आहे हे अजूनही आपल्याला पुस्तकांतच वाचावे लागते. जगाची केवळ घटकाभर करमणूक करण्याकरिता प्रतिभावंतांचे वाङ्मय जन्माला येत नाही. भावनेच्या उज्ज्वल भविष्याची चित्रेही ते आपल्या अमर रंगांनी रंगवू शकते, या सिद्धांतावर अद्यापिही आपल्याकडे रणे माजू शकतात! अशा स्थितीत अत्तराच्या वासाप्रमाणे जिचे अस्तित्व केवळ आपल्याला जाणवते त्या भावनेचे महात्म्य कोण मान्य करणार?

उलट, बुद्धीच्या या उत्कर्षकाळात भावना म्हणजे अंधश्रद्धा, आचरट भक्ती, जुन्या भाकडकथांचे स्तोम माजविण्याची प्रवृत्ती, खुळचट सनातनीपणाला चिकटून राहण्याची दुबळी वृत्ती, असेच मानण्याची प्रथा पडत गेली. बुद्धी चिकित्सा करते; भावना कार्य करते. अर्थात कार्य कुठले नि अकार्य कुठले हे ठरविण्याचा अधिकार केव्हाही भावनेपेक्षा बुद्धीकडेच असला पाहिजे. तसा तो नसला म्हणजे धार्मिक खुळांचे पीक समाजात फोफावू लागते, सत्ताधारी वर्गांना अनुकूल अशाच प्रकारची समाजरचनेची पोलादी चौकट निर्माण होते आणि पायांतल्या लोखंडी बेड्या सोन्याच्या तोड्यासारख्या वाटू लागतील अशाच तऱ्हेचे शिक्षण गुलामांना देण्यात येते. कोणत्याही काळातल्या, भिक्षुकशाहीपासून साम्राज्यशाहीपर्यंत, कुठल्याही शाहीकडे पाहिले तर बहुजनसमाजाच्या भावनाशीलतेचा वरिष्ठ वर्ग नेहमी दुरुपयोगच करून घेतो असे आढळून येईल.

पण पाणी अशुद्ध आहे म्हणून ते न पिता तहान मारणाऱ्यांच्या आरोग्याची काय स्थिती होईल? भावना अनेकदा अंध होऊ शकते एवढ्यासाठी जीवनात तिला स्थान

नाही असे मानणेही तितकेच अनिष्ट आहे. अशुद्ध पाणी उकळून शुद्ध करून पिता येते. भावनेलाही बुद्धीची जोड देऊन तिला प्रगतीच्या कार्याला असेच जुंपता येणार नाही का? भावना ही विजेसारखी, वाफेसारखी प्रचंड शक्ती आहे. या शक्तीचा योग्य उपयोग करण्याचे काम मात्र बुद्धीनेच करायला हवे!

पण या बहिणी-बहिणी आजच्या समाजात सवती-सवती झाल्या आहेत. भावनाशीलता ही अजून उघड उघड द्यायची शिवी झाली नसली, तरी ती अंगी असणाऱ्या मनुष्याचे व्यवहाराशी, विचाराशी आणि पुरोगामित्वाशी फारसे सख्य असत नाही. ही कल्पना दिवसेंदिवस अधिक दृढ व रूढ होऊ पाहत आहे. जीवनाची मूल्ये निश्चित करताना राज्यशास्त्रापासून अर्थशास्त्रापर्यंत सर्वांचा सल्ला आम्ही घेऊ. पण मनुष्यमात्राच्या अंतरंगाचा कानोसा घेण्यात मात्र आम्हाला कमीपणा वाटू लागला आहे. न्यायापेक्षा कायद्यांची किंमत आम्हाला आजकाल अधिक वाटते, नीतीपेक्षा भीतीचाच प्रभाव आमच्या जीवनावर सध्या अधिक आहे. आयुष्याचा हिशेब रुपये-आणे-पै पेक्षा निराळ्या कोष्टकांनी होऊ शकतो– नव्हे झाला पाहिजे– या कल्पनेवर १९४२ साली प्रतिगामीपणाचा शिक्का मारताना आम्हाला कसलीच दिक्कत वाटत नाही. जमिनीच्या आतला ओलावा संपत आला म्हणजे तिच्यावरली हिरवळ सुकून जाते, तशी भावनेच्या दुर्भिक्ष्यामुळे, आपल्या सार्वजनिक जीवनाची स्थिती झाली आहे. आम्ही बोलतो पुष्कळ पण करतो मात्र थोडे! कुठल्याही कार्यासाठी अखंड कष्ट करायला जो श्रद्धेचा आणि त्यागाचा आधार लागतो तोच खुरटलेल्या भावनांमुळे आम्हाला मिळेनासा झाला आहे. 'याचा उपयोग काय?' 'त्यातून काय निष्पन्न होणार आहे?' 'मार्क्सचं मत याविषयी काय पडलं असतं?' 'फ्राइड त्याविषयी काय म्हणाला असता?' असल्या विद्वत्तापूर्ण प्रश्नांच्या कधीही न संपणाऱ्या शुष्क चर्चेतच आमची सारी शक्ती खर्च होत असते. वेदान्ताची वायफळ वटवट करणाऱ्या म्हाताऱ्यांना हसणाऱ्या तरुणांनासुद्धा नकळत त्यांच्याच पावलावर पाऊल टाकून कालक्रमणा करण्याचा मोह आवरता येत नाही. त्यांच्या काथ्याकुटाचे विषय बदलले आहेत हे खरे! पण काथ्याकूट आणि कृती यात दोन ध्रुवांइतके अंतर असते याचा मात्र आमच्या बुद्धिवंतांना अद्यापीही उमज पडलेला नाही.

बुद्धीला भावनेचे पाठबळ नसेल तर ती बहुधा नुसती बोलकी राहते. सिगारेट ओढणारा क्षणोक्षणी आपल्या ओठांतून धूम्रवलयांच्या क्षणजीवी पण सुंदर आकृती पाहण्यात जसा दंग होऊन जातो, तसा बुद्धिवादी म्हणविणारा आजचा मनुष्यही आपल्या विचार-विलासांत– अनेकदा तो नुसता शब्दविलासच असतो, क्वचित विचार-विलास असलाच तर तो बहुधा उसना असतो– गुंग होऊन कृती हा जीवनाचा आत्मा आहे हे जवळजवळ विसरून जातो. कौन्सिलात चार जागा जास्त

मागण्यापलीकडे जोपर्यंत देशाचे राजकारण गेलेले नसते, एखाद्या विधवा-पुनर्विवाहाला हजर राहून वर्तमानपत्रात नाव आले की आपली सामाजिक सुधारणेची जबाबदारी संपली असे जोपर्यंत त्या क्षेत्रातल्या पुढाऱ्यांना वाटत असते, साक्षरता-प्रसारासारख्या कार्यक्रमांनी राष्ट्राचे प्रश्न आज ना उद्या सुटतील अशी जोपर्यंत समाजाच्या नेत्यांची प्रामाणिक समजूत असते आणि 'तुमच्या पायातल्या बेड्या काढून टाकण्याकरिता आमचा अवतार आहे' ही मालकांची घोषणा जोपर्यंत गुलामांना थोडीफार सत्य वाटते, तोपर्यंत आरामखुर्चीत पडून बुद्धीने केलेला विचारविलास शोभून दिसतो. लोकांनाही तो आवडतो. पण हा स्वप्नांचा काळ फार दिवस टिकत नाही. तरवारीच्या खणखणाटाने ही स्वप्ने भंग पावतात. पण आरामखुर्चीतून उठून समरांगण गाठायला सुखवस्तू बुद्धी स्वभावत:च नाखूष असते. आपल्या बंगल्याभोवतालच्या पाचशे चौरस फूट बागेत फिरण्याची सवय असलेल्या बुद्धिवंतांना ज्यांनी बाहेर भयंकर रान उठविलेले असते त्यांची भीती वाटू लागते नि ते मोठमोठ्याने आक्रोश करू लागतात. 'अहो, याचं ऐकू नका. या पुढाऱ्याच्या मागं लागू नका. हा प्रतिगामी आहे. हा रानटी काळाकडे तुम्हाला नेत आहे. हा गारुडी आहे. तुमच्या डोळ्यात धूळ फेकून हा तुम्हाला फसवीत आहे. ही नव्या प्रकारची बुवाबाजी आहे. उगीच भावनेच्या आहारी जाऊ नका!' वगैरे वगैरे.

विराटाच्या अंत:पुरात शौर्याच्या हातहातभर लांब गप्पा मारणारा उत्तर युद्धाचा प्रसंग येताच जसा गडबडला तशी स्थिती होऊन बुद्धिवादी म्हणविणारी माणसे असे काही तरी बडबडू लागतात. शरीरकष्टाच्या कामापासून दूर राहण्यातच आपला सुखवस्तूपणा भरलेला आहे असे वाटत असल्यामुळे खालच्या वर्गापासून दुरावलेला, पिढ्यान्पिढ्या पुस्तकी पांडित्यावरच पोसलेल्या बुद्धीने विचार करण्याची सवय झाल्यामुळे जीवनाच्या प्रत्यक्ष अनुभूतीला मुकलेला आणि वरिष्ठ वर्गाच्या विलासाकडे अतृप्त लालसेने नि कधी तरी आपल्याला हे वैभव उपभोगायला मिळेल अशी खोटी स्वप्ने उराशी बाळगण्यात दंग झालेला मध्यम वर्ग दुर्दैवाने या बडबडीला बळी पडतो.

आणि मग?

ज्याच्यात नवे जग निर्माण करायचे सुप्त कर्तृत्व आहे अशा या बुद्धिवान वर्गाची शक्ती स्वत:ला सोईस्कर असणारे आयुष्याचे तत्त्वज्ञान निर्माण करण्यात आणि त्याचे मंडन करण्यात खर्च होते. इतरांचे डोळे दिपवण्याकरिता हा वर्ग आपल्या तत्त्वज्ञानाच्या पुस्तकावर बुद्धिमान या नावाची चिठ्ठी मोठ्या हौसेने चिकटवितो! पण त्याचा बुद्धिवाद हा बहुधा सुखवाद असतो, कित्येकदा तर तो नागडाउघडा असतो.

मद्यपानाचे साधेच उदाहरण घेऊ या! केवळ जुन्या नीतिकल्पनांच्याच दृष्टीने नव्हे

तर मानसशास्त्र, समाजशास्त्र, आरोग्यशास्त्र इत्यादी शास्त्रांच्या आधुनिक दृष्टीने पाहिले तर मद्यपान ही आपल्या देशात सर्वथैव त्याज्य अशीच गोष्ट मानावी लागेल! पण महाराष्ट्रातल्या मध्यमवर्गात या विषवृक्षाची पाळेमुळे दिवसेंदिवस अधिक पसरू लागली आहेत. याचे कारण आजचा त्याचा अश्रद्ध आणि भावनाहीन असा आयुष्यक्रमच नाही का? ज्यांची विशी उलटली नाही अशा कॉलेजातल्या मुलांनी बीयर पिण्यात काही गैर नाही असे मानावे, दोन बुद्धिवान कलावंतांची ओळख नाही अशा समजुतीने दोघांना ओळखणारा तिसरा मनुष्य ती करून देऊ लागला असताना त्यातल्या एकाने 'आमची ओळख कशाला करून द्यायला हवी? हे नि मी एकाच बैठकीत प्यालो आहोत' असा विनोद करावा, एका सुशिक्षित स्त्रीने 'मी मधून मधून मद्यपान करते; पण माझ्यावर दारूचे कुठलेच वाईट परिणाम झाले नाहीत. माझ्या ओळखीच्या शे-दोनशे कुटुंबांतही मित प्रमाणात मद्यपान केले जाते. पण दारू ही चीज काय आहे ते ठाऊक नसलेले लेखक दारूच्या ज्या अनर्थांचे चित्रण करतात ते या कुटुंबात कुठेच घडलेले नाहीत. तेव्हा मद्यपानाचे कल्पित दुष्परिणाम लेखकांनी उगीच उगाळीत बसू नये' अशा अर्थाचा उपदेश करण्याचा आव आणावा आणि बुद्धिवादी म्हणून गाजलेल्या एका गृहस्थांनी 'मित प्रमाणात मद्यपान हानिकारक नाही,' असे सांगून अस्पष्ट रीतीने का होईना, त्याचा पुरस्कार करावा यापेक्षा अधिक दुःखकारक काय ते सांगणे कठीण आहे.

बुद्धीला भावनेची जोड का लागते हे अशा वेळी स्पष्टपणे कळते. मित प्रमाणात मद्यपान कदाचित हानिकारक नसेल! पण मद्यपानात मित प्रमाण राखणे ही सामान्य मनुष्याच्या सामर्थ्याबाहेरची गोष्ट आहे, ही अनुभवसिद्ध गोष्टच हे बुद्धिवादी लोक अचूक विसरतात! खेड्यापाड्यांत दारूच्या गुत्त्यावर संध्याकाळी गर्दी करणारे श्रमजीवी घ्या किंवा शहरातल्या क्लबात सायंकाळी गोळा होणारे बुद्धिजीवी घ्या, सर्वांनी पहिल्यांदा दारूचा एकच प्याला तोंडाला लावलेला असतो. पण पाच-दहा वर्षांत त्यांच्यापैकी बहुतेक दारूबाज झालेले आढळतात. बिचाऱ्यांच्या बायकापोरांखेरीज इतरांना त्यांच्या व्यसनाचे परिणाम कळण्याला काही साधन नसते, ही गोष्ट निराळी! पण दारूच्या पायी ज्यांची ध्येये धुळीला मिळाली, ज्यांच्या कुटुंबांना कलालांच्या दुकानांचे स्वरूप आले, ज्यांच्या बुद्धीला सामाजिक नीतिअनीतीमधले अंतर दिसेनासे झाले, अशी उदाहरणे डोळ्यांपुढे हरहमेश दिसत असताना 'मित प्रमाणात मद्यपान हानिकारक नाही' हे बुद्धिवचन समाजाच्या तोंडावर फेकण्यात काय हशील आहे? पुस्तकी अर्धसत्यांनी समाजाची प्रगती कधीच होत नाही. स्वतःला पूर्णपणे विसरून समाजाशी समरस होणाऱ्या आणि त्याच्या सुखासाठी अहोरात्र तळमळणाऱ्या अंतःकरणातून जे उद्‌गार निघतात तेच त्याला सुखाचा मार्ग दाखवू शकतात.

सोळा

आज जगात नाझीवादासारख्या पाशवी शक्तींचा धिंगाणा सुरू आहे. अनेक राष्ट्रांतल्या मोठमोठ्या प्रदेशांना स्मशानभूमीचे स्वरूप प्राप्त झाले आहे. ज्या पैशात प्रत्येक देश आपल्या शेकडो अर्भकांना अत्यंत आवश्यक असलेले दूध पुरवू शकला असता, ते पैसे एक एक बाँबगोळा निर्माण करण्यात आज खर्च केले जात आहेत. ही स्थिती काय केवळ बुद्धीच्या अभावाने उत्पन्न झाली? स्टॅलिन, चर्चिल किंवा रुझवेल्ट हे काय कमी बुद्धिवान लोक आहेत? पण हत्तीच्या पायाखाली चिरडल्या जाणाऱ्या मुंग्यांपेक्षाही अधिक बेपर्वाईने लक्षावधी माणसांचा संहार करणारे हे महायुद्ध होणारच नाही अशी योजना करण्यात या बुद्धिमंतांना का यश आले नाही? याचे कारण एकच आहे. गेल्या दोन शतकांत मानवी बुद्धीने निसर्गावर जे विजय मिळविले त्यांचा उपयोग अखिल मानवतेकरिता केला गेला नाही. एका विशिष्ट वर्गाचे वर्चस्व वाढविण्याकरिता, आणि काही विशिष्ट राष्ट्रांचे वैभव वृद्धिंगत करण्याकरिता त्या बुद्धीचा बळी दिला गेला. ते वर्चस्व आणि वैभव चिरंतन आहे या कल्पनेने जीवनाची उभारणी सुरू झाली. या कल्पनेची धुंदी डोळ्यांवर असल्यामुळे व्यक्तिवाद व राष्ट्रवाद हीच काय ती मानवी ध्येयवादाची अगदी गगनचुंबी शिखरे असा भ्रम जगात उत्पन्न झाला. व्यक्तिवादाचा अतिरेक आपोआप भोगवादापर्यंत जाऊन पोचतो आणि राष्ट्रवादाचे रूपांतर हां हां म्हणता अमर्याद साम्राज्यविस्तारात म्हणजे पर्यायाने महायुद्धात होते, या गोष्टीकडे लक्ष द्यायला बुद्धीच्या धुंदीत कुणीच तयार नव्हते. या दोन्हींहूनही श्रेष्ठ असलेला मानवतावाद हे मूर्खांचे तत्त्वज्ञान आहे असे म्हणण्यापर्यंतसुद्धा वैभवशिखरावर असलेल्या राष्ट्रांची मजल गेली असती. पण मानवजातीच्या सुदैवाने १९१७ साली रशियात समाजवादी राज्यपद्धती रूढ झाली आणि हिंदुस्थानात गांधीवाद उदयाला आला. या दोन तत्त्वज्ञानांत कितीही फरक असला तरी व्यक्तिवाद आणि राष्ट्रवाद यांच्याहून त्यांची भूमिका मूलतः भिन्न आहे. ती अत्यंत व्यापक आहे. पूर्णपणे निःस्वार्थी आहे. जगातला सर्वसामान्य माणूस सुखी कसा होईल, याची काळजी फक्त समाजवाद व गांधीवाद यांनाच आहे. मनुष्याचा मनुष्य म्हणून जगण्याचा हक्क दोघेही आनंदाने मान्य करतात. मनुष्य या नात्याने प्रत्येकाची अनेक कर्तव्येही आहेत याची काटेकोर जाणीव या दोन तत्त्वज्ञानांतच स्पष्टपणे प्रतीत होते. बुद्धी आणि भावना यांच्यापैकी कुणाकडेही दुर्लक्ष न करता ही दोन्ही तत्त्वज्ञाने नवे जग निर्माण करण्याचा गेली पंचवीस वर्षे प्रयत्न करीत आली आहेत.

या पंचवीस वर्षांतले त्यांचे यश?

जर्मनीसारख्या रानडुकराच्या मुसंडीशी झुंज घेण्यात गेले सव्वा वर्ष रशियाने जे सामर्थ्य– नुसते मनुष्यबळ नव्हे, यंत्रबळ नव्हे; तर त्याग, एकी आणि राष्ट्रभक्ती यांच्याद्वारे प्रगट झालेले असामान्य आत्मबळ– दाखविले आहे त्याचे स्मरण सर्व

स्वातंत्र्येच्छू राष्ट्रांना नेहमीच स्फूर्तिदायक होईल. शत्रूची शक्ती वाढू नये म्हणून कष्टाने पिकविलेल्या शेतातल्या उभ्या पिकांना आग लावून देणारा रशियन शेतकरी– शत्रूच्या हालचाली आपल्या लोकांना वेळेवर कळाव्यात म्हणून प्राण धोक्यात घालणारी रशियन परटीण– सहा मुलगे लढाईवर गेले असूनही सातव्याला हसतमुखाने युद्धावर पाठवणारी म्हातारी रशियन आई– उद्याच्या महाकाव्यांच्या नायकनायिका आहेत या! आज रशियाला जर्मनीपुढे माघार घ्यावी लागत आहे! इतिहास हा या घटनेला कदाचित पराजय असे नाव देईल! पण उद्याची मानवता कृतज्ञताबुद्धीने आजच्या रशियाचे स्मरण करून म्हणेल, 'काही पराजय विजयाइतकेच प्रभावी असतात!'

ही विलक्षण शक्ती रशियाने कुठे संपादन केली? नुसत्या बुद्धीच्या बळावर रशियातील क्रांती यशस्वी झाली नाही. त्या बुद्धीला समाजवादावरल्या उत्कट निष्ठेचे आणि अनन्य भक्तीचे पाठबळही होते. बुद्धी चिकित्सक असते, भावना प्रेरक असते. या दोन्ही शक्तींचा रशियात मिलाफ झाला नसता तर गेल्या पंचवीस वर्षांत त्याने केलेली प्रगती कदाचित शंभर वर्षांतसुद्धा झाली नसती.

पण आपल्या देशात बुद्धिवादी म्हणवून घेणारा वर्ग– विशेषत: महाराष्ट्रातला पांढरपेशा मध्यमवर्ग– या पंचवीस वर्षांत भावनाप्रधान गांधीवादापासून शक्य तितका अलिप्त राहण्याचा प्रयत्न करीत आला. गांधीवादाला बुद्धीहूनही भावनेचे अधिष्ठान अधिक आहे हे खरे. पण त्यामुळे मानवधर्माचे आजचे एक महत्त्वाचे तत्त्वज्ञान या दृष्टीने त्यांची किंमत काडीभरही कमी होऊ शकत नाही. गांधीवादातली भावना ही भुताखेतांवरल्या विश्वासाइतकी किंवा भविष्यावरल्या श्रद्धेइतकी बुद्धीला न पटणारी अशी अगम्य गोष्ट नाही. दरिद्रीनारायणाचे दु:ख लेनिनला जाणवले नि गांधींना ते कळले नाही असे थोडेच आहे! पण लेनिनला समाजरचनेत क्रांती हवी होती, गांधींना ती मानवी मनातच करायची आहे. समाज कायमचा बदलायला हवा तर मनुष्यच बदलायला हवा, अधिक सुखी असे नवे जग निर्माण करायचे असेल तर अधिक त्यागी असा नवा मनुष्य निर्माण केला पाहिजे, अशा तऱ्हेची त्यांची विचारसरणी आहे. आर्थिक मूल्यांइतकीच नैतिक मूल्यांचीही जीवनविकासाला आवश्यकता आहे या श्रद्धेनेच गांधीजी आतापर्यंत वागत आले आहेत.

आणि त्यांची ही श्रद्धा निराधार आहे असे कोण म्हणू शकेल? देशबंधू दासांनी कोर्टाने नादार ठरविलेल्या वडिलांचे हजारो रुपयांचे कर्ज फेडले ते काही कायद्याला भिऊन नाही. कायद्याने त्यांना त्या ऋणातून मुक्त केले होते. पण त्यांची मनोदेवता ही कोर्टातल्या न्यायदेवतेपेक्षा अधिक जागृत होती. नादारी घेतल्यामुळे आपण अनृणी झालो हे काही तिला पटले नव्हते!

पुण्यात लकडी पूल ओलांडून कर्वे रोडने सकाळी सातच्या सुमारास जाऊ

लागा. समोरून चालत येणारी एक धीरगंभीर वृद्ध व्यक्ती तुम्हाला दिसेल. दाढीतल्या पांढऱ्या केसांमुळेच तिला वृद्ध हे विशेषण लावायचे. एरवी तरुणांनीही हेवा करावा अशा तरतरीने एक साधी पिशवी हातात घेऊन ही व्यक्ती गावात दररोज जात असे. पुण्याभोवतालच्या खेडेगावातल्या साक्षरता प्रसारासाठी साह्य मिळविण्याचे कार्य ती निरलसपणाने करते. त्या व्यक्तीचे नाव-- गुरुवर्य अण्णासाहेब कर्वे. हिंगण्याच्या माळरानावरल्या पहिल्या इनमीन तीन विद्यार्थिनींना शिकवण्याकरिता ज्या आस्थेने आणि ज्या कर्तव्यबुद्धीने अण्णासाहेब पंचेचाळीस वर्षांपूर्वी पुण्याहून दररोज चालत हिंगण्याला जात होते, त्याच निष्ठेने आणि त्याच तत्परतेने ते आज हे काम करीत आहेत. पन्नास वर्षे अखंड समाजसेवा केली असूनही, त्यांनी लावलेल्या वृक्षांना गोड फळे आली असूनही, आपण समाजाच्या ऋणातून मुक्त झालो असे अण्णासाहेबांना वाटत नाही. आज ते पंचाऐशीं वर्षांचे आहेत. सार्वजनिक जीवनातून निवृत्त होऊन त्यांनी पूर्ण विश्रांती घेण्याचे ठरविले असते तर त्यात अस्वाभाविक असे काय होते? पण त्यांचे मन त्यांना स्वस्थ बसू देत नाही. धनकोची पै न पै फेडणारे दासबाबूंचे ते मन- समाजाच्या सेवेत आयुष्याचा क्षण नि क्षण व शक्तीचा कण नि कण वेचणारे अण्णासाहेब कर्व्यांचे हे मन- असली असंख्य मने निर्माण होत राहतील तेव्हाच व्यक्तिजीवन व समाजजीवन यांचे दैन्य संपेल व जग सुखी होईल असे गांधीजींना प्रामाणिकपणे वाटते.

तात्त्विक दृष्टीने पाहिले तर या विचारसरणीत काय चूक आहे? अमेरिकेने आकाशाला जाऊन भिडणाऱ्या पन्नास-पाऊणशे मजली इमारती बांधल्या; पण माणसाच्या सामाजिक भावनेची उंची वाढविण्याचे कितीसे प्रयत्न या अत्यंत संपन्न अशा देशात झाले? दुभत्या गाईपासून सकस व भरपूर दूध मिळावे म्हणून त्यांना कोणता चारा घालावा या संबंधाने पाश्चात्त्य देशांत जितकी काळजी घेतात, तिच्या शतांश तरी मनुष्याच्या सात्त्विक वृत्तीची वाढ व्हावी म्हणून घेतली जाते का? युद्धापूर्वीच्या काळात दरवर्षी नव्या नव्या तऱ्हेचे मोटारचे मॉडेल काढल्याशिवाय युरोप-अमेरिकेतल्या कारखानदारांना चैनच पडत नव्हते. पण त्यांचे माणसाचे जुने मॉडेल मात्र अजून कायमच आहे! या पुराण-पुरुषाच्या कोशात काळा आणि गोरा हे शब्द सहज सापडतात, पण न्याय आणि सत्य हे शब्द मात्र धुंडाळूनही मिळत नाहीत. वेषाने आधुनिक पण मताने जुनाट! अशा या मनुष्याच्या कोशात मोठमोठ्या यंत्रांची खूप चित्रे आहेत. पण फुले, मुले, सूर्यास्त, चंद्रोदय, खार, कुत्रा असल्या पोरकट चित्रांतले एकसुद्धा त्यात आढळणार नाही. त्यांचा आकाशातल्या देवावर विश्वास नसला तरी पृथ्वीवरला एकमेव देव जो पैसा- तो प्रसन्न व्हावा म्हणून रानटी मनुष्याप्रमाणे नरमेध करायला सुद्धा तो कचरत नाही. जग सुधारले असल्यामुळे त्यांची नरमेधाची पद्धत थोडी निराळी झाली आहे एवढेच!

गांधींचा विरोध आहे तो हृदयहीन जीवनपद्धतीला! बुद्धीचे कर्तृत्व ते अमान्य करीत नाहीत, शास्त्रज्ञानाविषयी त्यांना अनादर नाही. पण बुद्धीच्या गुलामगिरीमुळे मनुष्यात भावनांची दिवाळखोरी उत्पन्न झाल्याचे जे करुणास्पद दृश्य दिसत आहे, ते काही झाले तरी बदललेच पाहिजे असा त्यांचा आग्रह आहे. त्यांचा आश्रम, त्यांचा चरखा, त्यांची प्रार्थना किंवा त्यांच्या ब्रह्मचर्यविषयक कल्पना यांचे निर्बुद्ध विडंबन करणे ही काही मोठी कठीण गोष्ट नाही. पण आंधळेपणाने पैशाच्या भजनी लागलेल्या, अगतिक होऊन यंत्राच्या आहारी गेलेल्या आणि शरीरसुख हे जीवनाचे सुखसर्वस्व मानून त्याकरिता जिवाचा आटापिटा करणाऱ्या आधुनिक सुधारणेमध्ये मानवजातीला शांती देण्याचे सामर्थ्य नाही, याची पुरेपुर जाणीव झाल्यामुळेच त्यांनी आपले आयुष्यविषयक नवे तत्त्वज्ञान निर्माण केले यात शंका नाही.

त्यांच्या आश्रमवासाच्या कल्पनेचा उगम-मुंबईसारख्या बकाली शहरांना चोवीस तास जी एक यांत्रिक अवकळा आलेली असते, ती पाहूनच गांधींचे मन गुदमरून जात असेल! माणसांनी भरलेली मुंबई पाहून फुलांनी डवरलेल्या पारिजातकाची सहसा आठवण होत नाही. पावसाळ्यात पंखाच्या वाळवीने झाकून गेलेल्या एखाद्या मोठ्या अरगिणीचे चित्र डोळ्यांपुढे उभे राहते. मोठमोठ्या शहरांत जिकडे पाहावे तिकडे गडबड, धावपळ, अशांती, बारा महिने, चोवीस तास, जणू काही माणसे ही यंत्रेच आहेत! असल्या शहरातली अगदी सुदैवी आणि सुखी माणसे घेतली तरी त्यांचे जीवन स्वच्छंदाने पाण्यात पोहणाऱ्या माशाप्रमाणे भासत नाही, मधात पडलेल्या माशीसारखे असते ते!

गांधीजींच्या चरख्याचा उगमसुद्धा काही केवळ तात्कालिक आर्थिक व राजकीय कारणांनी झालेला नाही. आधुनिक सुधारणेच्या आहारी गेलेला सुखवादी मनुष्य प्रत्येक पिढीला निर्मितीच्या नैसर्गिक आनंदापासून दूर दूर जात आहे. यंत्रे आणि यंत्राइतकीच ज्यांना तो किंमत देतो अशी माणसे त्याची सर्व कामे करीत असल्यामुळे अगदी धट्टाकट्टा असूनसुद्धा अर्धांगवायू झालेल्या माणसाप्रमाणेच आपला आयुष्यक्रम तो कंठीत असते. विहिरीतून पाणी काढण्याचा आनंद, नदीत किंवा समुद्रात पोहण्याचा आनंद, तुळशीच्या रोपांना अगर साध्यासुध्या फुलझाडांना पाणी घालून ती मोठी झालेली पाहण्याचा आनंद, दगडाधोंड्यांनी भरलेला डोंगर ओलांडून मिळेल त्या पायवाटेने दूरदूर भटकत जाण्याचा आनंद, गाईचे अगर म्हशीचे धारोष्ण दूध पिण्याचा आनंद, चूल फुंकून आधणात तांदूळ वैरून भुकेच्या वेळी गोड गोड लागणारा भात शिजवण्याचा आनंद, या साऱ्या आनंदांना मनुष्य पारखा होत चालला आहे. पण अशा प्रकारच्या क्षुल्लक आनंदांना आयुष्यात मोठे स्थान आहे अशी गांधीजींची श्रद्धा आहे. बालकाच्या विकासाच्या दृष्टीने त्याच्या निर्मितीच्या शक्तीला महत्त्व देण्यात आले पाहिजे, असे आधुनिक शिक्षणशास्त्र मानते. प्रौढांच्या

आयुष्यालाही तोच नियम लागू आहे. पण आधुनिक यांत्रिक सुधारणा माणसांना या स्वाभाविक आनंदापासून दूरदूर नेत आहे. आणि त्याचा परिणाम? वेळ जात नाही म्हणून, केवळ स्वत:ला विसरून जाण्याकरिता सिगरेटपासून शर्यतींपर्यंत आणि बाटलीपासून बाईपर्यंत कुठला तरी कृत्रिम कैफ आयुष्यभर पुरावा म्हणून माणसे आपल्या जीवनशक्तीची उधळपट्टी करीत सुटली आहेत!

गांधीजींच्या प्रार्थनेकडेही याच दृष्टिकोनातून पाहिले पाहिजे. त्यांच्याप्रमाणे देवावर आपला विश्वास नसेल; पण जगातल्या अनेक राक्षसी अन्यायांशी लढण्याकरिता, त्या लढ्यात वीरमरण आले तर त्याला हसत सामोरे जाण्याकरिता माणसाच्या मनाला जी ताकद हवी ती मिळवायला सुधारलेल्या मनुष्याला वेळ तरी कुठे मिळतोय? एकांतात शांतपणाने घटकाभर आत्मपरीक्षण करणारी माणसे आजच्या काळात लाखात दहा तरी सापडतील का? दुकान बंद करायला कितीही उशीर झाला तरी कुठलाही व्यापारी त्या दिवसाचा जमाखर्च तपासून पाहिल्याशिवाय घरी जाणार नाही. पण आजच्या सुधारलेल्या काळात वर्षांवर्षांत आपल्या आयुष्याचा हिशोब पाहायला माणसाला फुरसतच होत नाही. प्रार्थनेसारखी वेळ हाच तो अत्यंत आवश्यक असा सक्तीचा एकांत आहे. आपल्या आशा-आकांक्षा, आपली ध्येये आणि स्वप्ने, आपल्या वासना आणि विचार हे केवळ प्रवाहपतिताप्रमाणे असू नयेत असे ज्याला वाटते, त्याला अंतर्मुख होण्याची आवश्यकता आयुष्यात केव्हा ना केव्हा तरी पटतेच पटते, स्वत:पासून आणि जगापासून घटकाभर दूर राहून विचार करण्यातच माणसाच्या द्रष्टेपणाची बीजे असतात!

गांधीजींच्या ब्रह्मचर्याविषयीच्या अट्टाहासाला दोन बाजू आहेत हे खरे. कामवासनेच्या कोंडमाऱ्यामुळे माणसात अनेक विकृती निर्माण होतात, यात मुळीच शंका नाही. पण कामतृप्ती ही एक स्त्री व एक पुरुष यांच्या इच्छेची गोष्ट आहे असे प्रतिपादन करणारे याहूनही फार मोठ्या अशा नव्या विकृती उत्पन्न करीत आहेत. पन्नाशीची झुळूक लागलेल्या एखाद्या रंगेल गृहस्थावर विशीतली कुमारिका भाळली तर आपल्या प्रौढ पत्नीच्या मनाची पर्वा न करता आणि आपल्या मोठ्या झालेल्या पोराबाळांवर याचा काय परिणाम होईल याची भीती न बाळगता त्याने स्वत:ला हवे असलेले सुख मिळवले तर त्यात जगाचे काय बिघडते, असा सवाल हल्ली नेहमी केला जातो. बिचारे सनातनी जग! ज्या पत्नीबरोबर आयुष्यातली दहा-वीस वर्षे या गृहस्थाने सुखाने काढली, तिच्या भावनांकरिता त्याने थोडासा संयम करावा असे त्याला वाटते. बापाचे असले उदाहरण मुलांना वाईट अर्थाने स्फूर्तिदायक होण्याचा संभव आहे, असा भीतीचा गोळाही या भोळ्याखुळ्या जगाच्या पोटात उभा राहतो. आज तारुण्यातल्या उन्मादाने बेहोश झालेल्या त्या कुमारिकेचे पुढले आयुष्य कल्पनेने चित्रित करून पाहिल्यावर तिच्याबद्दल या साध्यासुध्या जगाला कीवही वाटू

लागते! पण असल्या जगाकडे लक्ष कोण देतो? गांधींच्या संयमाच्या तत्त्वज्ञानाला हसणारे लोक भोळ्याभाबड्या समाजाच्या सनातनी शंकाकुशंकांना थोडेच भीक घालणार आहेत? मात्र इच्छा असेल तर या बुद्धिवादी लोकांनाही डॉ. अनविनच्या 'The group within the society which suffers the greatest continence displays the greatest energy and dominates the Society' (समाजातल्या ज्या वर्गात कामविषयक संयम अधिक असतो तोच वर्ग अधिक कर्तृत्व प्रकट करू शकतो व समाजाचे पुढारीपण मिळवितो) या वाक्यासारखी अनेक विधाने आधुनिक पाश्चात्त्य शास्त्रज्ञांच्या पुस्तकात वाचायला मिळतील.

गांधींच्या दुर्दैवाने गांधीवादाला नेहमीच दुहेरी भूमिका स्वीकारावी लागली आहे. गेली वीस-बावीस वर्षे ते या चाळीस कोटी जनतेचे अनभिषिक्त पुढारी आहेत. एका परतंत्र राष्ट्राचे नेतृत्व पत्करल्यामुळे आपल्या तत्त्वज्ञानाला त्यांना वेळी-अवेळी राजकारणाच्या चौकटीत बसवावे लागले आहे. पण वर्तमानकाळ गांधीजींच्याकडे राजकीय पुढारी म्हणून पाहत असला तरी भविष्यकाळ विसाव्या शतकातल्या गुंतागुंतीच्या मानवी जीवनाचे भाष्यकार याच दृष्टीने त्यांना मान देईल. त्यांचे नाव हिटलर, चर्चिल, स्टॅलिन, रुझवेल्ट, टोजो किंवा मुसोलिनी यांच्या मालिकेत इतिहास गुंफणार नाही. ख्रिस्त आणि बुद्ध किंवा मार्क्स आणि फ्रॉइड यांच्या बरोबरीने ते उच्चारावे लागेल.

अर्थ आणि काम या दोन पुरुषार्थांवरच मानवी जीवनाची उभारणी झाली पाहिजे असे प्रतिपादणारे पंडित, मार्क्स आणि फ्रॉइड यांच्या पंक्तीला मी गांधींना बसविलेले पाहून 'अब्रह्मण्यम् अब्रह्मण्यम्' म्हणून ओरडू लागतील. एखाद्या विद्वानाला 'श्वानं युवानं मघवानम्' या सूत्राची आठवण होईल. त्याच्या दृष्टीने मार्क्स आणि फ्रॉइड पुरोगामी आणि गांधीजी एक नंबरचे प्रतिगामी!

गतवर्षी मुंबई संमेलनातल्या आचार्य जावडेकरांच्या भाषणावर टीका करताना प्रो. फडके म्हणतात, 'अर्थस्य पुरुषो दास:' असं एक वचन आहे आणि त्याचप्रमाणे 'बुभुक्षित: किं न करोति पापम्' असेही एक सुभाषित आहे. या दोहोंची गोळाबेरीज केली तर असेच म्हणावे लागेल की समाजात काही व्यक्तींच्या ठिकाणी असंतुष्टता राहते व पापवृत्ती निर्माण होते, त्याला कारण त्यांचा बुभुक्षितपणा. वर मी एकदा म्हटलेच आहे की अर्थाच्या मागे अन्नक्षुधा असते व कामाच्या मागे विषयक्षुधा असते– दोन्हीही क्षुधेचेच प्रकार. तेव्हा या क्षुधांच्या बाबतीत कोणीही बुभुक्षित राहणार नाही अशी व्यवस्था केल्यास पापाचं म्हणजेच समाजघाताचं मूळ नाहीसं केल्यासारखं होणार नाही काय?' (पुरोगामी साहित्य, पृ. ७०.)

पापाचे मूळ नाहीसे करण्याचा प्रो. फडके यांचा हा उद्देश अत्यंत स्तुत्य आहे, पण तो ज्या उपायांनी पार पडेल असे त्यांना वाटते ते त्यांच्या ध्येयाच्या मानाने फार

अपुरे आहेत. आजचे महायुद्ध नुसत्या बंदुकीच्या बळावर जिंकण्याची प्रतिज्ञा करण्यासारखाच हा प्रकार आहे.

प्रो. फडके यांनी ज्या दोन संस्कृत वचनांची गोळाबेरीज केली आहे, त्यांच्यात साम्यापेक्षा विरोधच अधिक आहे. 'बुभुक्षित: किं न करोति पापम्' हे वचन उघड उघड अन्नक्षुधेचा कैवार घेणारे आहे. माणसाच्या पोटात आग भडकली म्हणजे नीति-अनीतीच्या सर्व कल्पना तिच्यात खाक होऊन जातात असे ते वचन आक्रोश करून सांगत आहे, या वचनातले कटू सत्य कोण अमान्य करील? एका मोठ्या दुष्काळात विश्वामित्रासारखा महर्षीने चांभाराच्या घरात चोरून प्रवेश केला आणि तिथे पडलेली एक तंगडी खाल्ली अशी कथा लिहिण्यात आमच्या पुराणकारांचा तरी दुसरा काय हेतू होता?

'अर्थस्य पुरुषो दास:' हे काही महाभारतात भीष्मांच्या तोंडी सहजासहजी आलेले एक साधे सुभाषित नाही. मानवी जीवनातील एका अत्यंत कटू सत्यावर विदारक प्रकाश टाकणारा विद्युद्दीप आहे तो. ज्या भीष्माने आयुष्याच्या पूर्वार्धात पित्याकरिता स्त्रीसुखाचा त्याग केला होता, त्याला काही आयुष्याच्या उत्तरार्धात दुर्योधनाच्या दुष्टपणाला आळा घालता आला नाही. त्याच्याशी संपूर्ण असहकारसुद्धा करता आला नाही. कारण? कारण दुसरे काय असणार? अर्थस्य पुरुषो दास:! पैसा कधीच कुणाचा गुलाम होत नाही. मात्र तो मोठमोठ्या कवींना आणि तत्त्वज्ञानांसुद्धा आपले गुलाम करून सोडतो.

या ठिकाणी भीष्माला दोन मार्ग मोकळे होते– द्रौपदीची बाजू घेऊन दुर्योधनाचा धिक्कार करायचा किंवा मूग गिळून आपल्यापुढे चाललेली एका पतिव्रतेची विटंबना म्हाताऱ्या डोळ्यांनी बघत बसायचे! पहिला मार्ग धैर्याचा होता, सत्याचा होता, नीतीचा होता! दुसरा मार्ग गुलामगिरीचा होता, मिंधेपणाचा होता, अनीतीचा होता. भीष्मासारखा महापुरुषसुद्धा अशा प्रसंगी कठोर कर्तव्याच्या मार्गापासून कसा चळतो हे दाखविण्यात महाभारतकाराने आपली मार्मिकता सुंदर रीतीने व्यक्त केली आहे. श्रीमंतांच्या जगात गरीब नुसते अन्नालाच महाग होत नाहीत; अनादिकालापासून न्यायालाही ते महाग झाले आहेत! जगातली बुद्धी जोपर्यंत सत्तेची, संपत्तीची आणि अन्यायाची गुलामगिरी करण्यात आनंद मानीत आहे, तोपर्यंत यात फरक तरी कसा पडावा? सत्ताधाऱ्यांनी सप्तपाताळात कोंडून ठेवलेली सत्ये सुखासुखी सूर्यप्रकाशात येत नाहीत. नीतिक्षुधेने व्याकुळ झालेल्या लाखो लोकांचा टाहो त्या सत्यांच्या कानांवर पडावा लागतो.

कामक्षुधेच्या तृप्तीचा प्रश्न तर अन्नक्षुधेपेक्षाही बिकट आहे. 'या बाबतीत कोणीही बुभुक्षित राहणार नाही अशी व्यवस्था करायची', म्हणजे काय करायचे? आज दारिद्र्यामुळे तरुण-तरुणी लग्नाचा प्रश्न लांबणीवर टाकू लागली आहेत. उद्या

त्यांना लवकर लग्न करता येतील असे गृहीत धरू! पुनर्विवाह, घटस्फोट वगैरे वगैरे सर्व विवाहविषयक सुधारणा सर्रास अंमलात आल्या आहेत अशीही कल्पना करू. पण एवढ्याने समाजातले कामविषयक प्रश्न निकालात निघणार नाहीत. व्यसनी नवरे, चंचल बायका, नित्य नवीन होणारे प्रेमाचे त्रिकोण– आपल्या सदैव धुक्याने आच्छादिलेल्या उद्यानात काय काय गोष्टी घडतात याची कामदेवाला तरी दखल असते की नाही कुणाला ठाऊक!

खरी गोष्ट अशी आहे, या दोन्ही क्षुधांच्या बाबतीत आज गरिबांची उपासमार होत आहे नि श्रीमंतांना अजीर्ण झाले आहे. मात्र या विषमतेचे खापर धर्ममोक्षाच्या जुन्या कल्पनांवर फोडून आजच्या जगाने नामानिराळे होण्यात अर्थ नाही. युरोप-अमेरिकेत धर्ममोक्षाचा बाजारभाव साफ बसून गेल्याला किती तरी तपे झाली. आपल्या देशातल्या सुशिक्षित वर्गाने या कल्पनांचे जू झुगारून दिल्यालाही दोन पिढ्या होत आल्या; पण जो कोंबडा झाकल्यामुळे सूर्य उगवत नाही म्हणून आम्ही आरडा-ओरडा करीत होतो, तो पंख फडफडावून मोठमोठ्याने आरवत असला, तरी आम्हाला हव्या असलेल्या सूर्याचा मात्र अजून उदय होत नाही. तेव्हा सूर्योदय आणि कोंबडा यांचा काही संबंध असणे शक्य नाही, हे समाजाने समजावून घेण्याची वेळ आता येऊन चुकली आहे.

अन्नक्षुधा व कामक्षुधा यांच्या बाबतीत होणारी गरिबाची उपासमार थांबवायचा जगात एकच उपाय आहे– श्रीमंताच्या त्या बाबतीतल्या उधळपट्टीवर आणि अमर्याद हक्कांवर नियंत्रण! समाजवाद हे नियंत्रण नव्या समाजरचनेच्या रूपाने घालू इच्छितो! रानटी काळापासून थोडे फार सुसंस्कृत झालेले मानवी मन अधिक अधिक सुधारून हा पालट घडून येईल अशी गांधीवाद अपेक्षा करतो. समाजवादाचा मार्ग जवळचा आहे. तो पूर्णपणे टिकाऊ आहे की नाही ते काळच ठरवील. गांधीवादाचा मार्ग लांबचा आहे. त्याचे इच्छित साध्य झाले नाही तरी समाजवादाच्या कार्याला अंती तो पूर्णपणे पोषकच होईल. दोघांनाही मनुष्याची समता हवी आहे. समाजाचा घटक या दृष्टीने मनुष्यावर नियंत्रण घातलेच पाहिजे हे दोघांनाही मान्य आहे. या भावनेला धर्म म्हणा अगर म्हणू नका. नीती-संस्कृती-प्रगती यांपैकी अगर यापेक्षा कुठलेही निराळे नाव तिला द्या. पण मनुष्याच्या अंत:करणात प्राचीन काळापासून सुप्त असलेली ही क्षुधा आता प्रज्वलित होऊन जगभर संचार करू लागली आहे. ही क्षुधा जेवढी बौद्धिक तेवढीच भावनात्मक आहे. ती तुमच्या आमच्या सर्वांच्या कानात एकसारखी गुणगुणत आहे, 'उद्याचे नवे जग सुखी व्हायचे असेल तर जीवनात भोग आणि त्याग, काव्य आणि कृती, बुद्धी आणि भावना यांचा सुंदर मेळ पडला पाहिजे. प्राचीन काळी महर्षी वाल्मीकींची प्रतिभा क्रौंचपक्ष्याच्या क्रीडामग्न जोडप्याला पाहून मोहित झाली होती ना? त्या जोडप्यातल्या नराचा एक क्रूर भिल्लाने वध केलेला

पाहून महर्षींनी रागाने त्याला शाप दिला होता ना? भोग आणि त्याग, काव्य आणि कृती, बुद्धी आणि भावना या जोडप्यांपैकी, कुणावरही तसा प्रसंग आला तर तुम्ही तेच करा. आणि एक गोष्ट विसरू नका. कालचे शाप शब्दांचे होते, आजचे शाप कृतीचे असले पाहिजेत!'

वि. स. खांडेकर

कोल्हापूर
ता. ११-९-१९४२

क्रौंचवध

सामाजिक भावना हा विकासशील मानवी जीवनाचा आत्मा आहे. ही भावना नेहमी तीन प्रकारांनी प्रकट होते– शब्दांनी, अश्रूंनी, आणि कृतींनी. काव्य हे या भावनेचे पहिले सुंदर स्वरूप. पण काव्यातील शब्द कितीही सुंदर असले तरी शेवटी ते वाऱ्यावरच विरून जातात. अश्रू हे या भावनेचे दुसरे रमणीय रूप! पण माणसाच्या क्षुब्ध हृदयसागरातून बाहेर येणारे हे मोती शेवटी मातीमोलच ठरतात! डोळ्यांतल्या पाण्याने मनुष्य स्वतःच्या हृदयातली आगसुद्धा शांत करू शकत नाही. मग जगातला वणवा तो काय विझविणार? सभोवतालचे दुःख पाहून व्याकुळ झालेले माणसाचे मन हलके करण्यापलीकडे शब्द आणि अश्रू यांच्यात सामर्थ्य असत नाही.

या भावनेचे तिसरे स्वरूपच मानवी प्रगतीला उपकारक होऊ शकते. या स्वरूपात ती तोंडाने किंवा डोळ्यांनी बोलत नाही. ती नेहमी हातानेच बोलते. स्वतःचे रक्त शिंपून ती इतरांचे जीवन फुलविते.

शब्द, अश्रू आणि रक्त! तिघांच्या उगमाचे स्थान एकच, पण त्यांची जगे किती भिन्न?

१
✳✳✳✳✳

किण्–

सतारीच्या तारेवर क्षणभर बोट ठेवून कोण पळून गेली ही?

सुलोचना?

छे! सतारीच्या तारेला स्पर्श करून त्यातून भ्रमराच्या गुंजारवासारखा मधुर ध्वनी कसा निघतो हे पाहायला सुलू काय आता पाच-सात वर्षांची परकरी पोर आहे?

येत्या श्रावणात तिला चोविसावे सरून पंचविसावे वर्ष लागेल. ती काही आता कुमारी सुलोचना दातार नाही. सौ. सुलोचनाबाई शहाणे झाली आहे ती!

सौ. सुलोचनाबाई!

नुसत्या सौ. ने अपमान होईल तिचा! सारे रामगड संस्थान डॉक्टरीण म्हणून ओळखतंय तिला! हो, मेडिकल कॉलेजात न जाता डॉक्टरीण झाली आहे ती! नि सुलू काही अशी-तशी साधीसुधी डॉक्टरीण नाही. कुठल्या तरी कोपऱ्यावर पाटी लावून गिऱ्हाइकांची वाट पाहत बसणाऱ्या डॉक्टरांची बायको नाही ती. भगवंतराव शहाणे वयाने लहान असले तरी रामगडचे सिव्हिल सर्जन आहेत ते!

राजेसाहेबांची विलक्षण मर्जी आहे त्यांच्यावर. काय नेम आहे? उद्या भगवंतराव संस्थानचे दिवाणसुद्धा होऊन जातील!

राजेसाहेबांची प्रकृती बरी राहत नाही म्हणे. ही लढाई थांबली की हवापालट करण्यासाठी ते स्वित्झर्लंडला जाणार आहेत. अर्थात भगवंतराव त्यांच्याबरोबर जाणारच. नि मग काय? भगवंतरावांच्या बरोबर सुलूही जाईल! काय भाग्यवान पोर आहे! जन्मभर एकशेचाळीस एके एकशेचाळीस करीत बसणाऱ्या प्रोफेसराची मुलगी मजेखातर युरोप-अमेरिका पाहून येईल हे स्वप्नात तरी कुणाला खरे वाटले असते का? पण–

सुलू बोटीवरून उतरेल त्या वेळचा तिचा पोषाख कसा असेल बरे? इंदिरा नेहरूंचा एक फोटो आला होता ना मागे? अगदी तशी दिसेल ती! नाही?

एवढी मोठी झालेली सुलू आपल्या खोलीत येऊन सतारीवर बोटे नाचवून भित्र्या खारीप्रमाणे पळून जाईल?

छे!

प्रोफेसर दादासाहेब दातारांनी एकदम डोळे उघडले. आतापर्यंत निद्रा आणि जागृती यांच्या सीमेवर आपले मन घुटमळत होते याची त्यांना जाणीव झाली. 'संधिप्रकाशात सर्वत्र दृश्ये निराळी दिसतात ना? तसेच आहे हे!' असे मनात म्हणत त्यांनी उशीजवळच्या दिव्याचे बटण दाबले. खोलीत एकदम लख्ख प्रकाश पसरला. दादासाहेबांनी समोरच्या मोठ्या घड्याळाकडे पाहिले. पाच पस्तीस. ते स्वत:शी म्हणत होते– मघाशी तंद्रीत आपल्याला 'किण्' असा जो आवाज ऐकू आला तो 'खण्' असा घड्याळाचा ठोका होता म्हणायचा ! निद्रा आणि प्रीती यांच्या जादूने मूर्तिमंत कठोरतासुद्धा कोमल होते असे–

कुणाचे बरे सुभाषित आहे हे?

दादासाहेब आठवण करू लागले. आपल्या आवडत्या भवभूतीचे?

छे!

की दुसऱ्या कुठल्या संस्कृत कवीचे?

छट्!

सुलूने परवा तो खलिल गिब्रान आणला होता ना? आपण सहज चाळला तो! त्याच्या त्या मॅडमनमधले एखादे वाक्य असावे हे!

तो गिब्रान म्हणजे सुलूचे अगदी दैवत झालेले दिसते. हंऽ! दोन पिढ्यांत आवडीनिवडी किती बदलतात पाहा! माझी भवभूतीवरली भक्ती सुलूला पटत नाही नि तिचे दोस्त आपल्याला आवडत नाहीत!

अरे हो! पण मघाचे ते सुभाषित– निद्रा आणि प्रीती यांच्या जादूने–

ते गिब्रानचेच आहे की–

दादासाहेबांच्या स्मरणशक्तीने खूप धावपळ केली, पण त्या सुभाषिताने त्यांच्याशी चांगलाच लपंडाव मांडला होता. शेवटी कंटाळून ते स्वत:शीच म्हणाले,

'मी तसा म्हातारा झालो नाही अजून! पंचवीस-सव्वीस वर्षे तेच तेच शिकवायला कंटाळा आलाय मनाला. ती असती तर माझा पूर्वीचा उत्साह अजूनही...'

घड्याळाच्या उजव्या बाजूला असलेल्या पत्नीच्या मोठ्या फोटोकडे त्यांची दृष्टी गेली.

पंचवीस वर्षांपूर्वीची अशीच एक पहाट त्यांच्या डोळ्यांपुढे उभी राहिली.

साडेपाचचा खणकन् ठोका होताच आपण जागे झालो. प्रोफेसर झाल्यानंतरचे

पहिलेच वर्ष होते ते आपले. बरोबर साडेपाचला उठून त्या दिवशीच्या कॉलेजातल्या व्याख्यानांची तयारी करायची असा आपला कार्यक्रम होता. पण आपण जागे झालो तेव्हा–

आपल्याला चटकन उठता येईना. एखादे लहान मूल आईला बिलगून निजते ना? तशी आपली पत्नी आपल्या गळ्यात हात टाकून शांतपणे झोपी गेली होती. सुलूच्या वेळचे डोहाळे सुरू होते तिला. मोठे खडतर डोहाळे होते ते! धड जेवण जात नसे की नीट झोप येत नसे. उत्तररामचरितात राम सीतेचे डोहाळे पुरविण्याच्या दृष्टीने तिला विचारतो, 'तुझी काय इच्छा आहे?' ती उत्तर देते 'गंगामाईच्या पवित्र प्रवाहात स्नान करावंसं वाटतं मला!' आधल्या दिवशी रात्री या संवादाची आठवण होऊन आपण पत्नीला प्रश्न केला होता,

'एक गोष्ट सांगशील मला?'

'हं!' ती उत्तरली होती.

'अगदी मनातलं– मनातलं नाही– मनाच्या चोरकप्प्यांतलं– सांगायला हवं हं!' तिने हसून नुसती मान हलविली होती.

मग आपण म्हटले, 'तुला कसले डोहाळे लागलेत ते सांग मला!' ती काहीच बोलेना. ती लाजतेय, असं वाटलं आपल्याला. आपण चटकन बोलून गेलो 'माझ्या गळ्याची शपथ आहे!' तिचे डोळे एकदम पाणावले. ती किंचित काप‍र्‍या स्वराने म्हणाली, 'आधी शपथ घ्यावी मागं!' बायकोच्या भित्रेपणाची थट्टा न करणारा नवरा जगात एक तरी असेल का?

आपण शपथ तर मागे घेतलीच नाही– उलट तिची थट्टा करण्याकरिता म्हणालो, 'पुनर्विवाह करणारी मुलगी इतकी सनातनी असेल असं नव्हतं वाटलं बुवा आपल्याला!'

तिच्या डोळ्यांतून चारदोन अश्रू टपकन खाली पडले. पण आपण काही माघार घेतली नाही. बालहट्ट, स्त्रीहट्ट, राजहट्ट– हे तीन हट्ट, जगात प्रसिद्ध आहेत. परंतु नवऱ्याचा हट्ट म्हणजे या तिन्ही हट्टांचे संमेलन! त्यामुळे आपल्या हट्टापुढे आपल्या पत्नीला माघार घ्यावी लागली! तिने आपले खरेखुरे डोहाळे सांगितले. माती खावी असे तिला वाटत होते.

तिच्याकडून एवढी कबुली मिळाल्यावर मग आपल्या जिभेचा जो पट्टा सुरू झाला– लहान मुलाला गुदगुल्या करून हसविण्यात गंमत असते ना! बायकोला चिडवून रडविण्यातही तशीच मौज असते. निदान तरुण नवऱ्याला तरी त्यात विलक्षण आनंद वाटतो. प्रीती ही जितकी कोमल तितकीच क्रूर आहे की काय कुणाला ठाऊक! कदाचित ज्यांचा छंद बोलण्याचाच आहे त्यांचा तरी अशा वेळी आपल्या जिभेवर ताबा राहत नसावा!

तिच्या माती खाण्याच्या डोहाळ्यांवर आपण यथेच्छ तोंडसुख घेतले, 'उद्या तुला मुलगा झाला तर तो आय. सी. एस. ला जाईल, शेतात खपणारा नांगऱ्या होणार नाही!' असे आपण म्हटले तेव्हा तिला अधिकच वाईट वाटले. एकंदरीत बायकांना विनोद कमीच समजतो हे काही खोटे नाही.

रात्रीच्या त्या थट्टेचा शेवट अश्रूंत झाला. आपली पत्नी डोळे पुशीत दूर जाऊन बसली. आपल्याला झोप केव्हा लागली ते कळलेसुद्धा नाही. मात्र नित्य नियमाप्रमाणे साडेपाचचा ठोका होताच आपण जागे झालो. पाहतो तो आपली पत्नी आपल्या गळ्याभोवती हात टाकून एखाद्या बालकाप्रमाणे झोपी गेली आहे. आपल्याला उठायला तर हवे होते; पण तिला जागे न करता हे कसे साधायचे? आपल्या मनात आले– गुंतलेला शब्द सोडवून घेणे सोपे आहे. पण अशा गोड रीतीने गुंतलेला गळा मोकळा करून घेणे–

घड्याळाचा काटा पुढे धावतच होता. कॉलेजात आपल्याला प्रतिष्ठा मिळवायची होती. प्रत्येक पुढचे व्याख्यान मागच्यापेक्षा सरस होईल अशी दक्षता आपण घेत होतो.

पत्नीचा हात हळूच उचलून आपण दूर ठेवला. पण अंथरुणावरून उठतो न उठतो तोच तिने डोळे उघडले.

आपण म्हटले, 'तू स्वस्थ झोप. मी वाचायला बसतो!'

शब्दांपेक्षा डोळ्यांची भाषा अधिक सुलभ असते. तिने एकच दृष्टिक्षेप केला. पण आपण जाऊ नये अशी तिची इच्छा त्यात किती स्पष्टपणाने दिसली! क्षणभर आपण थबकलोही. ती हळूच म्हणाली, 'मला बरं वाटत नाही आज!'

आपण हसलो नि निघून गेलो.

चूळ भरून आपण पलीकडच्या खोलीत दिव्यापाशी जाऊन बसलो– नि वरचेच पुस्तक उचलले. उत्तररामचरित होते ते! जिथे खूण होती ते पान आपण उघडले. आज वर्गात आपल्याला कुठल्या श्लोकापासून सुरुवात करायची ते पाहिले. तो श्लोक–

'मा निषाद प्रतिष्ठां त्वमगमः शाश्वतीः समाः ।
यत्क्रौञ्चमिथुनादेकमवधीः काममोहितम् ।।

हा होता.

काव्याची निर्मिती किती कोमल भावनांत होते हे सिद्ध करणारा हा श्लोक आपल्याला फार आवडत असे. तो मुलांना सुंदर रीतीने समजावून सांगण्याकरिता आपण विचार करू लागलो– हळूहळू डोळ्यांपुढले क्रौंचपक्ष्याचे जोडपे नाहीसे झाले. तिथे आपण आणि आपली पत्नी यांच्या मुद्रा दिसू लागला. कुणी तरी आपल्या पत्नीवर नेम धरून बाण सोडीत होते– तो दुष्ट पारधी कोण असावा?

म्हणून आपण वळून पाहिले. त्या ठिकाणीही स्वत:चाच चेहरा दिसला आपल्याला.

आपण पुस्तक तसेच फेकून दिले, दिवा मालवून टाकला नि परत पलीकडच्या खोलीत जाऊन काहीही न बोलता, पत्नीचे मस्तक मांडीवर घेऊन ते हलक्या हाताने थोपटू लागलो. तिची कळी एकदम उमलली, तिने हसत विचारले, 'आपल्याला वाचायचं होतं ना?'

आपण उत्तर दिले, 'हो!'

'मग जावं बाई! नाही तर कॉलेजातली मुलं माझ्या नावानं खडे फोडतील!'

'एक श्लोक अडलाय, मला त्याचा नीट अर्थ लागावा म्हणून तर मी इथे बसलोय!' असे म्हणून आपण तिला तो श्लोक म्हणून दाखविला.

ती उद्‌गारली, 'अक्षरसुद्धा कळलं नाही मला!'

आपण उत्तर दिले, 'हा विनय आहे तुझा. खरा अर्थ तूच मला सांगितलास!'

'मी?' तिने आश्चर्याने प्रश्न केला.

'हो– तो– तूच– तुझ्या या सुंदर डोळ्यांनी!'

दादासाहेब एकाग्रतेने पत्नीच्या फोटोकडे पाहू लागले. त्यांच्या मनात आले– फोटो चांगला आहे. अगदी हुबेहूब आहे. पण त्या बोलक्या डोळ्यांची सर काही या फोटोतल्या डोळ्यांना नाही!

लगेच फोटोवरून त्यांची दृष्टी घड्याळाकडे गेली. घड्याळात पावणेसहा होऊन गेले होते.

ते झटकन अंथरुणावरून उठले. आपल्याला उठायला उशीर झाला म्हणून सुलू आपली थट्टा करील असेही त्यांच्या मनात येऊन गेले. हो! 'दादा, तुम्ही म्हातारे झालात आता,' हे अलीकडे तिचे एक पालुपदच झाले आहे. नाही का? आणि महिन्यापूर्वी ती एकदम एकटी माहेरी आली तेव्हापासून तर तिच्या बोलण्यात एक प्रकारचा विचित्र फटकळपणाही आलेला दिसतोय! 'नातवंडाचं तोंड कधी दिसणार दादासाहेबांना?' असे परवा कुणीसे तिला थट्टेने विचारले. सुलूने उत्तर काय द्यावे? म्हणे– 'हिंदुस्थानपुढं लोकसंख्येचा प्रश्न नाही आता. आहेत त्या लोकांना जेवायला कसं मिळेल हेच पाह्यला हवं आधी!'

खोलीतून बाहेर पडून दादासाहेब तोंड धुण्याकरिता न्हाणीघराकडे वळले. जाता जाता त्यांचे लक्ष सुलूच्या खोलीकडे गेले. खोलीत प्रकाशाचे कसलेच चिन्ह दिसत नव्हते. सुलू बहुधा झोपी गेली असावी. दादासाहेबांना आठवले, परवा सुलूच म्हणाली होती, 'मी एक कादंबरी लिहितेय हल्ली!' लिहिता लिहिता रात्री खूप जागली असेल पोरगी! नाही तर सुलू पहाटे उठली नाही असे कधीच व्हायचे नाही.

न्हाणीघरात ब्रशने दात घासता घासता दादासाहेबांच्यापुढे छोटी सुलोचना उभी राहिली. आई दात घासायला लागली की ती रडे, ओरडे व पळून जाई. मग आपण

तिला गोष्टी सांगत घेऊन येत असू. दात घासता घासता 'कशी बाजाची पेटी वाजतेय!' असे आपण म्हटले की मग सुलू स्वत:च्या बोटाने दात घासू लागेल. अवघी वीस वर्षे झाली त्या गोष्टीला. पण त्या सुलूत नि आजच्या सुलूत किती अंतर पडले आहे! काळ हा मोठा विलक्षण जादूगार आहे!!

दादासाहेब तोंड धुणे आटपून बाहेर आले. अजूनही सुलू उठली नव्हती. चहा घेतल्याशिवाय आपणाला काही काम सुचणार नाही हे ठाऊक असल्यामुळे स्वत: चहा करावा, गड्याला उठवावा की सुलूला हाक मारावी या विचारात ते क्षणभर पडले. सुलू एक महिन्यापूर्वी एकदम माहेरी आली तशी चार दिवसांनी एकदम निघूनही जाईल. तेव्हा तिच्या हातचा जितका चहा प्यायला मिळेल तितका पिऊन घेतला पाहिजे असे मनात म्हणताना ते स्वत:शीच हसले.

'मला मुद्दाम का उठविलंत, दादा?' असे सुलूने विचारले तर त्याला काय उत्तर द्यायचे याचासुद्धा त्यांनी विचार करून ठेवला. ते सुलूला सांगणार होते– 'वाळवंटातून प्रवास करायच्या आधी उंट भरपूर पाणी पिऊन घेतो ना? तसा मीही तुझ्या हातचा चहा पिऊन घेणार आहे. वर्षाकाठी केव्हा तरी तेवढ्या अवधीत सबंध वर्षाची तरतूद करून घ्यायला नको का?'

आपल्या या उत्तराचे कौतुक करीतच दादासाहेब सुलोचनेच्या खोलीपुढे आले. त्यांनी लाडीकपणे हाक मारली, 'सुलू–'

आतून उत्तर आले नाही.

दादासाहेब स्वत:शीच हसले. मृदू स्वरात मारलेल्या हाकेने चटकन जागी व्हायला सुलू काही म्हातारी आजीबाई नव्हती.

त्यांनी मोठ्याने हाक मारली– 'सुलू–'

पलीकडच्या राईतून जाग्या झालेल्या पाखरांचा विचित्र किलकिलाट त्यांच्या कानावर पडला. पण सुलूच्या खोलीतून हूं की चूंसुद्धा ऐकू आले नाही.

दादासाहेब किंचित अस्वस्थ झाले. दार खडखडावल्याशिवाय सुलू जागी होणे शक्य नाही हे त्यांनी ओळखले. त्यांनी दारावर बोटाने टकटक केले. त्या प्रशांत वेळी तो आवाज त्यांना इतका कर्णकटू वाटला की पुन्हा टकटक करायला त्यांचा हात पुढे होईना.

त्यांनी दार ढकलून पाहिले. दोन्ही दारे एकदम जोराने उघडली नि भिंतीवर आपटली. या आवाजाने सुलू दचकून उठेल अशी भीती क्षणभर दादासाहेबांच्या मनात उभी राहिली. अंधारात त्यांना काहीच दिसत नव्हते. पण त्यांचे कान उत्सुकतेने ऐकत होते. खाटेची करकर अथवा सुलू या कुशीवरून त्या कुशीवर वळल्याचा आवाज, काही म्हटल्या काही ऐकू आले नाही त्यांना! सुलूच्या गाढ झोपेची आता खूप थट्टा करायची असे मनात म्हणत त्यांनी झटकन पुढे होऊन

विजेचे बटन दाबले.

खोलीत प्रकाश पसरला. पण तो दादासाहेबांना अंधाराहूनही भयाण वाटला.

खाटेवर सुलू नव्हती. इतकेच नव्हे तर अंथरुणावरच्या पलंगपोसाला एकही सुरकुती पडली नव्हती. पायाजवळच्या चादरीची घडी जशशीच्या तशशी दिसत होती! सुलू रात्री त्या अंथरुणावर झोपली असल्याची कसलीही खूण तिथे दिसत नव्हती.

दादासाहेब स्तंभित झाले. त्यांचे मन म्हणत होते– ही पोरटी रात्रभर न झोपता काय करीत होती? अलीकडची तरुण माणसे म्हणजे पिशाच्चे आहेत असे परवा एक सनातनी वक्ता म्हणाला! श्रोत्यांच्या टाळ्या घेण्याकरिता त्याने ते वाक्य उच्चारले असावे असे त्याचे भाषण वाचताना आपल्याला वाटले. पण सुलूचे हे उभ्या रात्रीचे आलोचन जाग्रण– पिशाच्चासारखेच तिचे हे वागणे नाही का?

आपण कादंबरी लिहीत आहोत असे परवा ती म्हणाली होती ना? असले वेड डोक्यात शिरल्यावर कुठली झोप नि कुठले काय?

दादासाहेबांनी सुलोचनेच्या टेबलाखाली वाकून पाहिले. रद्दी टाकायची टोपली कपट्यांनी नुसती भरून गेली होती.

आपला तर्क अगदी बरोबर होता असे दादासाहेबांना वाटले. पोरीला एखादा प्रसंग मनासारखा रंगविता आला नसेल– तो पुन्हा पुन्हा लिहिण्याचा प्रयत्न करून तिने कागदामागून कागद फाडले असतील– या फाडलेल्या कागदांनीच ही टोपली भरली असावी. प्रीतीप्रमाणे कलेचेही वेड विचित्र असते. पोरीला सांगायला हवे की कादंबरीकार म्हणून तुझे नाव महाराष्ट्रात गाजले नाही तरी चालेल, पण आधी प्रकृतीला सांभाळ. अशी जाग्रणे करू लागलीस तर आजारी पडशील नि भगवंतराव म्हणतील, 'लग्न झाल्यावर पोरीची काळजी कुणी करीत नाही!'

सुलोचना कसली कादंबरी लिहीत आहे ते तरी पाहावे अशी दादासाहेबांच्या मनात इच्छा उत्पन्न झाली. त्यांनी टोपलीतले मूठभर कपटे उचलून ते एकामागून एक पाहायला सुरुवात केली. त्यात अखंड पाच-सहा शब्दांचा एकही कपटा नव्हता. त्यामुळे त्यांना त्या तुकड्यांपासून काहीच अर्थबोध होईना.

त्यांनी निरखून पाहिले.

एका कपट्यावर दोनच शब्द होते– 'प्रिय दिलीप.'

ते हस्ताक्षर सुलोचनेचेच होते.

दादासाहेबांना वाटले– दिलीप हा सुलूच्या कादंबरीतला नायक असावा आणि सुलू रात्रभर जी जागली असावी ती नायिकेने नायकाला लिहिलेले पत्र तिच्या मनासारखे होईना म्हणूनच.

त्यांनी दुसरे कपटे चाळून पाहिले. मधूनच सुलोचनेचे हस्ताक्षर दिसे. मधूनच

दुसऱ्या एका हस्ताक्षरातले काही कपटे त्यांना मिळत. हे दुसरे हस्ताक्षरही आपल्या ओळखीचे आहे, असा त्यांना पुन्हा पुन्हा भास होत होता. पण ते कुणाचे आहे हे काही केल्या त्यांना आठवेना.

दरवर्षी आपल्या हाताखाली शेकडो विद्यार्थी शिकून जातात. त्यांचे चेहरेसुद्धा आपल्याला आठवत नाहीत. मुंबईला रस्त्यावर एखादा तरुण मनुष्य आपल्याला भेटतो नि नमस्कार करून म्हणतो, 'सर, मला ओळखलंत का?' मोठी पंचाईत होते आपली अशा वेळी. 'चेहरा ओळखीचा वाटतोय पण नाव मात्र–!' असे काही तरी बोलून आपण वेळ मारून नेतो. मग तो तरुण म्हणतो, 'सर, मी तुमचा विद्यार्थी होतो. आता म्युनिसिपालिटीत असतो. शाळा-कॉलेजात शिकलेलं सारं विसरून गेलोय मी. पण तुम्ही शिकविलेलं 'उत्तररामचरित' मात्र अजून आठवतंय.' त्याचे हे बोलणे ऐकले म्हणजे आपल्याला मूठभर मांस चढते. पण दुसऱ्याच दिवशी आपण त्याचे नाव नि चेहरा पुन्हा विसरून जातो.

हे विचार मनात येत असतानाच दादासाहेब त्या दुसऱ्या हस्ताक्षरांचे कपटे निरखून पाहत होते. पण समुद्राच्या वाळवंटात हरवलेल्या पैचा शोध करावा तशी त्यांची स्थिती झाली.

कंटाळून त्यांनी ते कपटे टोपलीत फेकले.

रात्रीच्या जाग्रणामुळे सुलू कंटाळली असावी नि पहाट होताच फिरायला बाहेर पडली असावी असा तर्क त्यांनी केला. ते मनात म्हणाले, 'लहानपणापासून फिरायचं वेड आहे पोरीला!' त्यांना आठवले– सुलू सात-आठ वर्षांची चिमुरडी पोर होती, पण दादा आपल्याला पहाटे फिरायला नेत नाहीत हे लक्षात येताच ती पाच वाजताच अंथरुणावर उठून बसू लागली. तांबडे फुटायच्या आधीच दादांना तिला घेऊन घराबाहेर पडावे लागे. घराबाहेर पाऊल पडले की जणू काही बाहेरच्या स्वच्छंदी वायुलहरींशी ती समरस होऊन जाई. उन्हाळ्यात उजाडताना शुक्र तेवढा आकाशात चमकताना दिसे. ती त्याच्याकडे निरखून पाही आणि हात वर करी. जणू काही तो तारा नसून एखाद्या वेलीला उंचावर लागलेले फूलच होते. पूर्वेकडे उषा रंग खेळू लागली की सुलू अगदी अधीर होऊन जाई. त्या रंगात आपले हात बुडवावे, निदान त्या रंगाने आपले नखे रंगवून घ्यावीत अशी विलक्षण इच्छा तिच्या मनात उत्पन्न होई आणि टेकडीवर चढता चढता दम लागला तरी ती म्हणे, 'टेकडी खूप खूप उंच हवी होती, म्हणजे मी अगदी वर वर चढून गेले असते नि मग मला खेळायला इंद्रधनुष्य मिळालं असतं!'

एका केळीच्या झाडाला बिलगूनच दुसऱ्या केळीचे कोंब उगवतात ना? आठवणीही अशाच असतात.

दादासाहेबांना दुसरी एक गोष्ट आठवली. लहानपणापासून सुलूची कल्पनाशक्ती

अतिशय तल्लख. काव्याची तिला भारी आवड म्हणून तर आपण तिला आठव्या वर्षी संस्कृत शिकवायला सुरुवात केली. अकराव्या वर्षी रघु वाचीत होती ती! दिनकर म्हणून एक गरीब स्कॉलर होता– आपल्या इथंच राहत होता तो– पुढे पोरं वाहवलं– नाही तर आज संस्कृतचा प्रोफेसर म्हणून नाव काढलं असतं बेट्यानं– त्यावर कसलासा खटला सुरू आहे असं परवाच कुणी म्हणालं– नाही का? तो दिनकर आला, त्याच वर्षी आपली पत्नी वारली– त्या की पुढल्या?

पाऊलवाटेला पुन्हा पाऊलवाट फुटावी तशी पत्नीच्या मृत्यूची स्मृती आता दादासाहेबांच्या मनात प्रभावी झाली.

सुलूच्या पाठीवर झालेले दोन्ही मुलगे वाचले नाहीत. आपल्या बायकोला मुलगा नाही याची फार फार खंत वाटे. दिनकर आपल्या घरी राहायला आला तेव्हा आपण तिला थट्टेने म्हटले होते– 'तुला मुलगा हवाय ना? हा घे मुलगा!'

लगेच तिने हसत हसत उत्तर दिले होते. 'हा जावई आहे माझा. मुलगा नाही!'

तिचे ते शब्द ऐकून सुलू काय लाजली होती! पुढे किती तरी दिवस आपण तिची चेष्टा करीत होतो–

जुन्या आठवणीत रमून गेलेले मन म्हणजे उताराला लागलेली गाडी. ती आपोआप कधीच थांबायची नाही. सुलूविषयीच्या आठवणीतून दुसरी आठवण निघू पाहत होती–

इतक्यात बाबू गडी चहाचे दोन पेले घेऊन खोलीत आला. दादासाहेब एकटेच दिसल्यामुळे त्याने विचारले, 'ताईसाहेब कुठं आहेत?'

'फिरायला गेल्या असतील!'

'चहा घेतल्याबिगर फिरायला नाही जात त्या!' असे स्वतःशीच पुटपुटत बाबू एक पेला परत घेऊन गेला.

चहा घेता घेता दादासाहेबांना वाटले– आपणही फिरायला बाहेर पडावे. सुलू बहुधा टेकडीवर जाऊन बसली असावी! आपल्याला पाहिले की ती चकित होईल. मग आपण तिला थट्टेने म्हणू– 'पोरी, पळून पळून तू कुठं पळून जाशील? फार तर माहेराहून सासरी नि सासरहून माहेरी!'

फिरायला जाण्याच्या विचाराने दादासाहेबांनी खिडकीतून बाहेर पाहिले. आभाळ अंधारलेले होते. पाऊस केव्हा येईल याचा नेम नव्हता. अशा कुंद हवेत फिरायला जाणे म्हणजे–

एकदम त्यांची नजर कोपऱ्याकडे गेली. सुलूची छत्री जागच्या जागी होती. त्यांच्या मनात आले– तारुण्य म्हणजे अद्‌भुतरम्य अविचार हेच खरे– या पावसाळ्याच्या दिवसांत छत्रीसुद्धा न घेता सुलू पहाटे फिरायला गेली नि आपण मात्र–

काळवंडलेले आकाश कपाळाला आठ्या घालणाऱ्या आजोबांप्रमाणे आपल्याला

भेडसावीत आहे– या आजोबांच्या रागाला तोंड देण्यापेक्षा घरात कुठेतरी लपून बसणे हेच बरे नाही का?

दादासाहेब आतल्या खोलीकडे वळले, आत पाऊल टाकताच त्यांची दृष्टी प्रथम पत्नीच्या फोटोकडे नि कोपऱ्यातल्या सतारीकडे वळली. त्यांच्या मनात आले– काळाने आपली एक जिवाभावाची सोबतीण हिरावून नेली. पण ही दुसरी सोबतीण? ती आपल्याला कधीच अंतर देणार नाही.

त्यांनी हळुवार हातांनी सतार उचलली. एखाद्या वत्सल पित्याने लाडक्या मुलीच्या अंगावरून मायेने हात फिरवावा त्याप्रमाणे सतारीच्या तारांवरून त्यांची बोटे फिरू लागली. भरतीच्या वेळी समुद्राच्या लाटा अशा एकामागून एक नाचत वाळवंटभर पसरतात त्याप्रमाणे मधुर स्वरलहरी त्या खोलीच्या शून्य वातावरणात नाचू लागल्या. एकदम अरण्याचे नंदनवन झाले. त्या लहरी प्रथम मधुर होत्या– मग मधुरतर झाल्या– नि मग–

आपण अगदी लहानपणी कुठे तरी ऐकलेली 'इस तनधनकी कोन बढाई' ही चीज छेडीत आहो हे तरी दादासाहेबांना कळत होते की नाही कुणाला ठाऊक. आपली प्रोफेसरकी– पत्नीचा मृत्यू– सुलीचा हट्टी स्वभाव– सारे सारे काही ते विसरून गेले.

साडेसात वाजता बाबू त्यांचा दुसरा चहा घेऊन आला तेव्हा त्यांनी विचारले, 'सुलूने चहा घेतला का?' सुलूचा चहा झाला असला तर लहानपणी ती जशी आपल्यासमोर बसत असे तशी बसवून आज तिने अगदी नको म्हणेपर्यंत तिला सतार ऐकवायची असा विचार दादासाहेबांच्या मनात नुकताच येऊन गेला होता.

पण बाबूने उत्तर दिले, 'ताईसाहेब अजून आल्या नाहीत!'

'अजून?' हा एकच शब्द दादासाहेबांनी उच्चारला खरा. पण त्या एका शब्दात जगातले सारे आश्चर्य जणू काही साठविले होते. तो शब्द उच्चारताना नकळत त्यांनी झटक्याने मांडीवरची सतार दूर ठेवली. एखाद्या भेदरलेल्या पाखराच्या चीत्काराप्रमाणे सतारीतून जो करुण ध्वनी उमटला–

दादासाहेबांनी चपापून सतारीकडे पाहिले– लगेच आपल्या मनाच्या गोंधळाचे त्यांना हसू आले. ते स्वत:शीच म्हणाले– फिरून येता येता सुलूला एखादी मैत्रीण भेटली असेल! तिने तिला केला असेल चहाचा आग्रह. चहा हाच सध्या तरुणांचा देव झाला ना? चहा झाला की की गप्पांना रंग चढतोच! त्यातून या अलीकडच्या मुली! पाकिस्तानापासून संततिनियमनापर्यंत कुठल्याही विषयात यांची गती नाही अशी नाही!

रस्त्यावरून वर्तमानपत्रे विकणारा मुलगा ओरडत जात होता– 'फाशीची शिक्षा',

'फाशीची शिक्षा'–

त्याचे तारस्वरातले ते शब्द दादासाहेबांना ऐकू आले. एकदम धावून जावे नि त्या मुलाला हाक मारून अंक घ्यावा असे त्यांना वाटले. पण ते क्षणभरच! वर्तमानपत्रात त्यांचे मन कधीच रमत नसे. त्याच त्या बातम्या निरनिराळ्या वर्तमानपत्रांतून मिटक्या मारीत वाचणारे लोक पाहिले म्हणजे त्यांना हसू येई. ते मनात म्हणत– अभिजात वाङ्मय सोडून असले लिखाण वाचण्यात या लोकांना काय आनंद होतो कुणाला ठाऊक! अमक्याने बायकोचे नाक कापले नि तमक्याने विष खाऊन जीव दिला. असल्या बातम्यांशिवाय आमच्या वर्तमानपत्रांत दुसरे असते तरी काय? अगदी गांधींचे भाषण असले तरी त्यात त्यांचे चक्रीपुराण असायचे! चरखा चालवा, खादी वापरा नि खेड्यात चला! बुद्धिवादाला पटेल असा विचार चाळीस कोटी लोकांच्या नेत्यालासुद्धा जिथे करता येत नाही तिथे ही बिचारी पोटभरू वर्तमानपत्रे काय शिकवणार?

आज कॉलेजात काय काय शिकवायचे आहे ते पाहावे म्हणून दादासाहेब उठले. मात्र अजून मघाची वर्तमानपत्रे विकणाऱ्या पोराची आरोळी त्यांच्या कानात घुमत होती– 'फाशीची शिक्षा!', 'फाशीची शिक्षा!'

क्षणभर त्यांचे मन चरकले. कुणाला बरे ही शिक्षा झाली असेल? कुणी देशभक्त तर नसेल ना?

वर्तमानपत्रांकडे नेहमीच उपहासाने पाहणारे त्यांचे मन उत्तरले, 'कुणी दरोडेखोर फाशी जात असला तरी ती बातमीसुद्धा ही पोटभरू वर्तमानपत्रं जाड्या टाईपातच छापतील. सुलू वर्तमानपत्रांचा भारा घेऊन येईलच घरी! तेव्हा बघू काय भानगड आहे ती!'

दादासाहेब शांतपणे आपल्या खुर्चीवर जाऊन बसले. टेबलावर उजव्या हाताला कॉलेजातील सर्व पुस्तके व्यवस्थित लावून ठेवली होती. त्यांनी अगदी वरचेच पुस्तक उचलले. उत्तररामचरित होते ते. खूण होती ते पान त्यांनी उघडले. दुसरा अंक नुकताच सुरू झाला होता. आत्रेयी आणि वनदेवता यांचे संभाषण चालले होते. त्यांची नजर आज शिकवायच्या श्लोकाकडे गेली.

> 'मा निषाद प्रतिष्ठां त्वमगमः शाश्वतीः समाः ।
> यत्क्रौञ्चमिथुनादेकमवधीः काममोहितम् ।।'

झटकन त्यांनी पुस्तक मिटले. हा श्लोक त्यांचा आवडता होता. पण गेली वीस-पंचवीस वर्षे तो त्यांनी इतके वेळा शिकविला होता की–

अगदी चोखून खाल्लेल्या आंब्याच्या कोयीप्रमाणे वाटला तो त्यांना! त्यांच्या मनात आले– पंचवीस वर्षे तीच तीच पुस्तके आपण शिकवीत आहोत, त्याच त्याच श्लोकावर पुन: पुन्हा मल्लिनाथी करीत आहोत– ठरलेला मुकटा नेसून ठराविक

वेळा दहा घरच्या देवांना ताम्हनात बुडविणारा भिक्षुक आणि एक जुनाट काळा झगा घालून त्याच त्याच पुस्तकांची विद्यार्थ्यांपुढे पोपटपंची करणारा आपल्यासारखा प्रोफेसर, यांच्यात काय अंतर आहे? पहिल्याला दहा रुपये मिळतात नि दुसऱ्याला एकशेचाळीस मिळतात एवढेच!

लगेच त्यांचा अहंकार जागा झाला. आपल्या हाताखालून शिकून गेलेली शेकडो हुषार मुले त्यांना आठवली. त्यांनी कॉलेजला मिळवून दिलेली कीर्ती आणि स्वत: मिळवलेल्या मोठमोठ्या पगाराच्या जागा– एकदा एका कलेक्टरने गुरुवर्य दादासाहेब दातार म्हणून आपला एका जाहीर सभेत उल्लेख केला नव्हता का? आपणाला तेच तेच काम करावे लागते हे खरे! पण हे राष्ट्राच्या संस्कृतीचे कार्य आहे– ही समाजाची उच्च प्रकारची सेवा आहे–

त्यांनी पुन्हा उत्तररामचरित उघडले. 'मा निषाद' हा श्लोक आज अगदी उत्तम रीतीने शिकवायचा त्यांनी मनाशी निश्चय केला. ते स्वत:शी म्हणाले, 'म्हातारा गवई मैफल कशी रंगवतो ते–'

जवळचे मोठे कपाट त्यांनी उघडले. व्यवस्थितपणे रचून ठेवलेल्या नोटसूच्या वह्यांची आणि डायऱ्यांची रास पाहून अभिमानाची एक उत्तुंग लाट त्यांच्या मनात उचंबळून गेली. उत्तररामाची टिपणे त्यांनी शोधून काढली. दुसरा अंक– क्रौंचवध– त्या श्लोकावरचे टिपण वाचता वाचता ते देहभान विसरून गेले. तारुण्यात पदार्पण करणाऱ्या सुंदर रमणीची आरशापुढे उभे राहिल्यावर जी मन:स्थिती होते, तिची कल्पना या वेळी दादासाहेब सहज करू शकले असते. त्यांना आपल्या तारुण्यातल्या बुद्धिमत्तेचा विलक्षण अभिमान वाटला. एवढ्या साध्या श्लोकातून वाङ्मय आणि जीवन यांचे सुंदर तत्त्वज्ञान विद्यार्थ्यांना कुणीही प्रोफेसर शिकवू शकणार नाही अशी त्यांची खात्री होती. त्यांच्या टिपणाच्या शेवटी लिहिले होते– 'वाल्मीकीचा शोक श्लोकाच्या रूपाने प्रगट झाला. खरी काव्यनिर्मिती अशीच उचंबळून येते, अंत:करण हलून गेल्याशिवाय अभिजात काव्य उत्पन्न होत नाही. समुद्रमंथनातून अमृत बाहेर पडले. प्रतिभावंताच्या उत्कट भावनांच्या मंथनातून उत्कृष्ट वाङ्मयही असेच निर्माण होते.'

'आणि वाल्मीकीला जे दु:ख झाले ते काय एखाद्या राजाधिराजाच्या मृत्यूने? निसर्गातल्या भयंकर उत्पाताच्या दर्शनाने? छे! क्रौंचपक्ष्याचे एक जोडपे सुखाने झाडावर प्रणयक्रीडा करीत बसले होते. एका पारध्याने बाणाने त्यातले एक पाखरू मारले. बहुधा तो नर असावा. तो मरून खाली पडल्याबरोबर त्याच्या जोडीदारणीचे जो आक्रोश केला असेल तो वाल्मीकीच्या हृदयाला जाऊन भिडला– व्याधाच्या क्रूरपणाचा त्याला संताप आला– एका पक्षिणीच्या दु:खाने त्या महर्षीचे अंत:करण व्याकुळ झाले– खरी कला अशीच सहृदय असते. जगातले कोठलेही दु:ख तिला

पाहवत नाही; कुठलाही अन्याय तिला सहन होत नाही. जीवनातल्या सौंदर्याचा जे जे लोक नाश करतात त्यांचा त्यांचा ती धिक्कारच करते.'

पडद्यावरले स्वत:चे काम पाहताच स्वत:ला विसरून जाणाऱ्या नटासारखी दादासाहेबांची स्थिती झाली.

ते एकदम खुर्चीवरून उठले. त्यांना एक नवी कल्पना सुचली होती. ते मनात म्हणत होते– आज वर्गात हा श्लोक शिकविताना आपण ही कल्पना फुलवीत नि खुलवीत नेऊ लागलो की टाळ्यांचा नुसता कडकडाट होईल– पोरे आपापसांत पुटपुटतील– दातार पुढल्या वर्षी पेन्शनीत जाणार आहेत म्हणे. नाही. आम्ही त्यांना पेन्शन घेऊ देणार नाही. आम्हाला तेच शिकवायला हवेत.

या मनोराज्याने दादासाहेबांचे अंग पुलकित झाले. ते आपल्या नवीन कल्पनेची मनातल्या मनात नीट मांडणी करू लागले–

अजूनही जगात क्रौंचवध सुरू आहे. दररोज– दर घटकेला– दर पळाला! पक्ष्यांच्या सुखी जोडप्याला दु:खी करणारा पारधी आणि साऱ्या जगाला महायुद्धाच्या खाईत लोटणारा हिटलर हे दोघे सारखेच क्रूर नाहीत का? उद्याचा महाकवी आजच्या भीषण महायुद्धाविषयी जेव्हा लिहील तेव्हा संतापाने त्याच्या तोंडातून वाल्मीकीप्रमाणे जळजळीत उद्गार बाहेर पडतील.

कल्पनेची धुंदी मद्यासारखी असते हेच खरे. नाही तर आंघोळीची वेळ होईपर्यंत दादासाहेब आपल्या खोलीत या नव्या कल्पनेत गुंग होऊन राहिलेच नसते.

ते जेवायला बसले तेव्हा त्यांना सुलूची आठवण झाली. ते स्वयंपाक्याला तिच्याविषयी काही प्रश्न करणार, इतक्यात त्यानेच विचारले, 'ताईसाहेब केव्हाशा येणार आहेत? म्हणजे तसा त्यांचा भात टाकीन!'

'येईल आता इतक्यात! कुणातरी मैत्रिणीबरोबर गप्पा मारीत बसली असेल! या अलीकडच्या पोरींच्या मनगटावरची घड्याळे नुसती शोभेकरिता असतात. वेळेवर घरी यायला त्यांचा काही उपयोग नाही!'

आपल्या या विनोदावर खूष होऊन दादासाहेब मोठ्याने हसले. स्वयंपाकीही हसला. पण त्याच्या जाडजूड मिश्यांतून ते हास्य प्रकट झाले नाही.

दादासाहेब कॉलेजला निघाले तरी सुलूचा पत्ता नव्हता. आता मात्र त्यांच्या मनातल्या कौतुकाची जागा क्रोधाने घेतली. सुलू मोठी झाली असली, अगदी स्वतंत्र झाली असली, एका बड्या डॉक्टरची बायको झाली असली, तरी असला स्वच्छंदीपणा काही शोभत नाही तिला. पहाटे साडेपाचपासून अकरापर्यंत पोरीचा पत्ता नाही म्हणजे काय? समजायचे काय माणसाने? कुठे मोटारीचा धक्का लागून पडली की–

'आई झाल्याशिवाय माझ्यासारख्या बापाचं अंत:करण कळायचं नाही तिला!' असे स्वत:शीच पुटपुटतच दादासाहेब घराबाहेर पडले.

ते कॉलेजवर गेले तेव्हा बाहेरच्या पटांगणात विद्यार्थ्यांचे घोळकेच्या घोळके ठिकठिकाणी उभे असलेले त्यांना दिसले. या गर्दीचे कारण काही केल्या दादासाहेबांच्या लक्षात येईना. १९३० आणि १९३२ मध्ये कायदेभंगाची चळवळ झाली तेव्हा मात्र कुणीही पुढारी पकडला गेला की मुले अशी बाहेर उभी राहत आणि वर्ग ओस पाडीत. त्या वेळी दंगल करणाऱ्या विद्यार्थ्यांना उद्देशून आपण उच्चारलेले एक वाक्यसुद्धा दादासाहेबांना आता आठवले–

'कॉलेज हे सरस्वतीचे मंदिर आहे. हा आठवड्याचा बाजार नाही!' या वाक्याला प्रत्युत्तर म्हणून विद्यार्थ्यांतर्फे दिनकर जे बोलला होता त्याचीही त्यांना आठवण झाली. दिनकर म्हणाला होता, 'आठवड्याचा बाजार भरतो म्हणून सर्व लोकांना जेवायला मिळते. मंदिरात फक्त पुजाऱ्यांना नैवेद्य मिळतो. बाकीचे उपाशीच राहतात!'

उच्छृंखल पोरांनी त्याच्या या बोलण्याचे टाळ्या वाजवून कौतुक केले होते. पण आपणाला मात्र त्याचे हे बोलणे कृतघ्नपणाचे वाटले. त्याच दिवशी आपल्या घरातून आपण त्याला हाकलून दिले असते. पण कॉलेजमधल्या कारट्यांनी त्या गोष्टीचा गावभर डांगोरा पिटला असता. आपण मनाचे समाधान करून घेतले– दिनकर काही झाले तरी एका फौजदाराचा मुलगा. उर्मटपणा त्याच्या पाचवीला पुजलेला असायचा! त्याचे बोलणे आपण मनावर घेऊ नये हेच खरे!

दहा वर्षांपूर्वीच्या या प्रसंगाचे चित्र मनश्चक्षूंनी पाहतच दादासाहेब प्रोफेसरांच्या खोलीत शिरले. त्यांची दृष्टी कोपऱ्यातल्या आरामखुर्चीकडे गेली. प्रिन्सिपॉलसाहेब तिथे बसले होते.

त्यांना विलक्षण आश्चर्य वाटले. प्रोफेसरांच्या खोलीत प्रिन्सिपॉलसाहेब सहसा येत नसत. तसेच काही तरी विलक्षण कारण घडले असले पाहिजे. त्याशिवाय–

दादासाहेब दिसताच प्रिन्सिपॉल खुर्चीत थोडेसे उठून बसले व म्हणाले,

'या दादासाहेब, तुमचीच वाट पाहत होतो मी!'

दादासाहेब एक खुर्ची पुढे ओढून घेऊन प्रिन्सिपॉलांच्या जवळ बसले.

प्रिन्सिपॉल म्हणाले, 'मोठा बिकट प्रश्न आलाय आज!'

'काय झालं?' दादासाहेबांनी विचारले.

'म्हणजे? तुम्हाला काहीच ठाऊक नाही?'

'दादासाहेब पडले संस्कृतचे प्रोफेसर. त्यांना कालिदासाचा काळ विचारा. चार तास व्याख्यान देतील. पण सध्याच्या काळात काय घडतंय हे मात्र–'

सायन्सच्या प्रोफेसरांचे हे स्वगत भाषण प्रिन्सिपॉलना ऐकू आल्याशिवाय राहिले नाही. त्यांनी कपाळाला आठी घालून वर पाहिले. लगेच सारी कुजबूज थांबली.

प्रिन्सिपॉल दादासाहेबांना म्हणाले, 'मुलांनी अगदी हट्ट धरलाय आज!'

'कसला?'

‘कॉलेज बंद ठेवलं पाहिजे म्हणून!’

‘ते का?’

‘अहो, त्या याला फाशीची शिक्षा झाल्याचं आजच्या वर्तमानपत्रात आलंय ना?’

‘कुणाला फाशीची शिक्षा झाली?’

‘तो दिनकर सरदेसाई– आपला कॉलेज-विद्यार्थी! तुमच्याकडेच राहत होता की तो!’

आता कुठे सकाळच्या वर्तमानपत्रातल्या बातमीचा अर्थ दादासाहेबांच्या ध्यानात आला. तीन-चार आठवड्यांपूर्वी रामगडला दिनकरला पकडले आहे, अशी बातमी त्यांनी वाचली होती. पण तुरुंग हाच चळवळ्या माणसाचा मित्र असतो, असे उद्‌गार काढण्यापलीकडे त्यांनी त्या बातमीकडे अधिक लक्ष दिले नव्हते. त्यांनी प्रिन्सिपॉलना विचारले, ‘या दिन्यानं केलं तरी काय असं?’

‘शेतकऱ्यांनी सरकारसारा भरू नये म्हणून मोठी चळवळ चालविली होती त्यानं रामगड संस्थानात! अगदी रान उठविलन त्यानं! सभांवर सभा घेतल्या. अशीच एक मोठी सभा बंद करायला पोलीस गेले नि याच्या चिथावणीनं लोकांनी त्यातल्या तीन-चार माणसांना बेदम मारलं. पोलीस इन्स्पेक्टर तर जागच्या जागी ठार झाला म्हणे!’

थोडा वेळ खोलीत निःस्तब्ध शांतता पसरली. पण काही काही वेळा शांतता ही वादळापेक्षाही भयानक भासते. आताची वेळ तशीच आहे हे जाणून सायन्सचे प्रोफेसर म्हणाले, ‘हा सरदेसाई कॉलेजात होता तेव्हा गोगलगाय होता नुसता! पुढं हा खूनबिन करणार आहे हे पट्टीच्या ज्योतिष्यालासुद्धा–’

इतिहासाचे प्रोफेसर मध्येच म्हणाले, ‘दिनकरवर खुनाला चिथावणी दिल्याचा आरोप आहे! खून केल्याचा नाही!’

‘पण त्याबद्दलच त्याला फाशीची शिक्षा झाली आहे!’

इतिहासाचे प्रोफेसर जरा रागानेच म्हणाले, ‘सत्ता शिक्षा करू शकते. पण सत्य हे सत्तेपेक्षा श्रेष्ठ असतं हे विसरू नका!’

हा वादविवाद अधिक वाढू देणे इष्ट नसल्यामुळे प्रिन्सिपॉल म्हणाले, ‘दिनकर हा आमच्या कॉलेजचा माजी विद्यार्थी आहे– रामगड संस्थानातला लोकप्रिय पुढारी आहे– म्हणून या शिक्षेचा निषेध करण्याकरिता कॉलेज बंद ठेवावं अशी विद्यार्थ्यांची मागणी आहे! पण– दिनकरबद्दल खरोखरच वाईट वाटतं मला– एवढा हुषार विद्यार्थी असा वाया जावा याचं मला फार दुःख होतं. आज तो आपला सहकारी म्हणून इथं असायचा– पण–’

प्रिन्सिपॉलसाहेबांनी क्षणभर थांबून आवंढा गिळला. नंतर शून्य दृष्टीने समोरच्या लक्ष्मीच्या चित्राकडे पाहत ते म्हणाले, ‘श्रीमंत रामगडकर या संस्थेचे व्हाईस चेअरमन आहेत हे विसरून चालणार नाही आपल्याला!’

त्यांनी सर्व प्रोफेसरांच्या चेहऱ्यांवरून नजर फिरविली. 'खरं आहे' अशीच अक्षरे प्रत्येकाच्या मुद्रेवर दिसत होती.

प्रिन्सिपॉल उठले. 'कॉलेजचे तास नेहमीप्रमाणे घ्यायचे- वर्गात एक विद्यार्थी नसला तरीसुद्धा!' एवढे बोलून ते खोलीबाहेर पडले.

दादासाहेब सुन्न होऊन खुर्चीवर बसले होते. दिनू फाशी जाणार? किती आशेने आपण त्याला कॉलेजात आणले होते–

बाहेरच्या गलक्याने ते सावध झाले. मुले मोठमोठ्याने ओरडत होती– 'महात्मा गांधी की जय', 'जवाहरलाल नेहरू की जय', 'दिनकर सरदेसाई की जय!', 'सरदेसाई चिरायू होवो!'

फाशी जाणाऱ्या मनुष्याचा जयजयकार! तो चिरायू होवो!

दादासाहेबांचे पंडिती मन म्हणाले– 'यापेक्षा 'वदतो व्याघ्रता'चे अधिक चांगले उदाहरण दुसरीकडे कोठे मिळणार?'

आपला काळा झगा अंगात चढविताना एक विचित्र कल्पना त्यांच्या मनात येऊन गेली. काळा पोषाख हे शोकाचे चिन्ह आहे. कॉलेजला दिनकरच्या शिक्षेशी काही कर्तव्य नाही, असे दाखवायचे असेल तर आज आपण हा काळा झगा घालता कामा नये.

पण मनुष्य सवयीचा गुलाम असतो. काळ्या झग्यावाचून वर्गावर जायला त्यांचे मन मुळीच तयार होईना.

नेहमीप्रमाणे धीरगंभीर पावले टाकीत त्यांनी आपल्या वर्गात प्रवेश केला. तिथले उदासीन वातावरण क्षणार्धात त्यांनाही जाणवले. दररोज ते वर्गात येत तेव्हा विद्यार्थ्यांची आपापसात चाललेली बोलणी पाखरांच्या किलबिलाटाप्रमाणे त्यांना गोड वाटत. पण आज वर्गात चार-पाच विद्यार्थी होते. ते एकमेकांपासून दूर दूर बसलेले. जणू मैलांचे दगडच. दादासाहेबांना दिनकरची तीव्रतेने आठवण झाली. मुलांप्रमाणे तो त्यांच्या घरी राहिला होता. त्याची हुषारी, त्याचा प्रेमळपणा,– त्याची व सुलूची मैत्री–

शक्य तितक्या निर्विकार मुद्रेने त्यांनी उत्तररामचरित उघडले व श्लोक वाचला–

'मा निषाद प्रतिष्ठां त्वमगमः शाश्वतीः समाः ।
यत्क्रौञ्चमिथुनादेकमवधीः काममोहितम् ।।'

श्लोक वाचून होताच ते थांबले. नेहमीप्रमाणे त्यांच्या वाणीचा ओघ सुरू होईना. त्यांना वाटले– वाळवंटात नदीचा ओघ एकदम गुप्त व्हावा तशी आपल्या वाणीची स्थिती झाली आहे. या रिकाम्या वर्गापुढे व्याख्यान कसले द्यायचे?

लगेच त्यांची कर्तव्यबुद्धी जागी झाली, ते बोलू लागले. वाल्मीकीच्या संतापाचे त्यांनी सुरस वर्णन केले. क्रौंचपक्ष्याचे जोडपे हे जगातल्या निष्पाप जीवांचे प्रतीक

आहे, त्यांच्या आनंदाचा विद्ध्वंस करणाऱ्या पारध्याला वाल्मीकीने दिलेला शाप–

पारधी आणि हिटलर! दादासाहेब बोलू लागले, 'महाकवीचं कार्य त्याच्या पिढीपुरतंच नसतं. ते युगानुयुगं चालत असतं. वाल्मीकीचं अवतारकार्य अजूनही संपलेलं नाही. जगात आजही क्रौंचवध सुरू आहे. क्षणाक्षणाला, पळापळाला लाखो निरपराधी जीवांची हत्या आज जगात चालली आहे. आजचंच वर्तमानपत्र उघडून पाहा–'

दादासाहेबांना टाळ्यांचा प्रचंड कडकडाट ऐकू आला. त्यांनी समोर पाहिले. वर्गात चार-पाच मुले दगडी पुतळ्याप्रमाणे बसली होती. टाळ्यांचा कडकडाट बाहेर होत होता. बाहेर विद्यार्थी ओरडत होते– 'सरदेसाई की जय– दिनकर सरदेसाई झिंदाबाद!'

त्यांनी डोळे मिटले. त्यांच्या मिटलेल्या डोळ्यांपुढे तो श्लोक उभा राहिला. आकाशातल्या मेघांची हां हां म्हणता ओळखू येणारी आकृती व्हावी तसे त्या श्लोकातल्या शब्दांनी दृश्यरूप घेतले. झाडावर बसलेले ते क्रौंचपक्ष्याचे जोडपे– छे! झाडावर पाखरे आहेत कुठे? हा– हा दिनकर आणि ती– ती सुलोचना– दोघांची किती मैत्री होती लहानपणी!

आपल्याला भ्रम झाला आहे किंवा काय हे दादासाहेबांना कळेना. दिनकर सुलूला शिकवीत असे तेव्हा ती दोघे अशीच जवळ बसत असत. पण– कुणी तरी दुष्टाने बाण सोडला– तो बाण दिनकरला लागला– त्याच्या अंगातून वाहणारे ते रक्त–

हा भास क्षणभरच टिकला. पण तो क्षण दादासाहेबांना धरणीकंपाच्या क्षणासारखा भयंकर वाटला. झटकन डोळे उघडून ते म्हणाले, 'तास इथेच संपवू या. मला बरं नाही वाटत आज!'

घरी परत येताना संस्कृतच्या तासाला आपले मन इतके भावनावश कसे झाले याचे दादासाहेबांना राहून राहून आश्चर्य वाटत होते. बारा वर्षांपूर्वी पत्नीचा अंतकाळ जवळ आला हे कळताच मनाची शांती ढळू नये म्हणून आपण गीतेचा दुसरा अध्याय उघडला नि तो वाचू लागलो आणि आज आपल्यापाशी चार वर्षे राहिलेल्या एका चळवळ्या तरुणाला फाशीची शिक्षा झालेली ऐकून मात्र आपले मन गोंधळून गेले. असे का व्हावे? 'दादा, तुम्ही आता म्हातारे झालात!' असे सुलू हल्ली थट्टेने म्हणत असते. तिला हे कळले तर–

सकाळच्या भटकेपणाबद्दल आपली क्षमा मागण्याकरता सुलू दारातच उभी असेल अशी कल्पना करीत त्यांनी आपल्या घराचे फाटक उघडले. पण दरवाजा बंदच होता–

घरात आल्यावर अद्यापिही सुलू परत आली नाही हे कळताच भीती आणि क्रोध

यांच्या विलक्षण मिश्रणाने त्यांचे मन भरून गेले.

गड्याने केलेला चहा त्यांनी कसाबसा घेतला. लगेच ते सुलूच्या खोलीत गेले. तिच्या साऱ्या वस्तू जिथल्या तिथे होत्या. ट्रंक, कातड्याची बॅग, होल्डॉल– सारे सामान जागच्या जागी होते. सुलू गावातल्या गावातच कुणाकडे तरी गेली असावी, तिथेच तिला जेवण्याचा आग्रह झाला असावा, आता संध्याकाळचा चहा झाल्यावर–

हाताचा चाळा म्हणून त्यांनी तिच्या टेबलाचा उजव्या हाताचा खण उघडला. केसांचे आकडे, निरनिराळ्या रंगांची फीत, दोन-तीन सुंदर कंगवे, एक-दोन तेलाच्या बाटल्या– ते सर्व प्रदर्शन पाहून दादासाहेब स्वत:शीच हसले. त्यांच्या मनात आले– सुलू वेड्यासारखी कुठे तरी निघून जाईल ही मघापासून आपल्या मनात येणारी शंका किती खोटी आहे! पुरुष क्षणात फकीर होऊ शकतो. पण स्त्री ही सुखासुखी जोगीण होत नाही.

त्यांनी टेबलाचा डावा खण उघडण्याचा प्रयत्न केला. तो बंद होता. ते मनात म्हणाले– पोरटी लिहीत असलेली कादंबरी बहुधा या खणात असावी ! मनुष्यस्वभाव किती विचित्र आहे पाहा! पुढे ज्या गोष्टीसाठी लोकांनी आपले कौतुक करावे असे आपल्याला वाटते, ती गोष्ट आरंभी लोकांपासून आपण लपवून ठेवतो. मग ते पुस्तक असो नाही तर अपत्य असो! हा खण उघडा असता तर आपण सुलूचे हस्तलिखित भराभर वाचून काढले असते नि ती घरी परत आल्याबरोबर तिच्या पाठीवर थाप मारून म्हटले असते, 'कादंबरी तर छान उतरली आहे. ती कुणाला अर्पण करणार तू? मला की तुझ्या आईला?'

त्या डाव्या खणाच्या कडीवरला हात काढून घेऊन दादासाहेब परत जायला निघाले. जाता जाता त्यांचे लक्ष टेबलावरल्या टोपलीकडे गेले. ती कपट्यांनी भरलेली होती. सकाळी खोली झाडताना टोपलीतले कपटे बंबात नेऊन टाकायला बाबू विसरला असावा!

दादासाहेबांनी 'बाबू, अरे बाबू,' म्हणून मोठ्याने हाकसुद्धा मारली. इतक्यात त्यांचे लक्ष टोपलीतल्या वरच्याच कपट्याकडे गेले. फिक्कट पिवळसर असा कपटा होता तो. त्यांनी तो चटकन उचलून पाहिला. तारेच्या लिफाफ्याचा कपटा होता तो. कपट्यावर 'सुलोचना' एवढे नाव तर स्पष्ट दिसत होते!

सुलूला कुणाची तार आली? ती केव्हा आली? सकाळपासून तर तिचा पत्ता नाही. म्हणजे तार काल–

भगवंतरावांची तर ती तार नसेल ना?

छे!

मग?

शंकाकुशंकांनी दादासाहेबांचे मन व्याकुळ झाले. तीन-चार आठवड्यांपूर्वी सुलू

एकदम माहेरी आली तेव्हा त्यांनी तिला म्हटले होते. 'पत्र तरी पाठवायचं की नाही आधी!' तिने उत्तर दिले होते, 'अकस्मात येण्यात अधिक आनंद असतो दादा. पावसाळ्यातल्या पावसापेक्षा वळवाचा पाऊसच मजेदार वाटतो नाही का?'

असल्या हजरजबाबी मुलीला ती का आली हे स्पष्ट विचारणे कठीण. नवराबायकोंचे भांडणबिंडण होऊन सुलू आली असेल अशी कल्पना दादासाहेबांच्या मनात एक-दोन वेळा डोकावून गेली. पण त्यांनी तिचा पुसट उल्लेख करताच सुलू हसून म्हणाली होती, 'विरहानं प्रेम वाढतं असं हल्लीचे लेखक म्हणतात. म्हणून मुद्दाम महिना दोन महिने एकमेकांपासून दूर राहायचं ठरवलंय आम्ही दोघांनी!'

'साहेब' या बाबूच्या हाकेने दादासाहेब भानावर आले. त्यांनी वर पाहताच बाबूने पुन्हा प्रश्न केला, 'काय साहेब?'

'मी तार लिहून देतो. ती घेऊन जा पोस्टात.'

दादासाहेबांनी सुलूच्या टेबलावर बसून कापऱ्या हाताने तारेचा मजकूर लिहिला–

'भगवंत शहाणे
दरबार सर्जन
रामगड
सुलू सुखरूप पोचल्याचे ताबडतोब कळवा.
दादासाहेब.'

बाबू तार घेऊन गेल्यावर दादासाहेबांना वाटले– आपण तार पाठवायला नको होती! सुलू गावातच कुठे राहिली असेल, ती संध्याकाळी परत येईल नि आपण उतावळेपणाने केलेल्या तारेमुळे भगवंतराव मात्र गडबडून जातील–

छे!

बाबूच्या मागून धावत जावे नि 'तार करू नको' म्हणून मोठ्याने ओरडावे असे दादासाहेबांना वाटले. पण त्यांचे शरीर मात्र जागेवरून हलले नाही.

बाबू परत येईपर्यंत ते विचार करीत होते– पहाटेपासून सुलूचा पत्ता नाही, ती कुठे मैत्रिणीकडे राहिली असली तर तिने तसा निरोप पाठविला नसता का? कॉलेजमध्ये आपल्याला फोन केला असता तिने!

सुलूचा पत्ता नाही असे पोलिसात कळविले तर–

छे! लगेच ती बातमी जगजाहीर होईल. भगवंतरावांची हानी आहे त्यात! एका संस्थानच्या दरबार सर्जनची बायको बेपत्ता झाली आहे ही गोष्ट वर्तमानपत्रे लगेच तिखटमीठ लावून छापतील– हिंदुत्वाचा अभिमान बाळगणारे मुसलमानांची शंका घेतील, सोवळे सनातनी सुधारणेला शिव्या देतील आणि भगवंतरावांनी ज्यांच्या

मुली पूर्वी नाकारल्या होत्या, ते सारे आपल्याला खायला उठतील.

या पोरीचा तरी काय नेम आहे! मागे कॉलेजात असताना सांगलीला मावशीकडे जायला म्हणून निघाली. ती निघाल्याची तार पाठवली आपण! दुसऱ्या दिवशी सुलू इथे आली नाही म्हणून त्यांची तार आली. आपण अगदी बेचैन होतो. संध्याकाळी तिच्या मावशीची तार आली की सुलू सुखरूप आहे. नि ती कुठे? तर साताऱ्यात! आगगाडीत बसल्यावर कुणी रामदासी भेटला म्हणे तिला! त्याने सज्जनगडचे मोठे रसाळ वर्णन केले तिच्याशी! सुलू आपली सज्जनगड पाहायला मध्येच उतरली.

आजही तिला असलीच काही तरी लहर आली असावी! कादंबरीकरिता एखादे जवळपासचे स्थळ रंगवायचे असेल तिला. ते प्रत्यक्ष पाहूनच मग त्याचे वर्णन करावे, या विचाराने या विदुषी सकाळी बाहेर पडल्या असतील– चालता चालता दमून गेल्या असतील–

सुलू संध्याकाळपर्यंत घरी आल्यावाचून राहणार नाही अशी दादासाहेबांनी मनाची समजूत घातली.

ते फिरायला बाहेर पडले. टेकडीवर एका बाजूला कुठे तरी जाऊन बसावे अशा विचारात होते ते. कोपऱ्यावरून टेकडीच्या रस्त्याकडे वळता वळता त्यांना दुकानाच्या बाहेर लावलेल्या त्या दिवशीच्या ताज्या बातम्या दिसल्या. 'फाशीची शिक्षा' या शब्दांवर त्यांचे डोळे खिळून राहिले– नकळत त्यांचा हात खिशात गेला. त्यांचे पाऊल दुकानाकडे वळले. त्यांनी त्या शिक्षेची सविस्तर माहिती असलेला अंक विकत घेतला.

टेकडीवरच्या एका बाजूच्या जागी बसून ते वाचू लागले.

दिनकरवर अनेक आरोप होते. रामगडच्या राजेसाहेबांविरुद्ध अनेक सभांत भाषणे करून त्याने राजद्रोह केला होता. अनेकदा त्याने सूचक रीतीने अत्याचाराचा पुरस्कार केला होता आणि शेवटी शेतकऱ्यांचा मोर्चा आणून त्यांच्या मोठ्या सभेत पोलीस इन्स्पेक्टर आणि त्याचे मदतनीस यांच्यावर प्राणघातक हल्ला चढवायला त्याने चिथावणीही दिली होती. हा हल्ला झाला त्यावेळी वेष बदलून तो सभेच्या जागी हजर होता असे पोलिसांचे म्हणणे होते. कारण त्याच वेळी त्याची आई अगदी अत्यवस्थ असून तो तिच्याजवळ बसलेला नव्हता. दरबार सर्जन भगवंतराव शहाणे त्या वेळी त्यांच्या आईला पाहायला गेले होते. यांची साक्ष या खटल्यात झाली होती. आपण सभेच्या जागी नसून दुसरीकडे होतो हे दिनकरला काही केल्या सिद्ध करता आले नव्हते.

दादासाहेबांनी वर्तमानपत्रावरून वर दृष्टी वळविली. पश्चिमेकडे तांबडा लाल झालेला सूर्य मावळता होता.

घरी आल्याबरोबर स्वयंपाक्याने त्यांना विचारले, 'सुलूताई जेवायला आहेत ना?'

दादासाहेबांनी शांतपणे उत्तर दिले, 'ती आपल्या मैत्रिणीकडेच राहणार आहे आज!' हे वाक्य तोंडातून निघून गेल्यावर त्यांचे त्यांनाच आश्चर्य वाटले. ते मनात म्हणालेदेखील– 'मनुष्य केवढा आत्मवंचक आहे!'

ते जेवायला बसले. पण जेवणावर त्यांचे लक्ष नव्हते. सुलूचे लग्न झाल्यापासून एकट्याने जेवायचा सराव झाला होता त्यांना! पण आज मात्र–

त्यांचे जेवण अर्धे झाले असेल नसेल. दारावरली घंटा वाजली. बाबू आत तार घेऊन आला. हात धुऊन दादासाहेबांनी सही केली आणि किंचित कापऱ्या हातानेच त्यांनी लिफाफा फोडला. आपल्या मघाच्या तारेचे उत्तर असावे असे त्यांना वाटले. त्यांनी तारेच्या खालचे नाव पाहिले– भगवंतराव.

सुलू रामगडला गेली असावी अशा खात्रीने दादासाहेबांनी वरचा मजकूर वाचला. त्यांचा आपल्या डोळ्यांवर विश्वास बसेना! भगवंतरावांनी लिहिले होते– 'मी आजारी आहे. सुलोचनेला ताबडतोब पाठवून द्या.'

दादासाहेबांनी तारेची वेळ पाहिली. आपली तार पोचण्यापूर्वीच भगवंतरावांनी ही तार केली आहे हे आता कुठे त्यांच्या लक्षात आले.

सुलूचा विलक्षण संताप आला त्यांना! नवरा तिकडे आजारी असताना कुठे तरी भटकत बसणाऱ्या या पोरीला–

आता रात्रीच्या गाडीने रामगडला जाता येईल. पण आपण एकटेच गेलो तर भगवंतरावांना सुलूसंबंधाने काय सांगायचे?

छे! ती घरी आल्याशिवाय भगवंतरावांच्या समाचाराला जाणेही इष्ट नव्हते.

त्यांचे मन गोंधळून गेले. ते शांत करण्याकरिता त्यांनी आपली आवडती सतार घेतली. आयुष्यातल्या अनेक दुःखांच्या प्रसंगी तिने त्यांना सोबत केली होती. पत्नीच्या मृत्यूच्या वेळी गीतेच्या दुसऱ्या अध्यायाने त्यांना धीर दिला असला तरी पुढे पुष्कळ दिवस तिची आठवण झाली की त्यांचे मन अस्वस्थ होऊन जाई. गीता नि उपनिषदे यांच्या वाचनानेसुद्धा ती अस्वस्थता नाहीशी होत नसे. अशा वेळी सतार घ्यायची नि तिच्या स्वरलहरीवर तरंगत तरंगत वियोग, विषाद आणि विपत्ती यांनी भरलेल्या या जगातून कुठे तरी दूर दूर जाऊन चार घटका घालवायच्या, असा त्यांचा क्रम असे.

आजही त्याच भावनेने त्यांनी सतार उचलली. सुलूविषयी नाही नाही ते विचार त्यांच्या मनात येत होते. तिला अपघात झाला असेल किंवा तिचे दुसऱ्या कुणावर प्रेम बसल्यामुळे ती भगवंतरावांना व आपल्याला कायमची सोडून गेली असेल–

प्रसंगी प्रिय मनुष्याचा मृत्यू मनुष्य शांतपणे पाहू शकेल. पण त्याच्याविषयी

विपरीत कल्पनांच्या वावटळी मनात उठू लागल्या म्हणजे मात्र त्याची सहनशीलता नाहीशी होते.

दादासाहेबांनी सतारीचे सूर छेडले. पण ते त्यांच्या कानांना गोड वाटेनात. त्यांना वाटले– तापाने मनुष्याच्या जिभेची चव नाहीशी होते ना? सुलूच्या काळजीने नादब्रह्माच्या आनंदात तल्लीन होण्याची आपली शक्तीही आज तशीच लोप पावली आहे.

किती तरी वेळ त्यांनी निरनिराळ्या स्वरमालिका छेडून पाहिल्या. पण नेहमीचे मधुर वातावरण काही केल्या निर्माण होईना. त्यांनी रागाने सतार दूर लोटली. अस्पष्ट करुण स्वर तिच्यातून बाहेर पडले. जणू काही ती म्हणत होती, 'माझा काय अपराध आहे? माझ्या स्वरापेक्षा सुलूचे शब्द ऐकायला तुम्ही अधिक उत्सुक झाला आहात– ती तुम्हाला न सांगता गेली त्याला मी काय करू? इतकी वर्षे झाली, पण मी एकदा तरी तुमच्या खोलीबाहेर पडले आहे का?'

सतारीवर आपण उगीच रागावलो असे दादासाहेबांनासुद्धा वाटले.

त्यांना तानाजीने कोंडाणा सर केला त्या रात्रीच्या गोष्टीची आठवण झाली. तोही आपल्या आवडत्या यशवंतीवर असाच रागावला होता. त्याने नेहमीप्रमाणे तिला तटावर फेकले, पण तिने चटकन आपली नखे रोवली नाहीत. ती खाली आली. तानाजी तिला चिडून म्हणाला, 'यशवंते, आता मुकाट्यानं वर जाऊन बसलीस तर ठीक आहे. नाही तर तुझी खांडोळी करून ती भाकरीबरोबर खायला देईन लोकांना!'

आपल्यासारख्या माणसाने स्वतःचा राग सतारीवर काढावा याचे दादासाहेबांना आता तर हसूच आले. हळुवार हातांनी त्यांनी सतार उचलून कोपऱ्यात ठेवली.

झोपण्याकरिता ते अंथरुणावर जाऊन पडले पण त्यांचे डोळे मिटेनात. त्यांच्या मनाला जणू काही कुसे लागली होती.

ते उठून बसले. त्यांनी उशाजवळची खिडकी उघडली. बाहेर काळोख मी म्हणत होता. आभाळ अंधारले होते. आकाशात लक्षावधी चांदण्या असतात हे यावेळी कुणाला खरेसुद्धा वाटले नसते.

आपले मन बाहेरच्या आभाळासारखेच काजळून गेले आहे, असा दादासाहेबांना भास झाला. त्यातल्या साऱ्या चांदण्या–

सुलूविषयी उगीच विचार करीत बसण्यापेक्षा झोप येईपर्यंत आपल्या संकल्पित पुस्तकाचे काम करीत बसलेले बरे, असा विचार त्यांच्या मनात आला.

ते टेबलाजवळच्या खुर्चीत जाऊन बसले. जवळचे कपाट त्यांनी उघडले. त्यातल्या पंधरा-वीस डायऱ्या त्यांनी बाहेर काढल्या. त्या डायऱ्यांकडे पाहता पाहता त्यांना वाटले– या डायऱ्या नाहीत. आपल्या आयुष्यात जी फुले फुलली त्यांचे अत्तर साठवून ठेवलेल्या कुप्या आहेत या. आपणाला डायरी लिहिण्याचा नाद नसता तर

आज या साऱ्या फुलांच्या सुकलेल्या पाकळ्या तेवढ्या आपल्या हातांत राहिल्या असत्या! त्यांच्या मधुर सुगंधाची पुसट स्मृतीसुद्धा–

दादासाहेबांनी अभिमानाने एक डायरी उचलून उघडली. त्यांच्या तोंडावर हास्य झळकू लागले. लग्न झाल्यानंतर थोड्याच दिवसांनी घडलेली हकीकत त्या पानावर होती. फिरायला गेले की जेवण वेळेवर होत नाही म्हणून त्यांची पत्नी काही तरी सबब सांगून त्यांच्याबरोबर जायची टाळाटाळ करी. पण त्या दिवशी त्यांनी तिला सक्तीने बरोबर नेले होते. एकांत हा प्रणयाचा जीवश्चकंठश्च मित्र असल्यामुळे असो, अथवा आवडत्या उत्तररामचरितातला सीतारामांचा वनविहार मनात घोळत असल्यामुळे असो, दादासाहेब पत्नीला घेऊन गावापासून खूप दूर गेले. नदीच्या काठावर पाण्यात पाय सोडून दोघेही बसली. चांदणे जलतरंग वाजवू लागले. त्या मोहिनीने भारून जाऊन काळही रेंगाळत चालू लागला. मधूनच पत्नीने 'उशीर झाला बाई' असे पुटपुटत उठण्याचा प्रयत्न केला की ते तिचा हात धरून तिला खाली बसवीत आणि म्हणत, 'नुकते कुठं आठ झालेत!'

ती दोघेही घरी परत आली त्या वेळी दहा वाजून गेले होते. ते पाहून त्यांची पत्नी उद्गारली, 'अगं बाई, अगदी भातपिठलं केलं तरी झोपायला अकरा वाजतील. पुन्हा पहाटे साडेपाच वाजता उठायचं आहे आपल्याला!'

पण दादासाहेबांनी तिला स्वयंपाकघरात जाऊच दिले नाही. तिचा हात धरून ते म्हणाले, 'आपल्याला मुळीच भूक नाही बुवा!'

'चांदण्यानं काही पोट भरत नाही माणसाचं.'

'अमृतानं तरी?'

तिला आपल्या बोलण्याचा अर्थ कळण्यापूर्वीच त्यांनी तिला जवळ ओढून तिचे असे उत्कटतेने चुंबन घेतले होते की–

दादासाहेबांच्या डोळ्यांपुढले डायरीचे पान केव्हाच नाहीसे झाले होते. तिथे ती पंचवीस वर्षांपूर्वीची खोली निर्माण झाली होती!

त्या रात्री आपण दोघेही उपाशीच कसे निजलो– पहाटे पाचच्या आधी उठून आपल्या पत्नीने चहाबरोबर आपणाला आवडणारा तिखटमिठाचा सांजा तयार करून आणल्यामुळे आपणाला किती आनंद झाला आणि भर पंक्तीत घास देण्याची चाल पोरकटपणाची असली तरी एकांतात पतीने पत्नीला घास देण्यात किती काव्य आहे याचा आपल्याला कसा अनुभव आला– कुणी तरी जादूगाराने फिक्क्या झालेल्या सुंदर चित्रातले मूळचे रंग पुन्हा तिथे भरावेत तशी ती कालाच्या ओघात वाहून स्मृतीने त्यांच्यापुढे उभी केली.

दादासाहेबांनी आपली टिप्पणांची वही उघडली. या मधुरस्मृतीची नोंद करण्याकरिता त्यांनी आपला हात उचललादेखील–

इतक्यात त्यांच्या मनात विचार आला– आपल्या क्षणिक आणि वैयक्तिक सुखदु:खांचे वर्णन आपल्या आठवणींत करण्यात काय अर्थ आहे?

त्यांनी त्या टिप्पणांचे पहिले पान उघडले. त्याच्यावर मोठ्या अक्षरांत लिहिले होते–

'एका बुद्धिवादी माणसाची जीवनकथा.'

आपल्या आठवणींत बुद्धिवादाचा पगडा आपल्या मनावर कसा बसला, तो बुद्धिवाद आचरणात आणताना आपणाला कोणकोणत्या अडचणी आल्या– आणि बुद्धिवादाचा प्रसार झाल्याशिवाय आपल्या देशाची दु:स्थिती सुधारणे किती अशक्य आहे, इत्यादी गोष्टींचे वर्णन नि विवेचन यायला हवे. त्या दृष्टीने आपल्या डायरीतल्या भावनात्मक गोष्टींना काहीच किंमत नाही. आपल्या आयुष्यातले महत्त्वाचे प्रसंग म्हणजे–

आपले वडील अत्यवस्थ होते. आपण तोंडात पाणीसुद्धा न घालता उपास करायला सुरुवात केली. कीर्तने ऐकून नि पुराणे वाचून देव भक्तांच्या मदतीला धावून येतो अशी आपली खात्री झाली होती! पण आपल्या उपासाच्या तिसऱ्या दिवशी त्यांना मृत्यू आला आणि तो तरी किती भयंकर रीतीने! त्यांचे कण्हणे अगदी आळीच्या कोपऱ्यापर्यंत ऐकू जात होते. जन्माला येऊन कीडामुंगीला सुद्धा त्यांनी दुखविले नव्हते. पण अंतकाली त्यांचे प्राण सुखाने गेले नाहीत. त्या क्षणी आपला देवावरचा विश्वास उडाला.

देवाइतके माणसांचे कटू अनुभव आपल्याला आले. समाजात भूतदया आहे. मात्र तिची किंमत पोटभर जेवणाऱ्या लोकांनी भिकाऱ्याला वाढलेले चार शिळेपाके तुकडे, यापेक्षा अधिक नाही! आपण इतके हुषार होतो; पण आपल्याला मदत करायला कितीसे श्रीमंत तयार झाले? हुषारीत आपल्या पासंगालासुद्धा न लागणाऱ्या पोरांना कॉलेजात मनिऑर्डरी येत होत्या आणि आपण मात्र प्रसंगी पाच रुपयांनाही महाग होऊन दिवस कंठीत होतो. इंटरमध्ये असताना संस्कृत पुस्तक विकत घेण्याकरिता आपण दोन महिने एक वेळ जेवलो, ती आठवण–

एम्.ए. झाल्यावर आपल्या लग्नाने केवढे वादळ उठविले. परजातीच्या मुलीशी लग्न म्हणून आप्तेष्ट प्रतिकूल होतेच. पण मुलगी वाईट चालीची आहे असे म्हणून लोकांनीही काही कमी काहूर केले नाही. मराठी शाळेतल्या एका मास्तरणीवर होणारा अन्याय आपल्याला पाहवला नाही. वरिष्ठ अधिकाऱ्याने तिला प्रेमपत्रे पाठविली, त्यात तिचा काय अपराध? एका शब्दानेही तिच्या पूर्वचरित्राची चौकशी न करता आपण तिच्याशी लग्न केले. नातलगांनी आपल्यावर कायमचा बहिष्कार घातला.

या बहिष्काराची आपण कधीच पर्वा केली नाही. पण पुढे आपली पत्नी घरात

देवाची पूजा करू लागली तेव्हा मात्र दररोज दोघांचे खटके उडू लागले, मास्तरीण वारकरणीहून देवभोळी झाली! तिला मुलगा हवा होता नि तो काही शेवटपर्यंत तिच्या दगडी देवांनी तिला दिला नाही.

मग आपल्या वादविवादापेक्षा सुलूच्या खेळांनीच तिच्या देवांचा निकाल लावला. सुलू थेट आपल्या वळणावर गेली. आपले बोलणे ऐकू ती देवांची थट्टा करू लागली. एकदा तर कैऱ्या पाडण्याकरिता तिने आईच्या ताम्हनातले निम्मे देव आभाळात उडवून दिले. 'कारटे, काय केलंस हे!' म्हणून आईने रागावून विचारल्याबरोबर कन्यकेने शांतपणाने उत्तर दिले, 'दुसरे चांगले दगड मिळाले नाही ग मला!'

सार्वजनिक आयुष्यातही बुद्धिवादी मनुष्याला नेहमीच विरोध सहन करावा लागतो. त्याचाही अनुभव आला आपल्याला! गांधींनी शाळा-कॉलेजवर बहिष्कार पुकारला तेव्हा संस्कृतीचे एकमेव साधन म्हणून आपण सध्याच्या शिक्षणाचा जो सावेश पुरस्कार केला, त्याचे गांधीविरोधी लोकांनीसुद्धा कौतुक केले नाही. चरख्याच्या खुळावर 'आधी बैलगाडीत बसा' म्हणून आपण जी खरपूस टीका केली होती नि गांधी हे बाह्यत: सुधारक दिसले तरी आतून किती सनातनी आहेत याच्याविषयी तिच्यात जे सुंदर विवेचन केले होते, त्यांचे खंडन कुणीच केले नाही. पुष्कळ गांधीभक्तांनी आपल्याला शिव्या मात्र दिल्या. पुढे मिठाच्या कायदेभंगाच्या वेळी कॉलेजातल्या एका सभेत 'दुसरे स्वामी लवणानंद' म्हणून आपण गांधींचा जो तीव्र उपहास केला– त्या वेळी त्याची किंमत कुणालाच वाटली नाही– पण गांधींच्या चळवळीचे पुढारीपण अंधश्रद्धेकडे असल्यामुळे गेली दहा वर्षे राष्ट्राच्या स्वातंत्र्याचा प्रश्न जशाच्या तसा भिजत पडला आहे– भिजत कसला, कुजत पडला आहे हेच खरे! गांधी बुद्धिवादी असते तर वीर सावरकर नि जनाब जीना यांना त्यांनी केव्हाच पराभूत केले असते. पण–

मनुष्य आरशात आपले प्रतिबिंब पाहू लागला की ते त्याला सुरेखच दिसते. आपल्या पूर्वचरित्राचे सिंहावलोकन करताना दादासाहेबांचीही अशीच स्थिती झाली. त्यांचे मन म्हणत होते– या क्षणाला मृत्यू आपल्याला परलोकी घेऊन गेला तरी चित्रगुप्तापुढे आपण ताठ मान करून उभे राहू नि त्याला म्हणू, 'माझ्या आयुष्याचा हिशेब चोख आहे. एका पैचीही अफरातफर आढळणार नाही त्यात!'

आत्मसमाधानातच एक प्रकारची धुंदी असते. त्या धुंदीत दादासाहेब खुर्चीवरून उठले नि अंथरुणावर जाऊन पडले. आपला डोळा केव्हा लागला हे त्यांचे त्यांना कळलेही नाही.

मात्र ते जागे झाले ते एका पक्ष्याच्या हृदयभेदक आक्रोशाने.

त्यांनी डोळे उघडून पाहिले– बाहेर पाखरे किलबिलत होती. पण त्यांचा

आक्रोश?

त्यांना आठवले– आपल्याला एक स्वप्न पडत होते– त्या स्वप्नात आपण वाल्मीकी झालो होतो नि मोठ्याने ओरडून म्हणत होतो–

'मा निषाद प्रतिष्ठां त्वमगमः शाश्वतीः समाः ।
यत्क्रौञ्चमिथुनादेकमवधीः काममोहितम् ।।'

तोंड धुऊन चहा घेतल्यावर त्यांचे मन अधिक अस्वस्थ होऊ लागले. अजून सुलूचा पत्ता नाही?

भगवंतरावांना काय कळवायचे आता? त्यांच्या तारेचे उत्तर तर पाठवायला हवे!

ती रामगडला गेली असेल तर एव्हाना तिथे जाऊन पोचली असेल. लगेच ती आपल्याला तार करीलच. आपण परत फिरून येतो तोपर्यंत कदाचित तिची सुखरूप पोहोचल्याची तारसुद्धा येईल.

पुरात बुडणाऱ्या मनुष्याला दूर तरंगणाऱ्या लहानशा फळीचा आधार वाटतो ना? दादासाहेबांच्या निराश मनाला या कल्पनेने तसाच धीर दिला.

ते मोठ्या उत्साहाने टेकडीकडे जायला निघाले.

सायकलीवरून वर्तमानपत्रे विकत जाणारा पोरगा ओरडत होता– 'फाशीची शिक्षा रद्द होणार– फाशीची शिक्षा रद्द होणार!'

दादासाहेबांनी मोठ्याने ओरडून त्याला थांबविले. एक अंक विकत घेतला आणि घाईघाईने पहिले पान उघडले. त्यांच्या मनात उचंबळणारी आनंदाची लाट एकदम ओसरली.

बातमीत दिनकरची शिक्षा रद्द होण्याविषयीचा मजकूर मुळीच नव्हता! रामगडच्या राजेसाहेबांनी त्याला झालेल्या शिक्षेविरुद्ध उद्या त्याचे म्हणणे स्वतः ऐकायचे ठरविले होते. त्यांनी दिनकरला आपली कैफियत पुन्हा सादर करण्याविषयी सांगितले असून ती वाचून आणि जरूर तर पुरावा ऐकून राजेसाहेब आपला निकाल उद्या देणार होते.

न्यायदान हे अत्यंत गंभीर नाटक असले तरी संस्थानात अनेकदा त्याचे प्रहसनात रूपांतर होते हे दादासाहेबांना ऐकून ठाऊक होते. त्यामुळे वर्तमानपत्रे विकणाऱ्या पोराइतकी काही दिनकरच्या सुटकेची त्यांना आशा वाटली नाही. वर्तमानपत्राचा अंक तसाच हातात घेऊन ते टेकडीवर गेले.

लवकरच सूर्योदय झाला. मात्र उदयाला येणारे रक्तबिंब पाहून त्यांच्या मनात एक विचित्र कल्पना येऊन गेली– कुणी तरी सूर्याचा शिरच्छेद केला आहे आणि त्याचे रक्तबंबाळ मस्तक आकाशमार्गाने स्वर्गात चालले आहे. इंद्रजिताचा हात त्याच्या पत्नीमुळे येऊन पडला नव्हता का? अगदी तसेच ते मस्तक–

लगेच त्यांचे त्यांनाच हसू आले. त्यांना वाटले– जन्मभर संस्कृत शिकवावे लागल्यामुळे या वाङ्मयातल्या कल्पनांचा आपल्या मनावर किती पगडा बसला आहे! परिस्थितीच माणसाच्या विचारांना वळण लावते यात शंका नाही. आपण जर नेहमी फुटबॉल खेळत असतो, तर हा सूर्य म्हणजे कुणी तरी खेळाडूने पायाने उंच उडविलेला चेंडू आहे अशी कल्पना कदाचित आपल्या मनात येऊन गेली असती!

त्यांनी टेकडीवर इकडे तिकडे पाहिले. किती तरी जागांची स्मृती त्यांच्या मनात जागृत झाली. लहानग्या सुलीला घेऊन ते एकदा इथेच वळवाच्या पावसात सापडले होते. यौवनात पदार्पण करणाऱ्या सुलूने हट्ट धरल्यामुळे ते एकदा अमावस्येच्या रात्री तिच्याबरोबर इथे आले होते. त्या वेळी सुलू बॅटरीचा उपयोग न करता घाईघाईने पुढे चालू लागलेली पाहून ते तिला म्हणाले होते, 'पायांखाली लक्ष दे हं सुलू!' तिने हसत उत्तर दिले होते, 'वर लाख चांदण्या फुलल्या आहेत. त्या पाहू की पायांखाली लक्ष देऊ?' तिच्या या उत्तरामुळे टेकडीवर अपरात्री जीव-जिवाणू असण्याचा संभव असतो, हा उपदेश करायला आपले मन धजलेच नाही.

तो अगदी उंचावरला खडक– सुलूची अगदी आवडती जागा होती ती! एकदा तिथे–

पावसाळ्यात दिव्याभोवती पाखरे गोळा होतात त्याप्रमाणे टेकडीवरल्या प्रत्येक स्थळाच्या दर्शनाने त्यांच्या मनात आठवणींची गर्दी होऊ लागली. आठवणींचा तो चित्रपट पाहणे दादासाहेबांना अगदी अशक्य झाले.

ते टेकडी उतरू लागले. उतरताना त्यांना वाटले– पोस्टावरूनच घरी गेलेले बरे. सुलू पोचल्याची भगवंतरावांची तार आली तर ती मिळेल आणि आपल्या मनाचा भार हलका होईल.

घाईघाईने ते पोस्टात आले, टपाल नुकतेच आले होते.

दादासाहेबांनी मास्तरांना विचारले, 'तारबीर आलीय का माझी?'

मास्तरांनी कपाळावरला चष्मा नाकावर सरकावीत वर पाहिले आणि उत्तर दिले, 'नाही बुवा!'

इतक्यात पलीकडे पत्रांवर छाप मारीत असलेला एक पोस्टमन म्हणाला, 'पत्र आहे तुमचं साहेब!'

दादासाहेबांनी अधीरतेने खिडकीतून आत हात घातला. पोस्टमनने आपल्या जागेवरून पुढे होऊन त्यांच्या हातात पत्र द्यायला अर्धे मिनिटसुद्धा लावले नसेल. पण तो काळ त्यांना असह्य झाला. त्यांचा हात थरथर कापू लागला; काही केल्या तो कंप त्यांना नाहीसा करता येईना.

पत्र हातात पडताच त्यांनी झटकन हात बाहेर घेतला. त्यांच्या उत्कंठित डोळ्यांनी पत्रावरले अक्षर पाहिले. त्यांचे मन आनंदून म्हणत होते, 'सुलूचंच पत्र

आहे. पोरीनं पत्र पेन्सिलीनं लिहिलेलं दिसतंय!'

आपल्याला काळजी करीत बसावे लागू नये म्हणून घाईघाईने तिने हे पत्र लिहिले असावे. घाईत फाऊंटनपेन मिळाले नसेल तिला!

ही वरची तिकिटेच सांगताहेत. गाडीतल्या गाडीत पत्र लिहून टाकले होते तिने!

कुठल्या स्टेशनावर लिहिलंन?

छे! वर छापच नीट उमटलेला नाही.

नि पत्रात हे घट्ट घट्ट असं हाताला काय लागतंय?

पाकिटात केसांतला आकडा तर पडला नाही? भारीच उतावळी आहे पोर!

दादासाहेबांनी पाकीट उघडले. आतले पत्र– पत्र कसले? चिठोराच होता तो! तो त्यांनी उघडला. लगेच खालच्या फरशीवर खण्णकन काही तरी वाजले.

त्यांनी वाकून पाहिले. त्या चिठोऱ्यातून एक किल्ली खाली पडली होती.

किल्ली? सुलूने कसली किल्ली पाठविली आहे हे त्यांना कळेना!

ते हातातला कागद वाचू लागले. त्यात एवढेच लिहिले होते, 'दादा, माझा शोध करू नका. काळजी करू नका. सुलू आता तुमची नाही. भगवंतरावांचीही नाही. माझ्या टेबलाच्या डाव्या खणाची किल्ली सोबत आहे.'

घरी येईपर्यंत दादासाहेबांचे मन शंकाकुशंकांनी भारावून व्याकुळ होऊन गेले. रानातून घाईघाईने जाताना एखाद्या काटेरी झुडपाला माणसाचे धोतर लागावे नि मग काही केल्या ते त्याला सोडवून घेता येऊ नये तशी त्यांची स्थिती झाली. सुलूच्या टेबलाचा तो बंद असलेला डावा खण– तिचे आताचे पत्र– त्याच्यासोबत असलेली ती किल्ली!– टेबलाच्या त्या खणात काही तरी भयंकर रहस्य आहे या कल्पनेने त्यांच्या मनाचाच नव्हे तर शरीराचाही पावलोपावली थरकाप होत होता. टेबलातल्या त्या रहस्याचा सुलूच्या आत्महत्येशीच संबंध असला पाहिजे असे त्यांना एकसारखे वाटत होते. मात्र सुलूच्या मनात आत्महत्येचा विचार तरी का यावा, हे कोडे काही केल्या त्यांना उलगडेना! तसे पाहिले तर सुलूला काय कमी होते? एका संस्थानिकाच्या मर्जीतल्या अधिकाऱ्याची ती पत्नी होती. राहायला बंगला, फिरायला मोटार, वाचायला नवी नवी इंग्रजी पुस्तके– अजून तिला मूल नाही हे खरे! एक मुलगा झाला तो दहाव्या दिवशीच गेला– त्या दुर्दैवाचा धक्का तिच्या नि भगवंतरावांच्या मनाला फार बसला– पण अजून तिची पुरी पंचविशीसुद्धा उलटली नाही. आज ना उद्या तिला मूल होईलच आणि शिवाय आयुष्यात काही तरी कमी आहे एवढ्यात गोष्टीसाठी जीव द्यायला सुलू काही अडाणी पोर नाही. चांगली बी. ए. झालेली, बुद्धिवादी बापाच्या संस्कारात वाढलेली–

त्या टेबलात आत्महत्येच्या पत्राशिवाय दुसरेच काही तरी असले पाहिजे अशी

दादासाहेब आपल्या मनाची परोपरीने समजूत घालीत होते. पण आजारी मनुष्याला काही केल्या जसे मृत्यूच्या कल्पनेतून मुक्त होता येत नाही, तसे वात्सल्याने भित्र्या झालेल्या त्यांच्या मनाला सुलूच्या आत्महत्येचा विचार दूर करता येईना.

आणि सुलूच्या टेबलाच्या डाव्या खणाला ती किल्ली लावताना तर त्यांचा हात थरथर कापू लागला. एखाद्या बिळात नाग आहे असे ठाऊक असूनही त्यात हात घालायची पाळी यावी तसे काही तरी–

शेवटी धीर धरून त्यांनी तो खण उघडला.

वरच कसली तरी एक मोठी पुडी त्यांना दिसली.

त्यांच्या मनात आले– हे विषबिष तर नसेल? त्यांना दरदरून घाम सुटला.

त्यांनी मोठ्या कष्टाने ती पुडी उघडली. ते मीठ असावे असे त्यांना वाटले. त्यांनी एक चिमूट घेऊन ती तोंडात टाकली. हो, मीठच होते ते!

त्यांचा जीव खाली पडला. त्या पुडीच्या खालीच एक जाडजूड वही होती.

दादासाहेबांनी वही उघडली. तिच्या पहिल्याच पानावर लिहिले होते–

प्रत्येक मनुष्याला आयुष्यात एक कादंबरी लिहिता येईल असे कुणी तरी म्हटले आहे. परवा परवापर्यंत मला हे उद्गार अगदी खोटे वाटत होते. पण आता एक गोष्ट मला पूर्णपणे पटली– प्रत्येकाचे आयुष्य ही एक कादंबरी असते. अगदी माझ्यासारख्या सामान्य मुलीचे आयुष्यसुद्धा!

पण कथानक तयार असले म्हणून काही कादंबरी लिहिता येते असे नाही. कलेची जोड असल्याशिवाय–

मला कला हवी कशाला?

रंगभूमीवर येणाऱ्या पात्रांना तोंडाला रंग लावणे जरूर असते. पण आपल्या घरात अगदी एकांतात ज्याला आरशापुढे उभे राहायचे आहे त्याला कृत्रिम रंग कशाला हवा?

माझे लिहिणे तसेच आहे. ते स्वत:करिताच आहे. कदाचित ते दादांना वाचायला द्यावे लागेल. तेवढा धीर मला येईल का?

नि दादांना ते आवडेल का? ही कथा वाचून आपल्या लाडक्या सुलूचा त्यांना राग येईल की–

सत्य कुणाच्या रागालोभाची पर्वा करीत नाही.

ते पान इथेच संपले होते. आता पुढचे पान–

दादासाहेबांचे मन कंपित झाले. काय लिहिलंय पुढे सुलूने?

लगेच त्यांची जिज्ञासा प्रबळ झाली. त्यांनी पुढचे पान उघडले. ◼

२

✳✳✳✳✳

चार-पाच दिवसांपूर्वी रामगडहून आले मी! भगवंतरावांना न विचारता!

त्यांना सांगायचे तरी काय? तारा जुळविल्याशिवाय सतारीतून संगीत बाहेर पडत नाही. मग मने मिळाली नसताना संसारात सुख कसे निर्माण होणार?

जे झाले, जे होत आहे, त्यात दोष कुणाचा?

एक वेळ वाटते– भगवंतरावांचा स्वभाव थोडा निराळा असता तरी किती किती बरे झाले असते! जिभेप्रमाणे मनालाही नुसत्या गोडाची लवकर मिठी बसते. माणसाला खारटतुरट काही आवडत नाही हे खरे. पण आंबटगोड त्याला हवेहवेसे वाटतेच वाटते!'

लहानपणी मला द्राक्षापेक्षा आवळे जास्ती आवडायचे. ते पाहून आई म्हणायची, 'आमची सुलू जगावेगळी आहे!'

खरेच का मी जगावेगळी आहे? भगवंतरावांच्यासारखा सालस नि संपन्न पती मिळायला पूर्वजन्मीची तपश्चर्याच हवी. हे ऐकून रामगडात माझे कान अगदी किटून गेले. मला मात्र त्यांच्याबरोबर सुखाने संसार करता आला नाही. ते थोडे तरी दिलीपसारखे हवे होते– थोडे तरी पराक्रमी– थोडे तरी–

माझा दिलीप– जगाचा दिनकर–

काय होणार आहे त्याचे? त्याला फाशीची शिक्षा होईल असे रामगडचे सारे लोक म्हणत होते. मी आले तेव्हा आगगाडीतसुद्धा ही चर्चा चालली होती!

दिलीपला फाशीची शिक्षा!

ज्या तोंडाकडे पाहता पाहता लहानपणी मी स्वतःला विसरून जात असे, त्या तोंडावर एक काळा बुरखा घालून– ज्या गळ्याला घट्ट घट्ट मिठी मारून ओक्साबोक्सी रडावे असे मला वारंवार वाटत आले, त्या गळ्याभोवती फास घालून रामगडच्या तुरुंगात–

अरे देवा!

किती भित्री आहे मी!!

हे सारे विसरण्याकरिता मी रामगडहून पळून आले. जीवाच्या आकांताने बिळाकडे धाव घेणाऱ्या सशासारखी धावत आले मी. मला वाटले होते– सशाच्या बिळात काही कुणी त्याची शिकार करीत नाही. माहेरी आपणही तशाच सुरक्षित राहू.

पण–

मी का आले ते दादांना सांगण्याचा काही केल्या धीर होत नाही मला. खोलीचे दार आतून लावून घ्यावे आणि आरामखुर्चीत पडून शून्य दृष्टीने बाहेर बघत बसावे, नाही तर उशीत डोके खुपसून खूप खूप रडावे, यांपेक्षा दुसरे काही सुचतच नाही मला!

आले त्या दिवशी अगदी गळून गेले होते मी. जेवण होताच मी अंथरुणावर जाऊन लवंडले, शरीर शिणले होते म्हणून असेल; पण चटकन डोळा लागला माझा.

मात्र मध्यरात्री मी एकदम जागी झाले. माझे सारे शरीर लटलट कापत होते– अंगाला दरदरून घाम फुटला होता– डोळे उघडून मी इकडे तिकडे पाहिले. तरी मी माझ्या खोलीत आहे हे मला खरेच वाटेना! डोळ्यांपुढे ते भयंकर स्वप्न दिसत होते.

दिलीपच्या गळ्याभोवतालचा तो फास– त्याचे ते आत ओढलेले भेसूर डोळे– ती बाहेर आलेली जी–

लहानपणी भीती वाटली की मी दादांच्याकडे धावत जात असे– त्यांना घट्ट मिठी मारून त्यांच्या कुशीत लपत असे. पण आज–

आज मी मोठी झाले आहे. दादांना मिठी मारून रडायची लाज वाटते मला. मोठेपणा हा शाप वाटतो अशा वेळी. माझी दुःखे दादांना सांगायचीसुद्धा मला चोरी झाली आहे!

ते भयंकर स्वप्न पुन्हा पडेल म्हणून रात्री झोपायचेसुद्धा भय वाटू लागले आहे मला. लहानपणी माझा हट्ट कुणी पुरविला नाही म्हणजे मी रडून रडून झोपी जात असे. मग झोपेत एक सुंदर परी मला हवी असलेली वस्तू आणून देई. पण आज कुठलीही परी, कुठलीही देवता माझ्या स्वप्नांत येत नाही नि दिलीपची सुटका करीत नाही.

दिलीप–दिलीप–दिलीप–

त्याच्या नावाची जपमाळ हातात घेऊन एकांतात मी कितीही अश्रू गाळले तरी त्यांचा काय उपयोग होणार आहे?

मी प्रदर्शनात विकत घेतलेले क्रौंचवधाचे चित्र पाहून दिलीपने माझी किती थट्टा केली होती! तो म्हणाला होता, 'कुठलीही क्रांती अश्रूंनी होत नाही. क्रांतीला एकच

नैवेद्य आवडतो; आणि तो म्हणजे भक्ताचं रक्त!'

दिलीपचे हे बोलणे त्या वेळी मला विचित्र वाटले. पण आज? मी दिलीपसाठी स्वत:चे रक्त सांडायला तयार झाले तरी तो सुटेल का?

छे!

काही केल्या मला झोप येत नाही. प्रकाशाचे भय वाटते, बसून बसून शरीर अगदी आंबून जाते, मग खोलीत काळोख करून मी अंथरुणावर जाऊन पडते—

पण त्या काळोखात मला माझ्या आयुष्याचा चित्रपट दिसू लागतो. त्या चित्रपटातला अगदी आणीबाणीचा प्रसंग आता सुरू झाला आहे. त्याचा शेवट?—

त्याचा शेवट काय होणार हे कुणाला ठाऊक? रोग्याला वेदना सोसवेनाशा झाल्या की त्याला गुंगीचे औषध देतात ना? मीही माझ्या मनाला तशीच गुंगवून ठेवणार आहे. मागच्या आठवणी माणसाला किती आनंददायक वाटतात. लिंबाचे लोणचे मुरले म्हणजे त्याला आंबटगोड रुची येते! आयुष्यातल्या जुन्या आठवणीही अशाच—

श्रावणात जन्माला आले मी! गोकुळ अष्टमी दिवशी पोटात दुखायला लागले तेव्हापासून आई म्हणे घोकत होती, 'आज अष्टमी आहे. मला मुलगाच होणार. त्याचे नाव मी मुकुंद ठेवणार!'

माणूस आपल्या इवल्या आशांचे बंगले बांधत असतो! आणि दैव? दैव हे एक खोडकर मूल आहे. ते चिमुकले बंगले पाडण्यात त्याला विलक्षण आनंद होत असतो.

'काय झालं?' असे आईने सुईणीला विचारले. 'मुलगी', तिने उत्तर दिले.

आईचा आनंद किंचित ओसरला. पण तिच्या खोलीच्या दाराबाहेर अस्वस्थपणाने फेऱ्या घालणाऱ्या दादांना मात्र स्वर्ग दोन बोटे उरला.

पुढे दादा आईला नेहमी म्हणत, 'मला मुलगीच हवी होती. हल्लीच्या मुलांपेक्षा मुलीच अधिक हुषार असतात.'

माझ्या प्रत्येक वाढदिवशी आई मला ओवाळी. त्या वेळी तिच्या डोळ्यांत आनंदाची निरांजने तेवत. मात्र ती मागून एकटीच जेवायला बसली की तिचा घास हातातल्या हातात रेंगाळत राही.

माझा आठवा नाही तर नववा वाढदिवस असेल तो. सालपापड्या फार खाल्ल्या होत्या मी त्या दिवशी. बाहेर येऊन घटकासुद्धा झाली नाही तोच खूप तहान लागली मला. मी स्वयंपाकघरात गेले. आई एकटीच जेवत बसली होती. तिच्या हातातला घास हातातच होता. तिचे लक्ष कुठे तरी दुसरीकडेच लागले होते. मी तिच्याकडे निरखून पाहिले. तिचे डोळे ओले झाले आहेत असे मला वाटले. मी तिच्या

गळ्याला मिठी मारून विचारले,

'काय झालं गं आई?'

'काही नाही!' तिने उत्तर दिले.

'उगीचच कुणी रडतं?' मी आजीबाईचा आव आणून तिला प्रश्न केला.

'मघाशी भाजी चिरताना बोट कापलं होतं थोडं! त्याला आमटी झोंबली बघ!'

'कुठं कापलंय बघू या!'

आई काही केल्या दाखविना. ती आपल्याला फसवीत आहे अशी माझी खात्री झाली.

मी गंभीरपणाने कविता म्हणण्याच्या सुरात म्हटले, 'खोटे कधी बोलू नये.'

ऊन-पाऊस एक झाले. तिच्या डोळ्यांत पाणी होतेच. आता ओठावर हसू चमकू लागले. मला जवळ ओढून माझा मुका घेत ती म्हणाली, 'मोठी लबाड आहेस तू!'

आईने उष्ट्या तोंडाने घेतलेला तो मुका– तिच्या ओठाच्या त्या स्पर्शाने माझ्या शरीराचा कण न् कण नाचू लागला. शेवटी आईने आपल्या डोळ्यांत पाणी का उभे राहिले ते मला सांगितले. आपली सुलू मुलगा झाली असती तर?

लहान मूल म्हणजे घरातला रेडिओच! इकडील बातमी तिकडे हां हां म्हणता पोचवायला उपयोग होतो त्याचा!

आई जेवताना रडत होती ही बातमी दादांना लगेच कळली.

त्या दिवशी दादा आईचे समाधान करण्याकरिता खूप खूप बोलत होते. ते सारे काही आता आठवत नाही मला! पण–

एक सर जोराने कोसळावी, मध्येच घटकाभर पाऊस ओसरावा, पण पुन्हा जोराने सर सुरू व्हावी– अगदी तस्से चालले होते दादांचे बोलणे. स्त्री आणि पुरुष यांच्या समतेविषयी त्यांनी जे जे वाचले होते, ते ते सारे त्या दिवशी त्यांनी आईला ऐकविले. आता वाटते– एखादा लघुलेखक जर त्या दिवशी आमच्या घरी असता नि दादांचे ते सारे बोलणे त्याने टिपून घेतले असते तर एक उत्तम निबंध दादांच्या नावावर प्रसिद्ध झाला असता. दादा इतके बुद्धिवादी, इतके बोलके आणि उच्च वाङ्मयाचे इतके मोठे उपासक, की दररोजच्या सटरफटर गोष्टी छापणाऱ्या वर्तमानपत्रांकडे ते ढुंकूनसुद्धा पाहत नसत! असे असून उभ्या आयुष्यात एकसुद्धा पुस्तक त्यांच्या हातून लिहून झाले नाही! म्हणून तर या जुन्या गोष्टी आठवल्या म्हणजे आमच्या घरात एखादा लघुलेखक असता तर फार बरे झाले असते असे राहून राहून मला वाटते!

दादांच्या त्या दिवशीच्या बोलण्यातही स्पष्ट अशी एकच गोष्ट आठवते मला! ती आठवण्याचे कारण–

अगदी अंधुक झालेल्या जुन्या फोटोतल्या आपल्या आकृतीची तेवढी माणसाला चटकन ओळख पटते. तसेच असेल हे!

दादा आईला म्हणत होते– 'मुलगी झाल्याचं तुला काही इतकं वाईट वाटायला नको. मुलीसुद्धा पराक्रमी असतात. कृष्णानं कंसाचा वध केला हे खरं. पण त्याच्या थोरल्या बहिणीनंसुद्धा कंसाला चांगलंच चकविलं होतं. ती जन्माला आली तेव्हा शिळेवर आपटून तिचा प्राण घेण्याकरिता कंसानं तिला वर उचलली मात्र, विजेच्या वेगानं ती त्याच्या हातून निसटली नि वर आकाशात निघून गेली. आपली सुलूसुद्धा तशीच होईल, अगदी बिजली!'

आईची समजूत घालण्याकरिता दादा असल्या पुराणातल्या गोष्टी केव्हा तरी सांगत. मात्र एरवी त्या साऱ्या भाकडकथा आहेत असेच ते म्हणत.

'आपली सुलूसुद्धा तशीच होईल, अगदी बिजली,' हे वाक्य बोलताना दादांच्या डोळ्यांतून ओसंडून वाहणारा अभिमान– अजून त्याचा विसर पडत नाही मला!

मी मात्र बिजली झाले नाही.

का झाले नाही?

मला काय कमी होते? मुलाला सुद्धा दुर्मिळ असे शिक्षण दादांनी मला दिले होते. मग?

अजूनही नाही का मला बिजली होता येणार?

कृष्णाची ती बिजलीसारखी बहीण– तिने तुरुंगातून नुसती स्वत:चीच सुटका करून घेतली, पण मला दिलीपची एका संस्थानच्या तुरुंगातून सुटका करायची आहे! सूडाच्या बुद्धीने संस्थानी अधिकाऱ्यांनी त्याच्या गळ्याभोवती आवळत आणलेला फास–

नको ग बाई! त्या दृश्याच्या कल्पनेनेसुद्धा अंगावर कसे शहारे येतात.

दिलीप, दिलीप, कशाला रे माझ्या आयुष्यात आलास तू? काळोख उजळण्याकरिता दिव्याने पुढे व्हावे आणि काळोखात लपून बसलेल्या वाऱ्याने तो विझवून टाकावा, तसे झाले हे!

तू माझ्या आयुष्यात आलास तेव्हा अमृताचा पेला हाताला लागला म्हणून मी नाचत होते.

आणि आज?

आज त्या पेल्यात अमृत नाही– तो विषाने भरलेला आहे! दिलीप, तुझी सुली भित्री आहे रे!

काय म्हणालास दिलीप?

'जगात विषाचे पेलेही हसत तोंडाला लावणाऱ्या शूर स्त्रिया होऊन गेल्या आहेत. कृष्णाकुमारी– मिराबाई–'

दिलीप, मलासुद्धा वाटते तुझ्यासाठी हा विषाचा प्याला पटकन उचलावा, तोंडाला लावावा– घटकन त्यातले चार घोट गिळून टाकावेत! थरथर कापत का होईना माझा हात पुढे होत होता. पण–

किती माणसे माझा हात मागे ओढताहेत म्हणून सांगू? हे भगवंतराव– हे दादा– हा समाज–

लहानपणी घरापलीकडे जग नसते– आईबापांशिवाय दुसरे देव नसतात. ते जग चिमुकले, पण किती आनंदी. ते देव रागावले, त्यांनी मारले तरी त्यातसुद्धा किती सुख असते!

त्या दिवसांची आठवण झाली म्हणजे क्षणभर वाटते– मी लहानच राहिले असते तरी किती बरे झाले असते!

छे! किती वेडी आहे मी!

कळ्या फुलल्याच नाहीत तर जग सुगंधाला मुकेल. नद्या वाहिल्या नाहीत तर लोक उपाशी मरतील.

लहानपण म्हणजे भातुकलीचा खेळ. त्यातली सुखे नि दुःखे दोन्ही तर लुटुपुटूचीच!

माझे अगदी पहिले दुःख– हसू येते त्याची आठवण झाली की!

दादा एकसारखे पापे घेत माझे. लहान मुलाने फुलांचा चोळामोळा करावा– अगदी तश्शी माझी स्थिती होई.

पुढे पुढे दादा दिसले की मी पळून जायची!

दादांच्या हे लक्षात आले तेव्हा त्यांनी एक निराळी युक्ती काढली. मी त्यांना चुकवून पळाले की ते आपल्या खोलीत जाऊन सतार वाजवू लागत. सतारीचे ते कंपयुक्त मधुर सूर कानांवर पडले, की मी कावरीबावरी होई. लोहचुंबकाकडे लोखंड ओढले जाते ना? तशीच माझी पावलेही आपोआप दादांच्या खोलीकडे वळत. हळूहळू मी त्या सतारीपाशी जाऊन बसे नि एक गीत संपवून दादा थांबले की मग–

त्या वेळी सारेगमची नि माझी तोंडओळखसुद्धा नव्हती. पण सतारीला स्पर्श करायला मिळाला– आपल्या स्पर्शाने तिच्यातून किण-किण असा मधुर स्वर निर्माण होऊ लागला की मला स्वर्ग अगदी दोन बोटे उरत असे. मी त्या नादात गुंग होऊन गेले की दादा हळूच माझा पापा घेत.

नि आज?

एका चुंबनासाठी मी आसावले आहे. माझे ओठ तहानले आहेत. दिलीपचे एकच चुंबन– अगदी क्षणभर का होईना– दिलीप मला सोडून जाणार– कायमचा सोडून जाणार! मग–

ते पाप असेल! पण–

दिलीप, किती निष्ठूर आहेस तू! गोरगरिबांसाठी आपले प्राण द्यायला तू तयार

झालास– पण माझ्यासाठी मात्र–

पुरुषांची जातच निर्दय! नाही तर त्या दिवशी त्या खेड्यात अगदी एका खोलीत आम्ही दोघे असूनसुद्धा–

ती रात्र–

आयुष्यात दुःख येते ते वळवाच्या पावसासारखे नि सुख मिळते ते गुलाबपाण्याप्रमाणे!

अशीच रात्र होती ती! माझे डोके मांडीवर घेऊन दिलीप बसला होता. मी डोळे उघडले. त्याच्या डोळ्यांतले ढग कुठल्या कुठे पळाले. तिथे चांदणे चमकू लागले.

त्या चांदण्याच्या दर्शनाने माझे मन हरपले. मी डोळे मिटून घेतले. मग त्याने 'सुलू' म्हणून मला जी हाक मारली– हातात अमृतकलश घेऊन माणसाच्या हृदयात प्रीती लपून बसलेली असते, असा ती हाक ऐकून मला भास झाला.

तो गोड भास–

आणि हे कटू सत्य!

दिलीप या वेळी तुरुंगात आहे. अंधाराशिवाय त्याला दुसरा सोबती नाही.

त्याच्या कोठडीच्या खिडकीतून त्याला एखादी चांदणी दिसत असेल का? त्या चांदणीला तो काय सांगत असेल? विरही यक्षाने मेघाबरोबर आपल्या पत्नीला संदेश पाठविला. तसा दिलीप मला काही–

तो मला कशाला संदेश पाठवील? मी भगवंतरावांची पत्नी आहे!

किती वेळ मी खिडकीपाशी जाऊन उभी राहिले. पण कुठलीही चांदणी मला दिलीपचा निरोप सांगेना. पारिजातकाच्या झाडाखाली नाजुक फुलांचा सडा पडावा तशा साऱ्या आभाळात चांदण्या पसरल्या होत्या. पण त्यातली एकही चांदणी माझ्याशी बोलेना.

दिलीप, तुझे वाक्य मला राहून राहून आठवते– 'Men are not born, They are made.' मी नुसती जन्मास आले पण पुढे–

लहानपणापासून दादांचे एक आवडते वाक्य मी वारंवार ऐकले होते–

'आयुष्य ही फुलबाग नाही. ते समरांगण आहे.'

हे वाक्य अगदी लहानपणीच मला पाठ झाले होते. मग माझ्या आयुष्यावर त्याचा संस्कार का बरे झाला नाही? मी लढायला का शिकले नाही? Men are made! होय ना? मग–

मी दादांच्याशी लढायला हवे होते– भगवंतरावांच्याशी लढायला हवे होते– आप्तेष्टांशी लढण्याचा प्रसंग एकट्या अर्जुनावरच आला होता असे नाही. जगात बहुधा प्रत्येकावर तो येतो. हा प्रसंग माझ्यावर जेव्हा जेव्हा आला तेव्हा तेव्हा मी कचरले– लढायचा धीर मला झाला नाही. दिलीप, दादा तुला विसरून गेले. मीही

विसरण्याचे सोंग केले. दादांची माझ्यावर फार फार माया आहे. माझ्याशिवाय त्यांना जगात आपलं असं कुणी नाही. मी त्यांच्या मनाविरुद्ध वागले तर त्यांना फार दुःख होईल, अशा किती तरी कल्पनांचा पगडा माझ्या मनावर बसला– आणि–

आयुष्य हे साधे समरांगण नाही. या रणांगणावर शत्रूशीच लढून भागत नाही. मित्रांवरही हत्यार उचलावे लागते. इतकेच नव्हे तर प्रसंगी स्वतःशीही झुंजावे लागते.

स्वतःशीच लढायचे– स्वतःचा पराभव स्वतःच करायचा! किती विलक्षण कल्पना आहे ही!

जितकी विलक्षण तितकीच सत्य!

शेषाला हजार डोकी असतात अशी पौराणिक कथा आहे ना? मला वाटते तशीच माणसाला हजार मने असतात!

नाही तर आज या टेबलापाशी बसलेल्या पंचवीस वर्षांच्या सुलोचनाला दहा-अकरा वर्षांची सुलोचना अगदी परकी का वाटली असती? रघूच्या दुसऱ्या सर्गातल्या एका श्लोकाचा अर्थ लागेना म्हणून त्या वेळी चिमुकल्या सुलूने इथेच अश्रू गाळले होते.

आणि आज आयुष्याचा अर्थ कळत नाही म्हणून मोठी सुलोचना त्याच जागी आसवे गाळीत बसली आहे!

खूप खूप आठवून पाहिले तरी पहिल्या आठ-दहा वर्षांतल्या किती थोड्या गोष्टी आठवतात माणसाला! काळोख पडत असताना दूरच्या इमारती जशा अगदी अंधुक अंधुक होतात तशा लहानपणाच्या साऱ्या गोष्टी वाटतात.

एकदा आंब्याच्या कैऱ्या पाडण्याकरिता दगड म्हणून आमच्या देवांचाच मी उपयोग केला होता!

आणखी कुणाच्या मुंजीला का लग्नाला गेले होते! तिथे एक आजोबा दक्षिणेचे पैसे मोजीत होते– मी त्यांतल्या एका दुंड्या पैशावर हळूच पाय ठेवला. बाहुलीच्या गळ्यात घालायला खोटे मोती हवे होते मला! त्यासाठी ते पैसे मी लपवून ठेवले होते. पण त्या आजोबांचा दोन पैशांचा हिशेब चुकू लागला. ते अगदी चवताळून गेले. शेवटी माझी चोरी त्यांनी पकडली. साऱ्या घरात एकच गोष्ट झाली. दादासाहेब दातारांच्या मुलीने पैसे चोरले. किती पैसे हे कुणीच सांगत नव्हते. माझ्यामुळे आईला मान खाली घालावी लागली.

घरी आल्यावर दादांनी मला इतके मारले–

मी रडतरडतच झोपी गेले. माराने अंग दुखत होते म्हणून असेल. मी अपरात्री जागी झाले. पाहिले तो दादा माझ्या बिछान्याजवळ बसले आहेत आणि माझ्याकडे

पाहून एखाद्या लहान मुलाप्रमाणे रडत आहेत. मी एकदम उठून त्यांना मिठी मारली आणि 'दादा, दादा' म्हणत त्यांच्या गळ्यात पडले.

त्या वेळचे माझे दु:ख शरीराचे होते. एखाद दुसरा दिवस त्याचा मला त्रास झाला असेल! पण तेवढ्यासाठीसुद्धा दादा रडले.

आणि आज माझ्या मनाच्या वेदना कुणाला सांगू? कशा सांगू?

पायाला विंचू चावला असतानाही नर्तिकेने डौलदार नृत्य करीत राहावे ना, तसे मला वरवर हसत राहावे लागत आहे. मी अगदी आनंदी आहे असे दादांना दाखवावे लागत आहे. माझ्या मनात बाग फुलली आहे असे त्यांना वाटत असेल– पण तिथे जो वणवा–

वणवा कसा लागतो हे कुणालाच कळत नाही. मनातले वणवेही असेच असतात. आभाळाला चाटून जाणाऱ्या त्यांच्या जिभा पाहून मग आमचे डोळे उघडतात– त्यांतून अश्रू वाहू लागतात.

पण वणवा पावसाने विझतो; अश्रूंनी नाही.

मोठेपणी मला एकांतात अश्रू गाळीत बसावे लागेल असे एखाद्या ज्योतिषाने सांगितले असते तर मी त्याची थट्टाच केली असती!

काय कमी होते मला? आईबापांची एकुलती एक लाडकी लेक! आई सदान्‌कदा आजारी असे खरी! पण दादा एवढे बुद्धिवादी असले, त्यांचा देवावर, धर्मावर अगदी कश्श्यावर म्हटल्या कश्श्यावर विश्वास नसला, त्यांची मुद्रा कठोर दिसली तरी त्यांचे मन किती मायाळू आहे याचा त्या वेळी मला क्षणाक्षणाला अनुभव येई. नारळाच्या झाडाला फांद्या नसतात, फुले नसतात, गर्द छाया नसते. काही नसते. पण त्याच्या शेंड्याला लागलेले शहाळे फोडले की त्यातून अमृताची धार बाहेर पडते. अगदी तस्से आहेत आमचे दादा–

मुलासारखे वाढविले त्यांनी मला– बरोबरीने फिरायला नेले, सायकलवर बसायला शिकविले, शर्ट-विजार घालण्याची हौस पुरविली. माझ्या मागून सुलूच संस्कृतची प्रोफेसरीण होणार असे एकसारखे म्हणून माझ्या मनातली महत्त्वाकांक्षा फुगविली. दहाव्या वर्षी आजीबाईप्रमाणे गंभीर चेहरा करून मी बरोबरीच्या मैत्रिणींना सांगत असे– 'आपण देव म्हणून दगडांची पूजा करतो हे मूर्खपणाचे आहे. जगात एकच देव आहे नि तो म्हणजे मनुष्य! जगात देव नाहीत नि राक्षस नाहीत.'

माझा ही पोपटपंची ऐकून माझ्या बालमैत्रिणी माझी थट्टा करू लागल्या की मी घडाघड संस्कृत श्लोक म्हणू लागे. मग मात्र त्या चूप बसत. त्यांना संस्कृतचा गंधसुद्धा नव्हता नि मी रघूसुद्धा वाचू लागले होते!

माणसाचे मन किती वेडे असते! नाही तर दादांचा जुना रघुवंश काढून त्यातला तो दुसरा सर्ग आज मी पुन्हा कशाला चाळीत बसले असते? दंडकारण्याविषयी रामाला विलक्षण प्रेम वाटते ते भवभूतीने का दाखविले आहे ते आजच्याइतके कधीच कळले नव्हते मला! सीतेच्या मधुर सहवासात तिथे वर्षेच्या वर्षे काढली होती. दंडकारण्यातले प्रत्येक स्थळ त्या रम्य सहवासाची स्मृती जागृत करून त्याला–

रघूचा हा दुसरा सर्ग हे– निर्जीव शब्द– पण ते वाचताना माझ्या शरीरावर कसे रोमांच उभे राहत आहेत. 'अलं महीपाल तव श्रमेम' हा श्लोक समजावून सांगताना दिलीप इथेच बसला होता आणि 'क्षतात्किल त्रायत इत्युदग्रः' या श्लोकाचा अर्थ सांगताना तो एकदम उठून उभा राहिला– त्याची शांत मुद्रा चमकू लागली– किती वेळ तरी तो एकसारखा आवेशाने बोलत होता– 'जो अन्यायाविरुद्ध लढतो तोच खरा क्षत्रिय. आज आपले सारे लोक क्षत्रिय व्हायला पाहिजेत–'

पावसाची जोराची सर यावी तसा तो बोलत होता नि पावसात मजेने भिजणाऱ्या लहान मुलांप्रमाणे मी ते सारे ऐकत होते. पण पावसात खूप भिजल्यावर शेवटी कुडकुडायला होते ना? तशी माझी स्थिती झाली. एक जांभई देऊन मी म्हटले, 'किती वाजले पाहिलंस का दिलीप?'

तो एकदम थांबला नि घड्याळाकडे रागाने पाहत म्हणाला, 'घड्याळे कारकुनासाठी असतात; कवीसाठी नसतात!'

रघूचा दुसरा सर्ग संपला त्या दिवशी तो किती तरी वेळ गंभीर होऊन बसला होता. त्याने हसावे, माझ्याशी बोलावे म्हणून मी किती तरी चाळे केले. टेबलावरचे पुस्तके खाली पाडले, टिपकागदावर शाई सांडली, कुठल्या तरी गाण्याची शीळ घातली नि शेवटी साडीची पिन बोटाला टोचून घेऊन त्यातून रक्तसुद्धा काढले. पण दिलीपची जी तंद्री लागली होती– स्वारीने हूं की चूंसुद्धा केले नाही. मग मात्र मला राहवेना. मी जवळ जाऊन त्याचा हात हातात घेतला नि वरण, भात, लिंबू, कढी, कढीचं पाळं फुटलं रे फुटलं म्हणून मी त्याला गुदगुल्या करणार तोच तो म्हणाला, 'सुलूताई, या राजासारखं व्हावंसं वाटतं मला.'

मी म्हटले, 'अगदी सोपं आहे ते!'

तो आश्चर्याने माझ्याकडे पाहू लागला.

मी म्हणाले, 'या राजाच्या नावाचं पहिलं अक्षर 'दि' आहे ना? तुझ्याही नावाचं पहिलं अक्षर तेच आहे की!'

तो हसत उद्गारला, 'वेडी कुठली!'

मी न रागावता उत्तर दिलं, 'आजपासून मी तुला दिलीपच म्हणणार!'

त्या दिवसापासून जगाचा दिनकर माझा दिलीपच झाला. दादा नि आई त्याला दिनकर म्हणून हाक मारीत. त्याचे सारे मित्र दिनकर म्हणत. मी त्याला नुसतंच दि म्हणे. पण आम्ही दोघे एकटे असलो की मी दिलीप म्हणून त्याला भंडावून सोडी.

रघुवंशातला दिलीप राजा गाईच्या रक्षणासाठी आपला प्राण अर्पण करायला तयार होतो. माझा दिलीपही गोरगरिबांसाठी तेच करीत आहे.

त्या राजावर देवांनी पुष्पवृष्टी केली.

नि माझा दिलीप मात्र–

त्याला पकडल्याची हकीगत वर्तमानपत्रांच्या कानाकोपऱ्यात एकदा येऊन गेली. शिक्षा होईल तेव्हा ती बातमी येईल. दादांना तर दिलीपला पकडल्याचा पत्तासुद्धा नसेल!

नदीच्या महापुराचे तांबडे लाल पाणी फेसाळत, भोवरे करीत तटाशी टकरा घेत धावत असते ना? तसा जगाचा जीवनक्रम आहे. त्या पुरात दगड फेका नाही तर सोन्याची चीप फेका. क्षणभर आवाज होईल. चार-दोन बुडबुडे येतील नि मग–

मग सारे सामसूम! ती सोन्याची चीपसुद्धा वाळूत खोलखोल जाऊन बसेल!

माझा दिलीपही असाच निघून जाणार? मला सोडून?

दिलीप, दिलीप, कुठल्या कुमुहूर्तावर तुझी नि माझी ओळख झाली?

काही तरीच लिहून गेले मी!

दिलीप आमच्या घरात आल्या दिवसापासूनच माझ्या खऱ्या आयुष्याला सुरुवात झाली. कॉलेजात जाण्याकरिता एक विद्यार्थी उद्या आपल्या घरी येऊन राहणार आहे, दोनच मार्कांनी त्यांची शंकरशेट स्कॉलरशिप गेली, आता सुलीला संस्कृत तोच शिकवील वगैरे रात्री जेवताना दादा आईला सांगत होते. मी मुकाट्याने ऐकत होते. त्याचे नाव काय आहे, हेसुद्धा विचारले नाही मी! पण अंथरुणावर पडल्यावर मात्र त्याच्याविषयी मी विचार करू लागले. तो उंच असेल की ठेंगणा असेल? गोरा असेल की काळा असेल? त्याचे संस्कृत फार छान असेल नाही? शिकताना माझे काही चुकले की तो थट्टा करील की रागावेल?

मला भावंडं नव्हते म्हणून असेल. पण दादा नि आई यांच्यापेक्षा खूप खूप लहान असा एक मुलगा आपल्या घरात येणार आहे या कल्पनेने मी आनंदित होऊन गेले होते. ज्याच्याबरोबर मला लांब लांब फिरायला जाता येईल, धावता येईल, ज्याची मला थट्टा करता येईल, मी अगदीच उंच उंच असलेल्या सोनचाफ्याच्या फुलाचा हट्ट धरला तर जो झाडावर चढून ते मला काढून देईल, असा मुलगा आता आपला सोबती होणार म्हणून माझे मन कसे फुलून गेले.

दुसऱ्या दिवशी पहाटे मी उठले. अगदी लवकर वेणीफणी करून पुढल्या दारात

मी टांग्याच्या वाटेकडे डोळे लावून उभी राहिले. गाडीची वेळ होऊन गेली. स्टेशनावरून येणारे टांगे उतारू घेऊन टपटप करीत पुढे चालते झाले. पण आमच्या दाराशी कुठलाच टांगा थांबला नाही. मोठे वाईट वाटले मला. उगीचच डोळ्यांत पाणी आले. खोलीत जाऊन डोळ्यांतले पाणी पुशीत मी स्वत:शीच म्हटले, 'अगदी वाईट मुलगा आहे हा! येईना हवा तेव्हा? मी त्याच्याशी आपणाहून बोलणारच नाही!' इतक्यात दाराशी टांगा थांबल्याचा आवाज ऐकू आला. मी धावतच बाहेर आले. पाहिले तो टांग्यातून एक लठ्ठ गुजराथी खाली उतरत होता.

दुपारी जेवणावर माझे लक्ष नाही असे पाहून दादा हसत हसत आईला म्हणाले, 'आमच्या सुलूताई इतक्यातच श्रीमंत व्हायला लागल्या वाटतं! या गुजराथ्याला हवं तसलं गीतेचं पुस्तक तयार व्हायला; मला पैसे मिळायला नि तो हुंडा देऊन हिच्यासाठी चांगला श्रीमंत नवरा शोधून काढायला फार फार अवकाश आहे अजून. तोपर्यंत काही इतकं कमी जेवायला नको हं सुलोबा!'

दादांच्या त्या थट्टेचा राग आला मला. पण खरी गोष्ट त्यांना कशी सांगायची? ज्या विद्यार्थ्याचे नावसुद्धा मला माहीत नव्हते तो आला नाही म्हणून माझे लक्ष जेवणावर नाही असे सांगायचे? छे! कुणाला खरे तरी वाटले असते का ते? त्या दिवशी संध्याकाळीसुद्धा तो आला नाही. तो फार लबाड आहे अशी माझी खात्री झाली.

दुसऱ्या दिवशी मी गाडीच्या वेळेला बाहेर गेलेच नाही. खोलीत अभ्यास करीत बसले. थोड्या वेळाने कुणी तरी खोलीत आल्यासारखे वाटले. मोलकरीण असेल म्हणून मी तशीच वाचीत राहिले. ते कुणी तरी पुढे आले नि म्हणाले, 'सुलूताई–'

किती ओळखीचा आवाज वाटला तो मला! कुठली ओळख? मी एकदम मान वळविली. दिलीप उभा होता. त्याची ती ताठ मान– ते हसरे डोळे– माझ्याकडे दृष्टी जाताच किती मोकळेपणाने हसला तो. लगेच त्याने माझ्याकडे निरखून पाहिले. जणू काही एखादी हरवलेली वस्तूच ते शोधीत होता. त्याच्या त्या पाहण्याचा अर्थच मला कळेना.

मी विचारले, 'काही हरवलंय वाटतं?'

तो हसत उत्तरला, 'हं! हरवलं असं वाटत होतं. पण ते सापडलं, आत्ताच!'

'काय?' मी उत्सुकतेने प्रश्न केला.

तो काहीच बोलला नाही. पुन्हा तो माझ्याकडे निरखून पाहू लागला, मी गोंधळून गेले नि नकळत पायाची बोटे मोजू लागले.

दिलीप हसत म्हणाला, 'पुन्हा हरवलं!'

हा वेडा तर नाही ना, अशी विचित्र शंका माझ्या मनात येऊन गेली. 'पुन्हा हरवलं' या त्याच्या शब्दांसरशी मी मान वर करून त्याच्याकडे पाहिले; हरवलेले

खेळणे सापडल्यावर लहान मूल आनंदाने अगदी बेहोष होते ना? त्याची मुद्रा एकदम तशी झाली, तो उद्‌गारला, 'सापडलं बुवा!'

माझ्या मुद्रेवरचा गोंधळ त्याच्या लक्षात आला असावा. एकदम त्याचा स्वर बदलला. तो जवळ येऊन म्हणाला, 'सुलूताई, मी कालच यायचा, पण आईला ताप आला होता. तिला सोडून यायचं जिवावर आलं माझ्या! काल संध्याकाळी तिचा ताप उतरला. लगेच माझ्या पाठीवरून हात फिरवीत ती म्हणाली, 'दिनू, जा तू शिकायला. घरट्यात राहून पाखराचं पोट भरत नाही.' रात्री निघताना मी तिला नमस्कार केला तेव्हा तिने माझ्याकडे डोळे भरून पाहिलं. गाडीत रात्रभर ते डोळे मला दिसत होते. आता आपल्याला ते मायेने भरलेले डोळे दररोज दिसणार नाहीत म्हणून माझं मन उदास झालं असतं. पण तुला पाहताच–'

'मला?' मी मध्येच बोलून गेले.

'हो, हो, तुला! तुझे डोळे थेट माझ्या आईसारखे आहेत.'

मी हसत म्हटले, 'मला आई म्हणून हाक मारू नकोस हं बाबा!' मी मनात आश्चर्य करीत होते–

ज्या मुलाशी एक शब्दसुद्धा बोलायचा नाही असा मी निश्चय केला होता त्याच्याशी माझी चार घटकांत अशी गट्टी कशी झाली?

दिलीपच्या सुखकारक सहवासातले ते पहिले दिवस. ते पुन्हा परत देण्याचे जर देवाने कबूल केले तर त्याच्या मोबदल्यात मी सारे पुढचे आयुष्य त्याला परत द्यायला तयार होईन. रक्ताची ओढ विलक्षण असते अशी एक म्हण आहे ना? ती नात्यापेक्षा वयाच्या बाबतीत अधिक खरी असावी! नाही तर हां हां म्हणता दादा नि आई यांच्यापेक्षाही दिलीप मला जवळचा वाटू लागला, हे कोडे कसे उलगडायचे? त्याला किती किती कविता पाठ येत होत्या नि त्याचा आवाज मोठा नसला तरी गोड होता. मी त्याच्यापाशी हट्ट धरून बसायची नि त्याला कविता म्हणायला लावायची! त्या साऱ्या कविता आता आठवत नाहीत मला! पण त्यातल्या काही काही ओळी मात्र अजून माझ्या मनात घुमताहेत. दिलीपची ती अतिशय आवडती कविता– डंका– त्या कवितेतील ती ओळ–

'त्या बड्या बंडवाल्यांत
ज्ञानेश्वर माने पहिला'

ही ओळ मोठ्या झोकात म्हणून त्याने मला ज्ञानेश्वरांचे चरित्र किती आवेशाने सांगितले होते. बंडखोर म्हणजे हातात शस्त्रे घेऊन लढणारे लोक अशी जी माझी समजूत होती तिला पहिला धक्का त्या दिवशी बसला. बंडखोर बुद्धीने लढतात, हे

मला कळले.

त्यांच्या गोष्टीसुद्धा किती रसाळ असायच्या! पुराणातल्या नि इतिहासातल्या शेकडो गोष्टी त्याला येत होत्या. त्याची ती एक गोष्ट ऐकायचा तर मला कधीच कंटाळा आला नाही. ब्राऊनिंगची कविता आहे ती. एक शूर मुलाच्या आत्मयज्ञाची ती कथा– ती सांगताना दिलीप त्या मुलाशी अगदी समरस होऊन जाई. रॅटिबानचा किल्ला जिंकण्याची बातमी नेपोलियनला कळविण्याकरिता तो मुलगा दौडत आला होता. ती बातमी ऐकून नेपोलियन त्याला शाबासकी देणार इतक्यात तो मुलगा त्याच्या पायाशी पडला. नेपोलियनने वाकून पाहिले– त्या शूर मुलाचे प्राण केव्हाच निघून गेले होते. त्याच्या छातीत जखम झाली होती.

टिळक-गांधी-श्रद्धानंद ह्यांचे छोटे फोटो त्याने आपल्या खोलीत लावले होते. एखादे वेळी तो त्या फोटोंच्याकडे घटकान् घटका पाहत बसे. त्या वेळी त्याची मुद्रा भरून आलेल्या आभाळासारखी भासे. अशा वेळी तो आवेशाने बोलू लागला म्हणजे वीज चमकत असल्याची कल्पना माझ्या मनात येऊन जाई. त्याच्या खोलीतला टिळकांचा फोटो, त्यांना सहा वर्षांची हद्दपारीची शिक्षा झाली तेव्हाचा तो आहे, असे मला सांगताना त्याला केवढा अभिमान वाटे. तो म्हणे, 'डोंगराचे शिखर वादळाची पर्वा न करता ताठ उभे असते ना? तशी टिळकांची ही मान बघ! नि हे दोन्ही हात. ते अंगाबरोबर खाली सोडले आहेत. पण घाव घालणाऱ्या हातापेक्षा त्यांच्यात अधिक सामर्थ्य असल्याचा भास होतोय! नाही? १९०८ साली टिळकांनी शांतपणानं ही शिक्षा ऐकली नि न्यायाधीश व पंच यांना ते म्हणाले, तुमच्यापेक्षा श्रेष्ठ अशी जी न्यायदेवता आहे ती मला नेहमीच निर्दोष ठरवील.' तो असे काही आवेशाने बोलू लागला की अंधार उजळत आहे, बेड्या खळखळत गळून पडत आहेत असे मनाला वाटे. श्रद्धानंदांनी दिल्लीच्या चौकात उभे राहून आपल्या उघड्या छातीवर बंदुकीच्या गोळ्या झेलण्याचा जो निर्धार दाखविला त्याचेसुद्धा दिलीप किती सुंदर वर्णन करी–

अगबाई, किती पुढच्या गोष्टी लिहायला लागले मी! दिलीपच्या सहवासातली ती वर्षे-वर्षे कसली? एका दिवसात ते सारे घडले असे आज वाटते. तो दिवस मावळला नि मग ही रात्र– कधीही न संपणारी रात्र आली. दिवसामागून रात्र येते तसा रात्रीमागून दिवस येतो. देवा, ही रात्र केव्हा संपणार? माझा दिलीप मला केव्हा दिसणार? त्याचा सहवास– किती वेडी आहे मी!

ही काळरात्री आहे, हे मला अजून कसे समजत नाही? पण काळरात्रींनासुद्धा अंत असतोच की! आयुष्यातल्या त्या पहिल्याच काळरात्री दिलीपने मला केवढा धीर दिला. किती लवकर मी त्या रात्रीची आठवण विसरले!

त्या रात्री दिलीप नसता तर मी जीव दिला असता? कुणाला ठाऊक! पण आईच्या अंथरुणाजवळचे ते शेवटचे क्षण आठवले म्हणजे अजून अंग कसे

शहारून जाते! तोपर्यंत मृत्यू हा शब्द तेवढा मला ठाऊक होता. पण त्याचे ते अक्राळविक्राळ स्वरूप– आईचे अंग गार पडत चालले होते. तोंडातून शब्द उमटत नव्हता. अश्रूंनी बोलत होती ती. तिच्या त्या गार गार पावलांवरून हात फिरविताना कुणी तरी माझ्या काळजाला तापवलेल्या लोखंडाने डागीत आहेत असे मला वाटत होते. कठडा नसलेल्या गच्चीवरून एखादे लहान मूल खाली पडताना दिसावे नि आपल्याला काही काही करता येऊ नये– आईचा मृत्यू पाहताना माझी अगदी अश्शी स्थिती झाली. मी रडत रडत उठले! छे! कुणी तरी उठविले मला. दादांच्या कुशीत तोंड लपवावे नि खूप खूप रडावे असे त्या वेळी मला वाटत होते. दादा बाहेरच्याच खोलीत बसले होते. त्यांनी माझ्याकडे पाहिले पण लगेच ते गीता वाचू लागले. सकंप स्वराने ते म्हणत होते,

'वासांसि जीर्णानि यथा विहाय
नवानि गृण्हाति नरोऽपराणि
तथा शरीराणि विहाय जीर्णान्य
–न्यानि संयाति नवानि देही ।।'

हा श्लोक मलाही पाठ येत होता. त्याचा अर्थ मी वाचला होता. पण तटातटा तुटणारे माझ्या काळजाचे धागे म्हणत होते– हा श्लोक खोटा आहे. माझ्या डोळ्यांतून वाहणारे पाणी म्हणत होते– ही सारी फसवणूक आहे. माझी आई मला पुन्हा भेटणार नाही. पुन्हा तिच्या कुशीची ऊब मला मिळणार नाही. तिने सहज पाठीवरून हात फिरवला की आनंद होत असे; तो पुन्हा मला कधी लाभणार नाही. रडून रडून मी झोपी गेले. मी जागी झाले तेव्हा रात्र झाली होती. कुणी तरी माझ्या पाठीवरून हात फिरवीत होते.

किती बोलका होता तो स्पर्श! मनुष्यप्राणी निर्माण झाला तेव्हा आपल्या भावना तो स्पर्शानेच प्रगट करीत असावा. शंभर शब्दांनी जे सांगता येत नाही ते ओझरत्या स्पर्शाने व्यक्त करता येते! अजूनही! मनुष्य इतका बोलका झाला असूनही!

माझ्या पाठीवरून फिरणारा हात– सतारीवरूनसुद्धा इतक्या नाजूक रीतीने कुणी बोटे फिरवीत नसेल. तो हात थरथर कापत होता. तो कंप त्या हृदयातली खळबळ मला सांगत होता. आईच्या मरणाचे इतके दुःख दादांच्याशिवाय दुसऱ्या कोणाला होणार? माझ्या पोरकेपणाने व्याकुळ होऊन माझे सांत्वन करण्याकरिता दुसरे कोण माझ्यापाशी येणार? आई गेली– आपल्याला कायमची सोडून गेली– या जाणिवेने माझे डोळे एकदम भरून आले. माझ्या पाठीवरून हात फिरविणाऱ्या दादांना मिठी मारण्याकरिता मी मान वळवली.

पण– तो हात दादांचा नव्हता, दिलीप माझे सांत्वन करण्याकरिता माझ्याजवळ

येऊन बसला होता. माझे पाण्याने भरलेले डोळे पाहताच त्याच्याही डोळ्यांत पाणी उभे राहिले. मी त्याला घट्ट, अगदी घट्ट मिठी मारली. माझे अश्रू त्याच्या खांद्यावर ओघळू लागले. त्याची आसवे माझ्या मानेवर ठिबकत होती. माझ्या काळजात पेटलेली भयंकर आग त्या आसवांनी हळूहळू शांत झाली. ती काळरात्र उजळली. बाहेरून दादांचा स्वर ऐकू येत होता–

'सुखदुःखे समे कृत्वा लाभालाभौ जयाजयौ
ततो युद्धाय युज्यस्व–'

दादांचा राग आला मला. त्यांचे ते संस्कृत शब्द तापलेल्या तेलासारखे माझ्या कानांना वाटले. ते ऐकू येऊ नयेत म्हणून दिलीपच्या कुशीत मी डोके खुपसले. तो मला थोपटू लागला. मी डोळे मिटून त्याच्या छातीची धडधड ऐकत होते– 'माझी सुलू– माझी–सुलू' एवढेच शब्द तिथे मला ऐकू येत होते. पुन्हा एकदा तसेच दिलीपच्या कुशीत डोके खुपसून खूप खूप रडायचंय मला. 'माझी सुलू' हे शब्द त्याच्या तोंडातून कधीच बाहेर पडणार नाहीत, हे मला ठाऊक आहे. पण माझी खात्री आहे– त्याच्या हृदयात तेच शब्द घुमत असले पाहिजेत. त्याच्या छातीवर डोके ठेवून ती गोड धडधड मला पुन्हा ऐकायला मिळेल का? किती वेडी आहे मी! ती धडधड बंद करण्यासाठी सारे रामगड संस्थान तिकडे धडपड करीत असेल! आणि इकडे मी–

माणसाची इच्छा ही नंदनवनातील कल्पलता नाही. ती वाळवंटातील हिरवळ आहे. दिलीपची सुटका–

दिलीपची सुटका! ज्याचे आयुष्य अपघातांनी भरले आहे त्याची सुटका ब्रह्मदेवसुद्धा करू शकणार नाही. बुडणाऱ्या जहाजावरून दिलीपला कुणी सुरक्षित किनाऱ्यावर आणले तर तो लगेच विचारील, 'जवळपास कुठं विमान आहे का एखादं? हवा खराब असली तरी एक फेरफटका करून यावं म्हणतो!'

दिलीप, तुझ्या साहसाचं मला कौतुक वाटतं– तुझ्या पराक्रमाचा मला अभिमान वाटतो– तुझ्या त्यागाची मला पूजा करावीशी वाटते. पण या साहसी स्वभावानंच तू माझ्यापासून दूर दूर गेलास हे आठवलं की–

पराक्रम हा प्रसंगी प्रीतीचा शाप ठरतो रे! तुझी तरी काय चूक आहे? तांडवनृत्य हाच ज्वालेचा स्वभाव! नागाला फडा वर काढायला कुणी शिकवावे लागत नाही! तूही तसाच–

अकरा-बारा वर्षे झाली त्या प्रसंगाला, पण तो काल घडला असे अजून वाटते मला! गांधींची दांडीयात्रा! नुसत्या वर्तमानपत्रातल्या बातम्या वाचून तू अगदी भान

विसरून गेला होतास. 'ही मिठाची चळवळ संपली म्हणजे पुढं तिखटाची चळवळ सुरू होईल' म्हणून दादा गांधींच्या कार्यक्रमाचा उपहास करीत होते. पण मला तुझ्यासारखेच वाटत होते. गांधी मिठाचा सत्याग्रह करायला निघाले नाहीत, ते दिग्विजयाला निघाले आहेत. शाळेत, बाजारात, थिएटरांत, जेथे जावे तेथे गांधींचे नाव ऐकू येत होते. टांगेवालेसुद्धा गांधींचे भक्त झाले होते. एका टांगेवाल्याने दिलेले ते उत्तर–

युनिव्हर्सिटीच्या परीक्षेच्या कामासाठी दादांना मुंबईला जायचे होते. त्यांना पोचवायला दिलीप नि मी स्टेशनावर गेलो. परत येताना आम्ही जो टांगा केला त्यात गांधींचा एक लहानसा फोटो चिकटवलेला होता. धोतरजोड्यांवर नाही तर कापडावर चित्रे असतात ना त्यातला होता तो. मी त्या टांगेवाल्याला विचारले, 'हा कशाला रे लावलास इथं?' त्या फोटोकडे पाहत तो म्हणाला, 'हा देव हाय आमचा ताई!' लहानपणापासून जगात देव नाही हे मी शिकत आले होते, पण त्या टांगेवाल्याचे शब्द ऐकून माझ्या अंतःकरणाला एक नवीनच भावना स्पर्श करून गेली. चांदण्यात फिरत असताना एकदम वीज चमकावी नि चांदणे अगदी फिक्के वाटावे तसे झाले मला. मी त्या टांगेवाल्याशी मोकळेपणाने बोलू लागले. त्याची हकीगत–

त्याची आई आजारी होती, बायकोला चार पोरं सांभाळता सांभाळता जीव नकोसा होत होता. एखाद्या दिवशी भाडे मिळाले नाही म्हणजे संध्याकाळच्या नवटाक दारूला त्याला रजा द्यावी लागे. त्याचे घोडे म्हातारे होत चालले होते– एक ना दोन, शंभर गोष्टी त्याने सांगितल्या. शेवटी तो म्हणाला, 'असंच चालयचं आमचं ताईसाहेब! देवापाशी एकच मागणं हाय माझं! गांधीबाबा इथं आले ना, म्हंजे माझ्या टांग्यातून गावात नेणार हाय मी त्येना!'

आज त्याच्या त्या इच्छेचे मला हसू येते. पण त्या वेळी– चार दिवसांची दाढी वाढलेल्या त्या म्हाताऱ्या टांगेवाल्याच्या सुरकुतलेल्या चेहऱ्याकडे किती तरी वेळ कौतुकाने मी पाहत होते आणि दिलीप दररोज निरनिराळ्या वर्तमानपत्रांत आलेल्या गोष्टी रसभरितपणाने सांगू लागला की, गांधींच्यावर टीका करणाऱ्या दादांचा मला असा राग येई! ज्यांना दुसरे काही करायचे नसते तेच टीका करतात, असेसुद्धा मनात म्हणायला मी कचरले नाही!

दादांच्यापासून दररोज मी दूर दूर जात होते. नकळत तितकीच मी दिलीपच्या जवळ येत होते. त्याची नि माझी ओळख झाल्याला पुरे वर्षसुद्धा झाले नव्हते तेव्हा! पण सूर्यापासून पृथ्वीवर प्रकाश किती थोड्या वेळात येतो! आपलेपणाही तसाच उत्पन्न होतो.

एप्रिल संपत आला होता. दादांनी संस्कृतचा अधिक अभ्यास करण्याकरिता म्हणून दिलीपला मुद्दाम ठेवून घेतले होते. 'हवं तर मे महिन्यात पंधरा दिवस घरी

जा' असे ते त्याला म्हणाले होते. दिलीप राहिला होता. पण त्याचे लक्ष मात्र अभ्यासात नव्हते. एके दिवशी संध्याकाळी तो मला म्हणाला, 'सुलूताई, उद्या मी जाईन म्हणतो!'

'कुठं?' मी आश्चर्याने प्रश्न केला.

'आईची फार आठवण होतेय मला!'

त्याचे आईवरले प्रेम मला ठाऊक होते. तिला सुख व्हावे म्हणून मॅट्रिकमध्ये वर नंबर आला असतानासुद्धा कॉलेजात न जाता नोकरी करायचे त्याने ठरविले होते. दादांची नि त्याची गाठ पडली नसती तर तो कॉलेजात नसता. मी स्तब्ध राहिले. आज दहा-अकरा महिन्यांत दिलीप घरी गेला नव्हता. त्याची आई त्याच्या वाटेकडे डोळे लावून बसली असेल. त्याचा मला कितीही लळा लागला असला, त्याच्याशिवाय घर अगदी सुने होईल हे खरे असले तरी आईला भेटायला जाऊ नकोस, असे मी कुठल्या तोंडाने म्हणणार?

उद्या दिलीप घरी जाईल– त्याची आई त्याला भेटेल–

आणि माझी आई! ती कुठे आहे? केव्हा भेटेल ती मला? हुंदका आवरेना.

दिलीपने विचारले, 'काय झालं सुलू?'

'आईची आठवण झाली!' तो हसू लागला. मला वाटले– दिलीप क्रूर आहे– कठोर आहे! तो हसतच म्हणाला, 'मी रामगडला नाही जाणार!'

'मग?'

'शिरोड्याला! कोकणात.'

'तिथं तुझी आई गेलीय?'

'हं!'

'किती दिवस राहणार तू तिथं?'

'आई म्हणेल तितके दिवस! वर्षभरसुद्धा!'

एक वर्ष दिलीपपासून दूर राहायचे! त्या कल्पनेनेच माझ्या अंगावर काटा उभा राहिला. मी म्हटले, 'मी जाऊ देणार नाही तुला!'

तो म्हणाला, 'मी पळून जाईन.'

मीही कमी नव्हते. मी त्याला सांगितले, 'मीही तुझ्यामागून येईन!'

'कुठं?'

'तुझ्या आईच्या घरी!'

'त्या घरात वाटेल त्याला येऊ देत नाहीत!'

'म्हणजे?'

'त्या घराला तुरुंग म्हणतात, सुलूताई!'

दिलीप जून महिन्यात कॉलेजात परत जाण्याकरिता परत आला, तेव्हा कुठे माझा जीव खाली पडला. मधला दीड महिना मी कसा काढला तो माझा मलाच ठाऊक. दादा आवडीने मला सतार शिकवीत होते, संस्कृत शिकवीत होते पण–

तुरुंग कसा असतो याची नीट कल्पनाही नव्हती त्या वेळी मला. मात्र रात्री अंथरुणावर पडल्यावर मला दिलीपची आठवण होई– तो लोखंडी गजांच्या आड उभा असलेला दिसे. एकदा तर फार विलक्षण स्वप्न पडले मला. मला वाटले– मी एका बागेत खेळत आहे. एक सुंदर फुलपाखरू भुर्रकन माझ्याजवळ येते. त्याचे ते इंद्रधनुष्यासारखे सुंदर रंग– मी त्याला धरायला धावू लागले. ते पुन्हा दूर उडून जाते. मी थांबले की ते माझ्याजवळ येते नि माझ्या केसांवर बसून मला म्हणते, 'बघ तुझे केस कसे सुंदर दिसायला लागले.' त्याला धरण्याकरिता मी चटकन हात वर करते. लगेच ते भुर्रकन उडते आणि हसू लागते. कुणाचे तरी लांब लांब काळे हात पुढे होतात, त्या फुलपाखराला चटकन पकडतात नि त्याच्या चिमुकल्या पंखांत दोरी ओढून त्याला एका पेटीत कोंडून ठेवतात. एकदम त्या फुलपाखराचा दिलीप होतो. मी किंचाळले– मी खरोखरच ओरडले होते. ओरडल्यावर मग मी जागी झाले. दादांनी जवळ येऊन 'कसलं स्वप्न पडलं तुला?' म्हणून मला खोदून विचारले. पण मला ते सांगावेसे वाटेना. कुणाचाही स्पर्श झाला की लाजाळूचे झाड आपले अंग चोरते ना? माणसाच्या मनातल्या काही काही गोष्टी अशाच असतात. त्या कुणालाच कळू नयेत असे त्याला वाटत असते.

दिलीप परत आला तेव्हा मी थट्टेने त्याला म्हणाले, 'आईने लवकर कसं सोडलं तुला?' तो स्तब्ध राहिला.

मी म्हटले, 'परत यायला निघालास तेव्हा काय म्हणाली ती?'

'पुन्हा मी हाक मारीन तेव्हा लगेच निघून ये, वेळ लावू नकोस!'

'येताना काही खाऊ दिला की नाही तिनं तुला?'

'हो!'

'मलाही द्यायला हवा हं तो!'

'अवश्य!' एवढे बोलून तो हसला.

त्या दिवशी संध्याकाळी त्याने एक पुडी माझ्या हातात ठेवली. पुडी अगदी लहान दिसत होती. मी थट्टेने म्हटले, 'अगदी हिमटा आहेस की रे? हाच का तुझा खाऊ?'

तो म्हणाला, 'हूं.'

'एवढासा खाऊ खाऊन समाधान व्हायला मी काही कुक्कुबाळ नाही! बारावं सरून तेरावं वर्ष लागेल आता मला!'

'तू कितीही मोठी झालीस तरी तुला पुरेल एवढा खाऊ आहे तो!' माझे आश्चर्य

ऊतू जाऊ लागले. मी घाईघाईने ती पुडी उघडली. तिच्यात– हो मीठच होते ते! त्या मिठाचा इतिहास दिलीपने सांगितला तेव्हा मलासुद्धा त्याच्या त्या भेटीची अपूर्वाई वाटली. रामगडला त्याची आई आजारी असल्यामुळे अधिक दिवस राहावे लागले होते त्याला. शिरोड्याच्या आईकडे तो उशिरा पोचला. तो गेला त्याच दिवशी सत्याग्रह बंद झाला होता. त्यामुळे देशासाठी तुरुंगात जायची त्याची इच्छा मनातल्या मनात राहिली. पण लाठ्यांचे घाव अंगावर घेऊन बेशुद्ध होईपर्यंत ज्या सत्याग्रहींनी आपल्या मुठीतले मीठ सोडले नव्हते, ते तिथल्या छावणीत अंथरुणावर पडून होते. दिलीपने त्या मिठातले मीठ मिळविले होते– मी त्या मिठातल्या कणाकणाकडे पाहिले. त्यातला प्रत्येक कण हिऱ्यापेक्षा मौल्यवान होता. ती मिठाची पुडी जपून ठेवण्याविषयी त्या दिवशी त्याने मला सांगितले. ती अजून माझ्यापाशी आहे– ही इथे माझ्यासमोर पडली आहे पण स्वत:ला जपून राहा, असे मी त्याला हजारदा बजावून सांगितले होते, अगदी गळ्याची शपथ घालून विनविले होते–

सुलूच्या गळ्याची शपथ त्या वेळी दिलीप सहसा मोडत नव्हता!

त्याच वर्षाची गोष्ट. महात्माजी तुरुंगात गेले होते. पण त्यांची सत्याग्रहाची चळवळ सगळीकडे पसरत होती. समुद्राला भरती येऊ लागली म्हणजे त्याच्या लाटा कुणाला थोपवून धरता येतील का? लोकांचा उत्साह अगदी तस्सा होता. लहान मुलांनासुद्धा तुरुंगाचे भय वाटेनासे झाले होते. दादा असल्या सभांना मला फारसे जाऊ देत नसत. पण घरी बसूनच 'झेंडा उंचा रहे हमारा', 'जालीम सरकार नही रखना' वगैरे गाणी मला पाठ झाली होती. मी सतार शिकायला दादांच्यापाशी बसले की, कुठल्या तरी जुन्या चिजा वाजवीत बसण्यापेक्षा 'झेंडा उंचा रहे हमारा' हे वाजवावं असं माझ्या मनात येई. पण दादांचं भय वाटे. एकदा दादा नसताना मी ते वाजवीत बसले. सतारीबरोबर माझ्याही अंत:करणाच्या तारा कंपित होऊ लागल्या. शाळा सोडून द्यावी नि देशासाठी तुरुंगात जावे, हिंदभूमीचा झेंडा उंच धरता धरता आपले डोळे मिटावे, असले विचार माझ्या मनात येऊ लागले. सतारीच्या सुरांच्या नि स्वत:च्या भावनांच्या मोहिनीत मी इतकी गुंग होऊन गेले होते की, दिलीप केव्हा खोलीत आला ते मला कळलेसुद्धा नाही. माझे वाजविणे संपले. मी उंच उंच आभाळात फिरत आहे असा भास होत होता मला! एकदम शब्द ऐकू आले, 'शाबास!'

तो दिलीपच होता. मी म्हटले, 'फुकटची शाबासकी नकोय मला.'

'मग काय हवं?'

'बक्षीस!'

'कबूल! काय वाटेल ते माग!'

'वाटेल ते?'

'हो!'

'तू हवास मला!'

आज या वाक्याची आठवण झाली की कशी कालवाकालव होते मनात. अवघी बारा वर्षांची होते मी तेव्हा. दिलीपविषयीच्या माझ्या भावना अगदी साध्या होत्या. तो शिरोड्यात गेला तसा दुसरीकडे कुठे तरी जाईल नि आपल्याला दुरावेल ही गोष्ट राहून राहून माझ्या मनाला टोचत होती. 'तू हवास मला!' हे शब्द झटकन माझ्या तोंडातून निघून गेले याचे कारण हेच होते. माझे हे वाक्य ऐकून दिलीप क्षणभर चमकला. मी लगेच म्हटले, 'आता कशी झाली एका माणसाची!'

तो हसत उत्तरला, 'मी कुठं पळून जातोय की काय? मी तुझाच आहे!'

दैव माणसाशी नेहमीच खो-खो खेळत असते! 'मी कुठं पळून जातोय की काय?' हा प्रश्न दिलीपने मला ज्या दिवशी विचारला, त्याच्या दुसऱ्याच दिवशी संध्याकाळी तो आमचे घर सोडून जायला निघाला. किती तरी वेळ कॉलेजात काय झाले हे सांगायला तो तयार होईना. मी हट्टच धरला, अगदी रडले, तेव्हा त्याने सारी हकीगत सांगितली. मुंबईला पंडित मालवीय का दुसरे कोणी मोठे पुढारी पकडले गेले होते. त्या पुढाऱ्यांची मिरवणूक पोलिसांनी अडविली होती. पावसात तास नि तास भिजत ते वृद्ध देशभक्त उभे राहिले होते.

दिलीपने आणखी पुष्कळ गोष्टी सांगितल्या त्या वेळी, पण त्या नीटशा आठवत नाहीत मला. शेवटी कॉलेजातल्या शेकडो मुलांसमोर त्याने दादांना उलट उत्तर दिले होते. कॉलेजने हरताळ पाळावा म्हणून मुले गिल्ला करीत होती. दादांचे विद्यार्थ्यांवर फार वजन म्हणून प्रिन्सिपॉलनी मुलांची समजूत घालण्याकरिता त्यांना पुढे केले. दादांना पाहताच विद्यार्थी शांत झाले. दादा रागारागाने मुलांना म्हणाले, 'कॉलेज हे सरस्वतीचे मंदिर आहे. हा आठवड्याचा बाजार नाही!'

सारी मुले चूप बसली, पण दिलीपला राहवेना. देशाचे पूज्य पुढारी पकडले गेले असताना त्यांच्याविषयी सहानुभूतीचे शब्दसुद्धा न बोलता दादांसारख्या बुद्धिवान गुरूंनी नुसता पोकळ उपदेश करावा याचा राग आला त्याला. तो एकदम बोलून गेला, 'आठवड्याचा बाजार भरतो, म्हणून सर्व लोकांना जेवायला मिळतं. मंदिरात फक्त पुजाऱ्यांना नैवेद्य मिळतो, बाकीचे लोक उपाशीच राहतात.'

दिलीपचे ते उत्तर ऐकून पोरांनी टाळ्यांचा कडकडाट केला. दादांचे पुढले बोलणे कुणी ऐकून घेतले नाही. ज्यांनी आपल्या आयुष्याचे कल्याण व्हावे म्हणून आपल्याला आश्रय दिला त्यांचाच आपण आज जाहीर रीतीने अपमान केला, याचे दिलीपलाही वाईट वाटत होते. तो मला म्हणाला, 'माझं उत्तर बरोबर होतं, पण दादांच्याऐवजी दुसरा कुणी तरी प्रोफेसर तिथं हवा होता!'

घरातून निघून जायचा विचार त्याच्या डोक्यातून काढून टाकता टाकता माझी पुरेवाट झाली. काही केल्या तो ऐकेना. शेवटी म्हणाले, 'दिलीप, माझ्या गळ्यात ही सोन्याची साखळी आहे ना?'

'हं!'

'ती कुणी तरी हिसकावून घेऊन गेला तर त्याला तू काय म्हणशील?'

'चोर!'

'दिलीप कधी तरी अशी चोरी करील का?'

तो डोळे विस्फारून माझ्याकडे पाहत म्हणाला, 'मी चोरी करतोय?'

'हं!'

'कसली?'

'माझ्या एका दागिन्याची! दुर्मिळ आहे तो अगदी! दाखवू का तो?' मी त्याच्या दोन्ही खांद्यांवर हात ठेवून त्याला हालवीत म्हटलं, 'हा!'

तो हसत सुटला. तो हसला म्हणूनच बेत बदलला.

पुढे चार-पाच दिवस दादा नि दिलीप एकमेकांशी बोलत नव्हते.

मी काळजीत पडले. असला अबोला म्हणजे धुमसणारी आग. ती केव्हा भडकेल याचा काय नेम? मी खूप खूप विचार केला. शेवटी एक युक्ती सुचली मला. मी दादांना सांगितले, –'त्या दिवशी जे झालं त्याबद्दल दिलीपला फार वाईट वाटतंय!' आणि मी दिलीपला म्हणाले, 'त्या दिवशी जे झालं त्यात तुझी काही चूक नाही असं दादाचं मत आहे.'

खोटे बोलून त्या वेळी दिलीपची मी दादांच्या रागातून सुटका केली.

पण आज? रामगडच्या तुरुंगातून त्याची सुटका कशी होणार? त्याच्यासाठी मी खोटे बोलेन– वाटेल ते करीन–

वाटेल ते मी करू शकेन?

आज खोटे बोलण्यापेक्षा खरे बोलण्याची जरुरी आहे. तो धीर मला होईल का? त्या सभेच्या वेळी दिलीप कुठे होता, काय करीत होता, हे तिघांनाच ठाऊक आहे! मला, त्याला नि भगवंतरावांना! पण ते कोर्टात कसे सांगायचे? कुणी सांगायचे? दिलीप तोंडातून ब्र काढणार नाही. भगवंतराव तोंडाला कुलूप घालतील आणि मी?– मी भ्याड आहे, दुर्बल आहे, मी भित्री नसते तर पारध्याच्या तडाख्यातून सुटण्याकरिता धावणाऱ्या हरिणीप्रमाणे इथे पळून कशाला आले असते?

'दिलीप, तुझे ते शब्द अजून आठवतात मला! 'सुलू, तू मोठी होशील तेव्हा तुझे डोळे असेच हरिणीसारखे राहू देत. पण तुझं मन मात्र वाघिणीसारखं होऊ दे.' त्या वेळी या शब्दांचा काहीच अर्थ कळत नव्हता मला. पण आज मात्र– वाघीण

आपल्या पिल्लाला धक्का लावणाऱ्याच्या नरडीचा घोट घेते. आणि मी– मी– नाही रे दिलीप, माझ्या हातून ते होणार नाही. प्रेम करणे म्हणजे फुलाशी खेळणे आहे असे मला वाटत होते. ती फुले रातराणीची नसली तरी गुलाबाची असतील! एखाद्या वेळी गुलाबाचे काटे लागून हातातून रक्त येईल. यापलीकडे माझी कल्पना कधीच गेली नव्हती. आज मला कळतंय! प्रेम करणे म्हणजे विस्तवाशी खेळणे! त्या वेळेला मला हे कळलं नाही. पण इंटरच्या वर्षी दादा काही दिलीपवर खूष नव्हते. मॅट्रिकमध्ये त्याची स्कॉलरशिप अगदी थोड्या मार्कांनी गेली होती. या वेळी खूप अभ्यास करून संस्कृतमध्ये त्याने पहिला नंबर मिळवावा अशी दादांची इच्छा होती. पण त्याचे सारे लक्ष वर्तमानपत्रातल्या बातम्यांकडेच होते. बाहेरून तो शांत होता, मला शिकवीत होता, माझ्याबरोबर फिरायला येत होता, माझी थट्टासुद्धा करीत होता.

त्याच वर्षी मी एकदम उंच दिसू लागले. त्याच्या ते लक्षात आले असावे. तो एके दिवशी मला म्हणाला, 'सुलूताई, तू अशीच उंच होत गेलीस तर पुढे आभाळालासुद्धा हात लागतील तुझे!'

अतिशयोक्तीने माझी थट्टा करण्यात त्याला नेहमी फार आनंद होई. मलाही त्याच्या बोलण्याने गुदगुल्या होत. म्हणूनच मी मुद्दामच म्हटले, 'माझे हात आभाळाला लागले तर फार बरं होईल?'

'का?'

'लहानपणापासून शुक्राच्या चांदणीचं वेड आहे मला. बटमोगऱ्याचं फूल केसांत खोवतात ना? तशी ती चांदणी मी माझ्या वेणीत–' त्याने मला पुढे बोलूच दिले नाही. तो म्हणाला, 'किती आप्पलपोटी आहेस तू! स्वर्गाला हात लागले तरी स्वतःच्या चैनीपलीकडे दुसरं काही सुचतच नाही तुला!'

कल्पनेचे खेळ खेळण्यात मला नेहमी मोठी मौज वाटे. मी म्हटले, 'तुझ्यासाठीसुद्धा एक वस्तू आणीन मी!'

'कुठली?'

'कल्पवृक्ष!'

'आपण नाही बुवा त्या झाडाखाली बसणार!'

'तू नको बसूस. मी त्याच्याखाली बसेन नि म्हणेन–'

'काय?'

'माझ्या दिलीपला राजा कर!'

'मी त्याला म्हणेन–'

'काय?'

'आमच्या सुलूला भिकारीण कर!'

अश्शी संतापले मी त्याच्यावर! पण लगेच तो म्हणाला, 'मी राजा झाल्यावर तुझी माझी मैत्री कशी टिकेल? भिकारीणच भिकाऱ्याची मैत्रीण होते.'

त्याच्या या बोलण्याने माझा राग कुठल्या कुठे पळाला. लगेच गंभीर होऊन दिलीप मला म्हणाला, 'माझे हात स्वर्गाला लागले तर मी तिथून काय आणीन सांग पाहू!'

मी बोलत नाही असे पाहून तो म्हणाला, 'अमृत! नि ते अमृत चौपाटीवर टिळकांचा पुतळा आहे ना? त्याच्यावर नेऊन मी शिंपडणार! म्हणजे तो पुतळा सजीव होईल नि मग महाराष्ट्रात पुन्हा पराक्रमाचं तेज नाचू लागेल!'

अशा विलक्षण कल्पना करण्याचा नादच होता त्याला! त्याची इंटरची परीक्षा जवळ येत चालली. माझा पाचवीचा अभ्यास– पण तो संपविता संपविता नाकी नऊ येत माझ्या! दिलीप मात्र पुष्कळदा आपल्या खोलीत शून्य दृष्टीने पाहत बसे! त्याच्या गणिताच्या वह्यांत आकृतींच्या शेजारी भ-भ-भ– अशी अक्षरे किती तरी ठिकाणी काढलेली दिसायची–! बालबोध, मोडी–

मला त्याचा काहीच उलगडा होईना. मी ती खोडून सु– सु– अशी करीत असे.

पंचवीस मार्च! अजून ती तारीख आली की त्या दिवसाची आठवण होते मला! त्या दिवशी दुपारी आपल्याला जेवायचे नाही म्हणून दिलीपने सांगितले. 'कांद्याची भजी केली आहेत' असे म्हणत मी त्याला ओढून नेऊ लागले. पण तो आला नाही. 'अहा रे भागुबाई! परीक्षेत पहिला नंबर यावा म्हणून उपवाससुद्धा करायला लागलास की!' अशी मी त्याची थट्टासुद्धा केली. पण नेहमीप्रमाणे त्याची कळी उमलली नाही. संध्याकाळी चहासुद्धा घेतला नाही त्याने! अगदी घुमा होऊन तो आपल्या खोलीत बसला होता. त्याच मुद्रेवर आलेली ती उदास अवकळा–

मला राहवेना. त्याची आई फार आजारीबिजारी नसेल ना? मी जवळ जाऊन त्याचा हात हातात घेतला. तापबिप काही आला नव्हता त्याला, त्याच्या आईच्या मृत्यूची बातमी–

मला आईचा मृत्यू आठवला. त्या वेळी दिलीपने मला धीर दिला होता. आज मी त्याला तो द्यायला हवा होता. पण माझ्या जिभेवरचे शब्द जिभेवरच घुटमळू लागले. शेवटी कसेबसे दोन शब्द बोलले मी. 'तुझी आई–'

त्याने माझे वाक्य पुरे केले, 'बरी आहे!'

वडिलांच्याविषयी तो मला कधीच बोलत नसे. ते रामगडला फौजदार आहेत एवढेच त्याने एकदा मला सांगितले होते. तिथल्याच एका बड्या सावकारांना त्याची थोरली बहीण दिली होती. दुसऱ्या दोन बहिणी– त्यांच्यापैकी कुणी तरी फार आजारी असेल. त्याशिवाय– दिलीपने माझा हात घट्ट दाबून धरला नि तो सद्गदित स्वराने म्हणाला, 'सुलू, भगतसिंगाला फाशी दिलं सरकारनं!'

त्याच्या गणिताच्या वहीतले ते 'भ' चे कोडे असे उलगडले. त्याचवेळी एक गोष्ट मला कळून चुकली– दिलीप परीक्षेत काही विशेष चमकणार नाही. तो कसाबसा दुसऱ्या वर्गात आला. मला वाईट वाटले. पण दादा तर त्याला रागाने बोललेसुद्धा, 'आता बी.ए.त तरी पहिला वर्ग मिळव, नाही तर जन्मभर मास्तरकी करीत बसावे लागेल! प्रोफेसरकीची आशासुद्धा करायला नको!'

दादांचा तो उपदेश मला पटत होता. पण दिलीप मात्र एखादे कडू औषध नाईलाजाने घ्यावे तसे दादांचे असले बोलणे मुकाट्याने ऐकू घेई.

ज्युनिअरचे वर्ष म्हणजे खेळाचे– मौजेचे– आनंदी आनंद गडे म्हणून गात सुटायचे. पण दिलीप या वर्षी अतिशय गंभीर झाला. तो माझा अभ्यास घेई, मी सतार वाजवू लागले म्हणजे ती ऐकत बसे. सारे काही पूर्वीसारखे करी. पण नदीचे शुभ्र पाणी डोहांमध्ये काळे दिसू लागते ना? तशी त्याची वृत्ती झाली होती. पूर्वी त्याच्या मनाचा तळ मला स्पष्ट दिसे. या वर्षी मात्र तो माझ्यापासून काही तरी लपवून ठेवतोय असे मला वाटू लागले. झोपेत माणसाची रहस्ये बाहेर पडतात म्हणे! थट्टेचाही तसाच उपयोग होतो. म्हणून मी त्याला एकदा म्हटले, 'अलीकडे तू इतका गंभीर का झालास सांगू?'

'हं!'

'तुझं लग्न ठरलंय!'

'बरोबर ओळखलंस! अगदी मनकवडी आहेस तू सुलू!' तो हसत म्हणाला.

'म्हणजे काय! तू ज्योतिषाचा धंदा केलास तर तुला हजारो रुपये मिळतील, अचूक सांगितलंस तू माझं भविष्य! यंदा माझं लग्न होणार आहे.'

बागेत चालता चालता एकदम पायात काटा मोडावा ना, तसे त्याचे ते शेवटचे वाक्य वाटले मला. जणू काही दिलीपवर माझा हक्क होता आणि तो लाथाडून–

मनातला गोंधळ लपविण्याकरिता मी त्याला म्हटले, 'मुलगी तुला पसंत नाही वाटतं?'

तो उद्‌गारला, 'छे! मला सारं काही पसंत आहे, पण आता चातुर्मास आहे ना? त्यामुळं मुहूर्तच नाही मिळत!'

त्या दिवशी रात्री हे सारे थट्टेचे बोलणे आहे म्हणून त्याने माझे समाधान केले नसते तर-

पण ही थट्टा अगदी साधी नव्हती हे मला पुढे सात-आठ महिन्यांनी कळले. ज्युनिअरचे वर्ष संपवून तो घरी गेला. नंतर महिन्याने त्याचे दुसऱ्याच एका गावचे पत्र आले मला. त्यात पेन्सिलीने घाईघाईने एवढाच मजकूर लिहिला होता– 'मी आईच्या घरी जात आहे. वर्षभर परत येणार नाही. ती. दादांना नमस्कार!'

आईचे घर!

दिलीपचा सारा शब्दकोशच निराळा होता. त्याचे आईचे घर म्हणजे तुरुंग! कुठे तरी सत्याग्रह करून तो तुरुंगात–

मी दररोज डोळ्यांत तेल घालून वर्तमानपत्रे चाळू लागले. दोन-तीन दिवसांतच त्याचे नाव दिसले मला– दिनकर सरदेसाई. एक वर्षाची सक्तमजुरीची शिक्षा.

कल्पनेइतके माणसाचे वैर कुणीच साधत नसेल. माझ्या डोळ्यांपुढे दिलीप दिसू लागला. गाडी ओढीत असलेला, डोक्यावरल्या पाटीतल्या ओझ्याने वाकलेला, रस्ते झाडीत असलेला– अशा वेळी माझ्या डोळ्यांत पाणी उभे राही. पण त्या पाण्यानेसुद्धा ही चित्रे वाहून जात नसत. दादांना ही बातमी कळली तेव्हा एक सुस्कारा सोडून ते म्हणाले, 'राजकारण हा थोरांचा खेळ होतो; पण त्यात पोरांचा जीव जातो!'

माझे मॅट्रिकचे वर्ष होते ते. अभ्यास सपाटून करायचा होता. त्यामुळे दिलीपची मला एकसारखी आठवण होत नसे. पण एखादे वेळी ती झाली म्हणजे मग अगदी बेचैन होई. मग तो ज्या खुर्चीवर बसत असे ती पुढे ठेवून तिच्याकडे मी घटका घटका बघत असे. त्याच्याविषयीच्या गोड गोड आठवणींची मनात दाटी होई. जणू काही मधाचे पोळेच!

पण पोळ्याला कुणी हात लावला तर मधमाश्या चवताळून चावायला उठतात ना! एकांतात त्याची कुठलीही आठवण मी मनात घोळवू लागले की माझे मन डंखाने व्याकुळ झाल्यासारखे होई. त्याच्याविषयीच्या या वेडाचे माझे मलाच नवल वाटे. दादांची माझ्यावर किती किती माया होती. पण त्यांची मला पूर्वीइतकी ओढ वाटत नसे! अंथरुणातून उठताना हातातली काकणे वाजली की मला वाटे– दिलीपच्या पायांतल्या बेड्यांचा आवाज कसा होत असेल! तोही आता उठून–

तुरुंगात त्याला चहा कोण देणार? इथे मी मात्र या थंडीच्या दिवसांत गरम गरम चहा पिऊन सुखी होणार नि तिकडे दिलीप कुडकुडत–

चहाच्या पेल्यातून निघणाऱ्या वाफा पाहत मी तशीच बसे. मग दादा म्हणत, 'सुलूताई, परीक्षेची इतकी धास्ती घेणं बरं नव्हे हं! मुलीच्या आयुष्यात खरी परीक्षा एकच असते– लग्न! बाकीच्या साऱ्या परीक्षा लुटुपुटीच्या!'

चहा पीत पीत मी दादांना म्हणे, 'हे काय हो दादा? मला नाही लग्न करायचं! मी संस्कृत घेऊन एम.ए. होणार, अगदी पहिल्या वर्गात येणार नि मग तुमच्या कॉलेजात–'

अशा वेळी दादांनी पाठीवर थाप मारली म्हणजे मलाही मूठभर मासं चढे, दिलीपचा हां हां म्हणता विसर पडे आणि मी भराभर चहा पिऊन उत्साहाने अभ्यासाला लागे. अभ्यास करता करता माझी गाडी कधी कधी मध्येच थांबे.

शंकरशेट स्कॉलरशिप मिळवण्याकरिता माझी धडपड होती. ती मला हटकून मिळणार अशी दादांची खात्री होती. पण मला मात्र राहून राहून शंका येई– दिलीप इतका हुषार! त्यालासुद्धा ती मिळाली नव्हती. मग मला जवळजवळ पाठ झालेली संस्कृत पुस्तकेसुद्धा मी पुन्हा हातात घेई– अगदी पीठ करायचे अशा निश्चयाने मी अभ्यासाला लागे.

एकदा अशीच मेघदूत वाचीत बसले होते मी! बाहेर कसे पिठासारखे चांदणे पडले होते. पांढरे शुभ्र ढग आकाशातून हळूहळू जात होते. मला एकदम दिलीपची आठवण झाली! तुरुंगातल्या त्याच्या कोठडीला एखादी लहानशी खिडकी असेल, त्या खिडकीपाशी माझी आठवण करीत तो या वेळी उभा असेल, त्याला माझा निरोप कुणी नेऊन पोचवील का? या वायुलहरी– हे चांदणे– हे पांढरे ढग– तो तारा– छे!

निराशेने मी मेघदूत फेकून दिले नि उशीत तोंड खुपसून ओक्साबोक्शी रडू लागले. मी मनात म्हणत होते, 'काव्य हा मुलामा आहे नुसता. आपलं दुःख लपवून ठेवण्याकरिता मनुष्य त्याचा आश्रय करतो. सारे कवी लबाड आहेत, फसवे आहेत, जगाची दिशाभूल करणारे दुष्ट लोक आहेत!'

उत्तररामचरित वाचतानाही 'मा निषाद प्रतिष्ठा त्वमगमः शाश्वती समाः!' या श्लोकावर मी अशीच अडखळले. माझ्या मनात आले– क्रौंचपक्ष्याच्या त्या जोडप्याप्रमाणे मी नि दिलीप होतो. तीन वर्षे आम्ही किती किती आनंदात काढली! त्या जोडप्यातल्या एका पक्ष्याला मारणाऱ्या पारध्याला वाल्मीकीने शाप दिला. पण दिलीपला माझ्यापासून दूर नेणाऱ्या दैवाला कोण शाप देणार? छे! दिलीपला दैवाने माझ्यापासून दूर नेले नाही. तो आपणहून गेला. माझी मायाच नाही त्याला. आपण तुरुंगात गेल्यावर सुलूला किती वाईट वाटेल याचा त्याने क्षणभर विचार केला असता तर– दिलीप, तुझी ती शिक्षा वर्षाचीच होती. पुन्हा तू माझ्या दृष्टीला तरी पडलास. पण आताच तुझा हा तुरुंगवास–

लहानपणी इतिहास वाचताना रजपूत लोकांमधली जोहाराची चाल मला वेडगळपणाची वाटे, सतीची चाल रानटी वाटे. पण आज– आज वाटे– ते वेड नव्हते. तो रानटीपणा नव्हता. प्रेमाने शिकविलेले शहाणपण होते ते!

माझी मॅट्रिकची परीक्षा संपली त्याच दिवशी दिलीपचे एक कार्ड आले. 'आईचा निरोप घेऊन परत आलो आहे. सवडीने तुला भेटेन!'

सवडीने?

तुरुंगात सुटल्याबरोबर माझ्याकडे धावत यायचे सोडून– मी खूप खूप रागावले त्याच्यावर! मनात म्हटलेसुद्धा– तुरुंगातून सुटल्याबरोबर अगदी गव्हर्नरच झाला

असेल हा! म्हणे सवडीने भेटेन तुला!

मॅट्रिकचा निकाल लागला. मला दुसरी शंकरशेट स्कॉलरशिप मिळाली. माझ्या दोन-तीन मैत्रिणींनी संध्याकाळी चहापार्टीचा बेत केला. दिवसभर मी नुसती वाऱ्यावर नाचत होते. संध्याकाळी चहापार्टीला जाण्याकरिता मी आरशासमोर उभी राहून वेषभूषा करू लागले. कुठले पातळ नेसू असे मला झाले होते. दिलीपला हिरवा रंग आवडत असे. मला मात्र अस्मानी रंगाचीच अधिक आवड होती. मी जरीचे अस्मानी पातळ ट्रंकेतून काढले नि त्याच्या निऱ्या करू लागले. वेणीच्या दोन्ही बाजूंची फुले आरशात कशी लाजून पाहत होती– जणू काही दाराआडून डोकावून बघणारी चिमुकली मुलेच. त्यातले एक फूल एकदम दिसेनासे झाले. तिथे एक खादीची पांढरी टोपी उत्पन्न झाली.

मी दचकून मागे पाहिले. दिलीप दारात उभा होता. 'आत यायला परवानगी आहे का?' त्याने विचारले.

'हा काही तुरुंग नाही!' मी जरा घुश्श्यातच उत्तर दिले.

किती वाळला होता तो! नि काळवंडला होता. मात्र त्याच्या डोळ्यांत एक नवेच तेज चमकत होते. रात्री घरभर अंधार असला तरी देवघरातला नंदादीप कसा शांतपणाने प्रकाशत असतो. तशी वाटली त्याची दृष्टी मला! माझ्या हातात पेढे देत तो म्हणाला, 'सुलू, माझ्यासारख्या गरिबाला तू पेढ्यांच्या खर्चात घालशील अशी कल्पना नव्हती मला!'

माझ्या पेढ्यांतले दोन त्याच्या हातावर ठेवीत मी म्हटले,

'हे माझे पेढे!'

'कशाबद्दल!'

'तू तुरुंगातून सुटल्याबद्दल! मला एक मोठं भय वाटत होतं–'

'कसलं?'

'तू तुरुंगातच काही तरी करीत राहशील नि अरबी गोष्टीत एका गोष्टीतून दुसरी गोष्ट निघते तशी एका शिक्षेतून तुझी दुसरी शिक्षा उत्पन्न होत जाईल!'

तो हसून म्हणाला, 'तसं झालं असतं! पण–'

'पण काय?'

'मला बाहेरची ओढ होती! एक आईची नि दुसरी–'

'दुसरी कोणाची?'

त्याने आरशातल्या माझ्या प्रतिबिंबाकडे नुसते बोट दाखविले. माझ्या रोमारोमांत सतारीची एक मधुर गत नाचू लागली. मी अस्मानी पातळ परत ट्रंकेत ठेवले नि हसत हिरवे बाहेर काढले. दिलीप पलीकडच्या खोलीत दादांना भेटायला गेला. माझे हिरवे पातळ नेसून होते ना होते तोच तो परत आला, पण दारात थबकला! तो

गंभीरपणाने म्हणाला, 'खोली चुकलो की काय मी!'

'म्हणजे?'

'मघाशी या खोलीत माझी मैत्रीण होती.'

'नि आता?'

'आता एक अप्सरा उभी असलेली दिसतेय!'

या वाक्याचा शब्द नि शब्द मला किती तरी वेळ गुदगुल्या करीत होता. मी चहापार्टीला गेले. पण माझे लक्ष मैत्रिणींच्या बोलण्यापेक्षा दिलीपच्या त्या गोड गोड शब्दांकडेच होते. अप्सरा! एकच शब्द! पण त्या शब्दात त्रिभुवनातले सौंदर्य साठले होते. दिलीपच्या हृदयातली प्रीती अवतरली होती.

चहा घेताना मी काहीच बोलले नाही. ते पाहून एक म्हणाली, 'इतकं काही फुगून जायला नको हं सुलोचनाबाई! अहो, जगन्नाथ शंकरशेट स्कॉलर, म्हटलं विद्या विनयेन शोभते!' दुसरी उद्गारली, 'अग, ती बोलणार कशी? पाण्याबाहेर काढलेल्या मासळीसारखी तिची स्थिती झाली आहे. केव्हा एकदा घरी जाते नि पुस्तकात डोकं खुपसते असं झालंय तिला!' तिसरीने मल्लीनाथी केली, 'अग, दुपारीच एफ.वाय. ची पुस्तक वाचायला लागली आहे ती!' चौथी सर कोसळली, 'संभाळ ह सुलू! फार हुषार बायकांना नवरे मिळत नाहीत म्हणे हल्ली!'

या शेवटच्या वाक्याने ती सारी खोली हास्यकल्लोळात बुडून गेली. मीही त्या हसण्यात सामील झाले. मी हसत होते त्यांच्या अज्ञानाला. दिलीपच्या त्या एका शब्दाने मला वेड लावले होते, नि या पोरींची भलतीच समजूत झाली होती. त्यांच्यापैकी एकीने नुसती माझ्या हृदयाची धडधड ऐकली असती तरी–

छे! हृदयातली रहस्ये अशी का कळत असतात? गुप्त धनाचा सुगावा पायाळूलाच लागतो म्हणतात. अंत:करणातले गोड गुपितही तसेच एखाद्याला–

नाही. दिलीपलासुद्धा ते कधीच कळले नाही.

त्याचे शिक्षण अर्धवटच राहिले होते. त्याने निदान बी.ए. व्हावे असे दादांचे म्हणणे पडले; त्यालाही ते पटले. निदान एक वर्षभर तरी दिलीप आमच्या इथे राहणार, कुण्णी कुण्णी त्याला माझ्यापासून हिरावून नेणार नाही म्हणून माझे मन हरखून गेले.

पण लवकरच एक गोष्ट माझ्या लक्षात आली– दिलीप आता पूर्वीसारखा राहिला नव्हता. गांधींविषयी तो पूर्वीइतका भक्तीने बोलत नसे, उलट त्याच्या टेबलावर नवी नवी जाडी इंग्रजी पुस्तके मात्र अधिक अधिक दिसू लागली. लेनिनचे चरित्र, ट्रॉटस्कीचे आत्मचरित्र, गॉर्कीच्या कादंबऱ्या, आणखी किती तरी– मला आता ती रशियन नावे आठवत नाहीत, पण कोयता नि हातोडा वर असलेली किती तरी पुस्तके त्याच्या टेबलावर येत होती नि जात होती. मी ती नुसती उलटीसुलटी

करून पाहत असे. पण त्यातले ते Dialectical materialism! तसली चार-चार वाक्ये वाचली की डोंगर चढल्यासारखे वाटे– मला!

मी अभ्यासात गुंग होऊन गेले!

त्या वर्षातली एक गोष्ट मात्र मला आठवते. तो वादविवाद– विद्यार्थ्यांनी राजकारणात भाग घ्यावा की नाही? कदाचित सेक्रेटरीच्या कारवाईमुळे असेल, कदाचित योगायोगामुळेच असेल. पण दिलीपच्या विरुद्ध बाजूचे वादविवादात माझे नाव घातले गेले. मोठी टोलेजंग सभा झाली ती!

राजकारणापासून अलिप्त राहणारे विद्यार्थी म्हणजे शेणामेणाची बाहुली, पुस्तकी पांडित्य करणारे पोपट असे दिलीप बोलून गेला. शब्दांची कसरत करून मी म्हटले– राजकारणात पडणारे विद्यार्थी म्हणजे कळसूत्री बाहुली; कुठल्या तरी पक्षासाठी कावकाव करणारे कावळे!

पोरांनी माझ्या बोलण्याला टाळ्या वाजवून उत्तेजन दिले. त्या धुंदीत मी तोंडाला येईल ते बोलून गेले.

घरी आल्यावर रात्री दिलीपशी बोलायचे मात्र मला भय वाटू लागले. तो वाचत बसला होता. त्याच्याजवळ जाऊन मी उभी राहिले. पण त्याने वर मान करूनसुद्धा पाहिले नाही.

मला राहवेना. मी म्हटले, 'दिलीप, माझा राग आलाय तुला! होय ना?' त्याने नकारार्थी मान हलविली.

'मग?'

'फार वाईट वाटतंय मला!'

'कशाबद्दल?'

'जिला मी वीज समजत होतो ती चांदणी ठरली म्हणून!'

जूनमध्ये दिलीप बी.ए. झाला पण तो तिसऱ्या वर्गात आला! मी मात्र एफ.वाय.ला पहिला वर्ग पटकावला होता, माझ्या बुद्धीचा एक प्रकारचा अभिमान वाटू लागला होता मला!

दिलीपने दादांची मोठीच निराशा केली होती. तो आता रामगडला हायस्कूलात मास्तर होणार हे जेव्हा मी त्यांना सांगितले तेव्हा ते निराशेने उद्गारले,

'दुसरं काय करणार तो आता?'

दिलीप रामगडला रात्रीच्या गाडीने जाणार होता. संध्याकाळी आम्ही दोघे फिरायला गेलो. टेकडीवर जायच्याऐवजी खालीच बागेत बसू या, असे मी म्हटले. पण ते त्याने ऐकले नाही. आम्ही दोघे खूप उंचावर जाऊन बसलो. तिथला तो मोठा खडक, दिलीपमुळेच तो मला आवडू लागला होता.

त्या खडकावर बसल्यावर दिलीप म्हणाला, 'टेकडीवरल्या प्रचंड दगडात

मनाला जी स्फूर्ती मिळते, ती काही बागेतल्या चिमुकल्या फुलांत असत नाही!'

मला हसू आले. त्याची थट्टा करणार होते. पण–

आता पुन्हा काही तो आमच्या घरी राहायला येणार नव्हता. त्या दृष्टीने त्याला माझ्याइतकेच वाईट वाटायला हवे होते. पण आपला कायमचा वियोग होणार म्हणून त्याने दुःखाचा एक उद्‌गार काढला नाही की एक सुस्कारा सोडला नाही. गतवर्षी त्याने 'अप्सरा' म्हणून माझे कौतुक केले होते. तसे काही तरी आज तो बोलेल अशीही एक वेडी आशा माझ्या मनात घुटमळत होती. पण–

रात्री टांग्यात बसेपर्यंत तो अगदी निर्विकार होता. टांगा चालू लागायच्या आधी मात्र तो सद्‌गदित स्वराने म्हणाला, 'येतो हं सुलू!' लगेच त्याने तोंड फिरविले.

मी विचारले, 'काय झालं रे?'

तो हसत उद्‌गारला, 'दोन मोत्ये हरवली.'

टांग्याचा खाडखाड आवाज ऐकू येईपर्यंत मी त्याच जागी उभी होते. मग माझ्या मनात आले– देव्हाऱ्यात गंगेचे पाणी ठेवतात ना? दिलीपचे ते अश्रू मला तसे जपून ठेवता आले असते तर किती बरे झाले असते!

रामगडला गेल्यावर त्याचे एकत्र पत्र मला आले–

'शाळेत नोकरी लागली. पगार दरमहा पंचवीस रुपये! चैन आहे की नाही आमची सुलूताई? ही नोकरीसुद्धा बाबा फौजदार आहेत म्हणून त्यांच्या वशिल्याने मिळाली. आता मी सरदेसाई मास्तर झालो आहे. समोर कुत्र्या-मांजरांच्या पायांनी भरलेला एक्झरसाईज बुकांचा गठ्ठा पडलेला आहे. तुला खूप मोठं पत्र लिहायचं मनात होतं. पण काय करू! चौथीच्या वर्गात नल-दमयंती आख्यान सुरू आहे. नलाचे रूप धारण करून आलेल्या पाच देवांची नावे पाठ केली पाहिजेत. नाही तर उद्या पोरं रेवडी उडवितील. तिसरीत दक्षिण अमेरिकेचा भूगोल चालला आहे. या प्रवासातून सुखरूप परत आल्यावर तुला कळवीनच. ती. दादांना नमस्कार.

तुझा,
दिलीप

या पत्राचे त्याला किती लांब लांब उत्तर पाठवले. पण स्वारीने मौनव्रतच धारण केले. पहिले काही दिवस मी त्याच्या पत्राची उत्कंठेने वाट पाहिली. पुढे इंटरच्या अभ्यासाच्या धांदलीत, भोवतालच्या मैत्रिणींच्या थट्टामस्करीत नि वाऱ्यावर तरंगणाऱ्या म्हाताऱ्यांप्रमाणे कॉलेजातल्या वातावरणात पसरणाऱ्या प्रणयकथांत दिलीपचा विसर पडला.

विजांचा कडकडाट सुरू झाला की मला त्याची हटकून आठवण होई. मी वीज

व्हावे अशी त्याची इच्छा होती.

मी वीज व्हावे म्हणजे जगात चमकावे हेच ना? मॅट्रिकच्या परीक्षेपासून मी तेच करीत आले होते. नाही का? मग दिलीपने मला चांदणी का म्हणावे?

एकदा आरशासमोर उभी राहून मी ते हिरवे पातळ नेसत होते. मला वाटले– मागे दिलीप अचानक आला होता! तसे त्याने एकदम यावे नि म्हणावे, 'खोली चुकलो वाटतं मी ! मघाशी या खोलीत माझी मैत्रीण होती, नि आता पाहतो तो एक अप्सरा उभी आहे!'

पण निर्जीव वस्तूंच्या अंगात इतके आकर्षण कुठे आहे!

दिलीप पुन्हा कधीच आला नाही. दिवाळी झाल्यावर त्याच्याकडून भेट म्हणून एक पुस्तक आले. खांडेकरांची नवी कादंबरी होती ती– 'उल्का'.

मी कादंबरी पोचल्याचे त्याला कळविले तरीही त्याने आपले मौन सोडले नाही. तो आपल्या कुटुंबात आणि शाळेत रमून गेला असेल अशी माझी खात्री झाली. मार्गशीर्ष सुरू झाल्यावर दादांच्या नावाने मधून मधून लग्नपत्रिका येत; त्या चाळताना तर मला थोडी धुकधुकच वाटे. काय नेम सांगायचा? 'चि. दिनकरपंत यांचा शरीरसंबंध' असले छापील शब्द चटकन एखाद्या पत्रिकेतून बाहेर पडायचे! अशा वेळी मी माझ्या मनाची समजूत घालण्यासाठी म्हणे– दिलीपचा नि माझा काय संबंध आहे आता? तो मला आवडत होता. गेल्या पाच वर्षांत तोच माझा जिवाभावाचा मित्र होता. पण आता काय त्याचे?

तो एक साधा मास्तर होऊन बसलाय. मी बी.ए. ला पहिल्या वर्गात येईन; एम. ए. लाही पहिल्या वर्गात झळकेन. माझं पुढलं आयुष्य–

त्या आयुष्यात दिलीपला जागा नाही. राजवाडा बांधतात तो राजासाठी, रस्त्यावरल्या भिकाऱ्यासाठी नाही.

तुला मी सामान्य समजले. छे! तू तुरुंगात असलास तरी तू राजा आहेस!

पण मी किती दुर्दैवी!

मी मात्र राजाची राणी होऊ शकले नाही.

इंटरची परीक्षा झाली. मी कादंबऱ्या वाचीत वेळ घालवू लागले. रामगडला एकदम जाऊन दिलीपला चकित करायचा बेत केव्हा केव्हा माझ्या मनात येई.

पण–

मला रामगडला जावेच लागले नाही.

एके दिवशी संध्याकाळी दिलीप एकदम प्रादुर्भूत झाला.

त्याची प्रकृती काही विशेष चांगली दिसली नाही. मात्र त्याच्या डोळ्यांतले तेज अधिकच चमकदार झाले होते–

चहा झाल्यावर तो हसत म्हणाला, 'मी कशाला आलोय सांग पाहू!'
'लग्नाचं आमंत्रण द्यायला!'
'कसं बरोबर ओळखलंस! पण तुला काही या लग्नाला येता येणार नाही!'
'का? चांगली दोन महिने सुट्टी आहे मला!'
'पण अस्मादिकांचं लग्न कुठं आहे हे ठाऊक आहे का?'
'कुठं?'
'उत्तर हिंदुस्थानात!'
'बरं बाई! आम्ही दिलेला अहेर तरी घेशील की नाही?'
'अवश्य! पण काय पाठवायचं ते आधीच सांगतो. एक कफनी–'
'कफनी?' मी जवळ जवळ ओरडलीच असावी.
'हो! बैरागी होणार आहे मी!'

तो हे सारे थट्टेने बोलत असावा असे प्रथम मला वाटले. पण ती थट्टा नव्हती. रामगडला गव्हर्नरची गाडी उलथून टाकण्याचा एक निष्फळ प्रयत्न नुकताच झाला होता म्हणे! त्यात काही शाळेतली मुले सापडली. त्या मुलांचा अनन्वित छळ सुरू झाला. त्यांच्यापैकी एकदोघांनी सरदेसाई मास्तरांचे नाव घेतले. दिलीपचे वडील फौजदार होते. हे प्रकरण चिघळून आपला मुलगा तुरुंगात जाणार, प्रसंगी आपल्याही नोकरीवर गदा येणार हे त्यांनी ओळखले. दिलीपच्या आईने त्याला गळ घातली. काही संबंध नसताना उगीच तुरुंगात जाणे त्यालाही कसेसेच वाटत होते. तीन-चार वर्षे दूर कुठे तरी काढायचा बेत करून तो बाहेर पडला होता.

त्या दिवशी रात्री जेवणे झाल्यावर मी त्याला जुन्या कविता म्हणायला सांगितल्या. 'फुलराणी', 'कुणी कोडे माझे उकलिल का?' किती तरी त्याच्या आवडत्या कवितांची नावे घेतली मी! मी त्याने एकसुद्धा कविता म्हटली नाही. मी रागावले असे पाहून तो म्हणाला, 'सुलू, मी अगदी अस्वस्थ आहे आज! मी पुन्हा तुला भेटेन तेव्हा हव्या तेवढ्या कविता म्हणून दाखवीन. अगदी नव्या! मग तर झाले?'

त्या रात्री मी एकसारखी अंथरुणावर तळमळत होते. माझ्या मनात विचारांचे विलक्षण वादळ सुरू झाले होते. एकदा वाटे– दिलीपला म्हणावे, मीही तुझ्याबरोबर येते. लगेच मनात येई– त्याच्यासारख्या भटक्याबरोबर आपला निभाव लागेल का? प्रीती मला पुढे ढकलीत होती; सुख मला मागे ओढीत होते.

एखाद्या पेल्यात निम्मे अमृत नि निम्मे विष मिसळून ठेवलेले असावे. दिलीप तस्सा वाटत होता मला!

पण विषाचं भय वाटलं म्हणून अमृताचा मोह कुणाला सुटला आहे का? दिलीप पुन्हा कदाचित आपल्या दृष्टीलासुद्धा पडणार नाही या कल्पनेने मी अगदी व्याकुळ होऊन गेले.

मी हळूच उठले. दिवा न लावता पाहुण्यांच्या खोलीत गेले. उन्हाळ्यामुळे दिलीपने आपली खाट खिडकीजवळ ओढून घेतली होती. चांदण्यात त्याची मुद्रा किती सुंदर दिसत होती!

एखाद्या भक्ताने देवाच्या मूर्तीकडे पाहत राहावे तशी मी किती तरी वेळ उभी होते. दर क्षणाला मी परत जाण्याचा प्रयत्न करीत होते. पण माझे पाय तिथेच खिळले होते. चुंबकाच्या कक्षेत आलेले लोखंड मनात आले म्हणून परत जाऊ शकते का?

किती वेळ मी तशी उभी होते कुणाला ठाऊक! माझ्या शरीरात वीज नाचत होती, माझ्या डोळ्यांतून पाऊस पडत होता. एका नव्या कल्पनेची धुंदी माझ्या मनात चढत होती.

दिलीप आपल्याला सोडून जाणार– दूर दूर जाणार– तो किती वर्षांनी परत येणार ते देवाला ठाऊक–

जन्मभर जपून ठेवता येईल अशी आपल्यापाशी त्याची काही तरी वस्तू असायला हवी! जिचे स्मरण होताच आपण अमृतधारांतच नहात आहोत असा भास होईल अशी दिलीपची एखादी आठवण–

त्याचे शब्द छे! शब्दांच्या आठवणीचे बुद्धीला बरे वाटते. पण जीव काही धुंद होऊन जात नाही.

त्याचा स्पर्श? साध्या स्पर्शात मनुष्य आपले अंतःकरण ओतू शकत नाही.

त्याचे चुंबन?

त्या कल्पनेने माझ्या अंगावर काटा उभा राहिला. तो भीतीचा होता तसा आनंदाचाही होता! संक्रांतीच्या हलव्यावरला काटा असतो ना? थोडा बोचणारा पण किती नाजुक, किती गोड!

मी दिलीपचे चुंबन घेणे हे पाप होते? हा प्रश्नच त्या वेळी मला सुचला नाही. चांदण्याशिवाय दुसरे कुणी पाहत नव्हते. दिलीपवाचून दुसरे काही मला दिसत नव्हते.

मी वाकले–

एकदम माझ्या मनात आले– मी कितीही हळुवारपणे त्याच्या ओठाला ओठ लावले तरी त्या स्पर्शाने दिलीप जागा होणार नाही का?

त्याला माझे हे साहस आवडेल का? तो सुलूला काय म्हणेल? आचरट– चावट–

त्याला न आवडायला काय झाले? 'कोण आहे?' म्हणून त्याने विचारले तर आपण उत्तर देऊ, 'तुझी अप्सरा!'

एकीकडे मी मनाची तयारी करीत होते. पण दुसरीकडे माझे कापणारे हात

डोक्यातल्या आकड्यांशी खेळत होते. त्यातला एक आकडा एकदम खाली पडला. त्या आकड्याचा आवाज झाला. किती बारीक होता तो! पण–

मी एकदम दचकून मागे झाले.

तेवढ्या आवाजाने दिलीपने डोळे उघडले हे पाहून मात्र मला आश्चर्य वाटले. मी दूर असल्यामुळे त्याला फक्त एक अंधुक आकृती दिसली असावी. तो अंथरुणावरून न उठताच म्हणाला,

'कोण आहे? पोलीस?'

मी स्वर बदलून म्हटले, 'हं!'

तो उठत म्हणाला, 'चला, माझी तयारी आहे!'

मी पुढे होऊन म्हटले, 'माझीही तयारी आहे!'

'कसली?' त्याने चकित होऊन प्रश्न केला.

'तुझ्याबरोबर येण्याची!'

ते शब्द माझ्या तोंडून कसे निघून गेले याचे मला अजूनही आश्चर्य वाटते. दिवसा लपवून ठेवलेले नक्षत्रांचे भांडार उघडे करायचा रात्रीच आकाशाला धीर होतो. माणसाचेही तसेच होते का? जगाला फसविण्यासाठी, व्यवहाराशी जुळवून घेण्यासाठी ज्या भावना अगदी मनातल्या मनात आपण दडवून ठेवतो त्या मध्यरात्री उचंबळून बाहेर येत असाव्यात! वनवासात दिवसभर एकमेकांच्या सहवासात असूनसुद्धा राम नि सीता रात्रभर गोष्टी करीत असत, याचे दुसरे कारण काय असणार?

दिलीप आणि मी त्या रात्री पहाटेपर्यंत असेच बोलत बसलो. त्याच्या रामगडच्या गंमतीत मी रंगून गेले. त्याने रशियात क्रांतीनंतर झालेल्या सुधारणेचे वर्णन केले तेव्हा त्याच्याशी मी तद्रूप झाले. नेहमी आजारी असलेल्या आईला आपल्याला सोडून जावे लागत आहे म्हणून तो गहिवरला तेव्हा माझ्या तोंडूनही दुःखाचा उद्गार बाहेर पडला. बोलता बोलता त्याने मला विचारले, ' 'उल्का' वाचलीस का?'

'हो!'

'कशी वाटली तुला?'

'थोडी दुबळी आहे, नाही? आजच्या मुली तिच्यापेक्षा–'

पुढचा शब्द मी शोधत होते, इतक्यात घड्याळात साडेपाचचा ठोका पडला. दादांची उठायची वेळ झाली होती. मी झटकन चहा करायला निघून गेले.

स्वतःचे दोष स्वतःला दिसू नयेत असा मनुष्याला शापच आहे काय?

माझ्या मनाने उल्का दुबळी होती. आणि मी?

सकाळी रात्रीचे माझे वागणे मलाच विचित्र वाटू लागले. मला शंका येऊ लागली– मी खरोखरीच दिलीपच्या खोलीत गेले होते, ते सारे स्वप्नच होते? त्याचे ओझरते का होईना चुंबन घेण्याकरिता मी वाकले होते? छे! प्रोफेसर दादासाहेब

दातारांची मुलगी– इंटरमधली स्कॉलर– सतरा वर्षांची सुलोचना असे काही वेड्यासारखे करील?

अं हं! तो सारा भास असला पाहिजे.

दिलीप मुंबईला निघून गेला. एखादी गोड लकेर कानांवर पडावी नि लगेच हवेत विरून जावी असे झाले मला. त्या लकेरीचे सूर आठवावे, ती पुन्हा पुन्हा गुणगुणण्याची इच्छा व्हावी– सारा दिवस मला दिलीपची तशी आठवण होत होती.

लवकरच माझ्या मनाचा हा अस्वस्थपणा नाहीसा झाला.

मी इंटरला पहिल्या वर्गात आले. साऱ्या कॉलेजात माझा जयजयकार झाला. दादांना अस्मान ठेंगणे झाले.

सारे ज्युनिअरचे वर्ष मी विमानातच होते. कॉलेजात माझे सारखे कौतुक होत होते, मोठेमोठे स्कॉलर मला वचकून होते, माझी मैत्रीण होण्यात प्रत्येक मुलीला भूषण वाटत होते. वनभोजने, सिनेमा, संमेलने– किती आनंदात ते वर्ष गेले!

त्याच्या पुढच्या वर्षी माझ्यावर अभ्यासाचा ताण पडला खरा! पण माझ्या प्रकृतीवर त्याचा काहीच परिणाम झाला नाही. उलट मी अधिकच सुंदर दिसू लागले होते. माझ्या मैत्रिणी नेहमी म्हणत, 'देव देऊ लागला म्हणजे हजार हातांनी देतो. या सुलूचं पाहा. नुसती बुद्धी देऊनच देव थांबला नाही! हे पाहा सुलू, आता आरशापुढे उभी राहत जाऊ नकोस हं!'

मी विचारी, 'का?'

'अग, त्या आरशाचीच तुला दृष्ट लागायची!'

बी.ए.लाही मी पहिला वर्ग मिळविला. मी कॉलेजात फेलो झाले. किती लवकर ही दोन वर्षे गेली! ती गेलीच नाहीत असे मला वाटले असते. पण दादांच्याकडे पाहिले म्हणजे मात्र– ते म्हातारे दिसू लागले होते. त्यांची प्रकृतीही बरी राहत नव्हती.

या दोन वर्षांत मला दिलीपची पुसट पुसट आठवण होत असे. पण भोवतालच्या विद्युद्दीपाच्या लखलखाटात कोपऱ्यातले निरांजन नजरेत भरत नाही, तसे त्याच्याविषयी होई. अभ्यासाची काळजी, कीर्तीची ईर्षा, मैत्रिणींची स्तुती, दादांची शाबासकी– मी माझ्यामध्येच गुंग होऊन गेले होते. माझ्या आयुष्यात जिकडे तिकडे हिरवळ पसरली होती. फुले उमलली होती, कारंजी नाचत होती.

फेलो झाल्यावर मात्र हा उन्माद ओसरू लागला. मनात येऊ लागले– आज बी.ए. झाले तशी मी उद्या एम.ए.ही होईन. पुढे काय? हिरवळ कितीही सुंदर असली तरी ती खाचखळगे लपवून ठेवते. सध्याचे शिक्षणही तसेच आहे. आयुष्यातील लपंडाव खेळताना त्याचा उपयोग होतो. पण लपंडाव हा लहानांचा खेळ आहे. मोठ्यांचा नाही.

मराठीच्या एका निबंधात कुणी तरी उषा आणि अनिरुद्ध यांच्या प्रेमाचा उल्लेख केला होता. तो निबंध तपासला त्या दिवशी राहून राहून ती कथा माझ्या मनात घोळू लागली, वाटले– उषेचे आख्यान ही एक अद्भुतरम्य कथा नाही. प्रत्येक तरुणीच्या जीवनावरले रूपक आहे ते. तिचा प्रियकर तिला स्वप्नात दिसतो. पण, जागेपणी मात्र– जागेपणी झुरण्याशिवाय ती बिचारी दुसरे काय करू शकणार? उषेला चित्रलेखा मिळाली म्हणून तिला आपला प्रियकर शोधून काढता आला. पण ते भाग्य प्रत्येकीच्या वाट्याला कुठून येणार?

इतरांची गोष्ट कशाला हवी! आयुष्यात आपल्याला कोण जोडीदार मिळेल, तो कसा असेल याविषयी कल्पना करीत बसण्यात मलासुद्धा विशेष आनंद होऊ लागला.

दिलीप?

छे! तो कुठे तरी बैरागी होऊन भटकत असेल. त्याची बायको व्हायला मी काही बैरागीण नाही.

दिलीप नाही, मग कोण?

माणसे ज्योतिषावर विश्वास का ठेवतात ते मला आता कळायला लागले. अलीबाबा आणि चाळीस चोर या गोष्टीतली ती रत्नमाणकांनी भरलेली गुहा आहे ना? तारुण्याच्या उंबरठ्यावर उभे राहून जीव पाहू लागला की आयुष्यही त्याला तसेच वाटते! गूढ पण रम्य! 'तिळा उघड' या शब्दांनी त्या गुहेचे दार दूर होऊन बाहेरच्या माणसाला आत प्रवेश करायला मिळे! भविष्याचे दार उघडण्याचा असा एखादा मंत्र माणसाला मिळाला असता तर–

छे!

तो मंत्र म्हणजे मानवजातीचा शाप ठरला असता! थंडीच्या दिवसांत धुक्यामुळे दूरचा रूक्ष प्रदेश आपल्याला अगदी अंधुक दिसतो नि– रम्य वाटतो, नाही का! आयुष्यही असेच आहे.

तरुण मनात उत्पन्न होणारे निराकार उन्मादक प्रेम! कवी त्यांची चांदण्याशी तुलना करतील. पण मला वाटते– ते धुक्यासारखे असते. त्याच्यामुळे भोवतालचे सारे सारे जगच निराळे भासू लागते माणसाला! किती अस्पष्ट पण किती रमणीय! त्या धुक्याने आकाश आणि पृथ्वी ही एकरूप झाल्यासारखी वाटतात. एक नवाच समुद्र निर्माण झाल्याचा भास होतो.

या धुक्याची धुंदी माझ्या मनाला पूर्णपणे चढली असतानाच रामगडच्या राजेसाहेबांच्या अध्यक्षतेखाली कॉलेजात एक बक्षीस समारंभ झाला. राजेसाहेब आमच्या कॉलेजचे व्हाइस-चेअरमन होते. त्यांची प्रकृती बरी नसूनसुद्धा त्यांनी समारंभाचे निमंत्रण स्वीकारले होते. या समारंभाच्या वेळी मी त्यांचे आभार मानावेत असे प्रिन्सिपॉलसाहेबांनी

सुचविले.

कारखानदारांना आपल्या मालाची नव्या नव्या रीतीने आकर्षक जाहिरात करावी लागते! कॉलेजांचेही तसेच आहे. त्यांनाही नित्य नवीन टूम काढावी लागते. माझे आभारप्रदर्शन ही तसलीच एक नवलाई होती!

पण–

हरिणीचा पाठलाग करणाऱ्या दुष्यंताला त्या दिवशी आपल्या आयुष्यातली अत्यंत अद्‌भुत गोष्ट घडणार आहे याची थोडी तरी कल्पना आली असेल का? तो हरिणाची शिकार करू पाहत होता आणि दैव हसतमुखाने ही गंमत पाहत होते.

माझीही तीच गत झाली. मी आभार मानून खाली बसले. टाळ्यांचा कडकडाट झाला. माझे भाषण सुंदर झाले होते यात शंका नाही. बसता बसता मी राजेसाहेबांकडे पाहिले. त्यांना ते फार आवडले असे दिसत होते.

मी खुर्चीवर बसले न बसले तोच अभिनंदनाकरिता कुणी तरी हात पुढे केला. मी वळून पाहिले. राजेसाहेबांची प्रकृती बरोबर नसल्यामुळे रामगडचे दरबार सर्जन भगवंतराव शहाणे त्यांच्याबरोबर आले होते. माझ्या शेजारच्या खुर्चीवर बसले होते ते! त्यांचा हात होता तो!

मी हात पुढे केला. तो हातात घेऊन 'कॉंग्रॅच्युलेशन्स' म्हणून त्यांनी जोराने दाबला.

तो एकच क्षण!

लगेच मी माझा हात मागे घेतला. पण माझ्यामागे उभे असलेले दैव त्या वेळी माझी थट्टा करीत असेल!

त्याच हातात मला आपला हात लवकरच द्यावा लागणार होता!

हवापालटासाठी राजेसाहेब काही दिवस आमच्याच गावी राहिले. शहाणे त्यांच्याबरोबर होते. या नाही त्या निमित्ताने त्यांच्या आमच्या गाठीभेटी होऊ लागल्या.

बरेच दिवस दादांना बरे वाटत नव्हते. पण ते प्रकृती दाखविण्याच्या बाबतीत चालढकल करीत होते. त्या समारंभानंतर एके दिवशी ते आपल्या मोटारीतून आमच्या घरी आले. दादांची प्रकृती त्यांनी लक्षपूर्वक पाहिली. रक्ताचा दाब वाढला असावा असा त्यांना संशय आला. लगेच ते गेले आणि रक्तदाब पाहायचे यंत्र घेऊन आले. तपासणी पूर्ण झाल्यावर त्यांनी दादांना सांगितले, 'भिण्यासारखं काही नाही!' पण ते दादांच्यापासून काही तरी लपवून ठेवीत आहेत असे मला वाटले. चहा झाल्यावर ते मला म्हणाले, 'तुमची बाग लहान असली तरी छान आहे. जरा दाखवा ना ती आम्हाला!'

आम्ही दोघे बाहेर आलो. दादा काही जागेवरून उठले नाहीत– पण ते हसत मात्र होते. त्यांचे डोळे वात्सल्याने म्हणत होते– तुमच्या एकांतात मी कशाला

येऊ? क्रौंचवधाच्या श्लोकाचा खराखुरा अर्थ मला ठाऊक आहे.

बागेतल्या एका कोपऱ्यात भगवंतराव उभे राहिले. मीही थांबले. आमच्याभोवती अर्धवट उमललेल्या कळ्या हसत होत्या.

भगवंतराव गंभीरपणाने म्हणाले, 'दादासाहेबांच्या प्रकृतीला जपायला हवं! हे ब्लडप्रेशर म्हणजे–'

ते पुढे बोलले नाहीत, पण त्या कळ्यांचे अर्धस्फुट हास्य मला क्रूरपणाचे वाटू लागले.

माझे दादा– कदाचित– मृत्यू– आणि मी– एकटी?

मी काहीच बोलले नाही. मात्र मुद्रेवर हे शब्द भगवंतरावांना स्पष्ट दिसले असावेत. ते गोड स्वराने म्हणाले, 'घाबरू नका अशा. मी प्रयत्नांची पराकाष्ठा करीन.'

आई गेली तो दिवस मला आठवला. त्या दिवशी धीर द्यायला दिलीप माझ्यासाठी होता. पण आज तो–

तो कुठे भटकत असेल कुणाला ठाऊक? तो कदाचित मला विसरूनही गेला असेल! अंधारातून चालताना दूरच्या चांदणीचा प्रकाश उपयोगी पडत नाही. हातातली विजेची बत्तीच–

मी भगवंतरावांच्याकडे कृतज्ञतेने पाहिले. ते माझ्याकडे रोखून पाहत होते. त्या दृष्टीत काही तरी नवीन होते. मी चटकन खाली मान घातली.

दादांच्या प्रकृतीसाठी म्हणून भगवंतराव आमच्याकडे दररोज एक खेप टाकू लागले. त्यांच्या औषधाने दादांना लवकर बरे वाटू लागले. त्यामुळे एखाद्या दिवशी त्यांना यायला थोडा उशीर झाला की मला कसे चुकल्या-चुकल्यासारखे होई. पावसाळ्यात सकाळी सूर्य दिसला नाही म्हणजे मनाला उगीच उदास वाटते ना? तशी माझी स्थिती होऊ लागली.

एके दिवशी आम्ही तिघेही चहा घेत होतो. भगवंतराव आपल्या कॉलेजच्या दिवसांतल्या गंमतीदार गोष्टी सांगत होते. शस्त्रक्रिया शिकताना किती सावधगिरी बाळगावी लागते याचे त्यांनी मोठे सुंदर वर्णन केले. दादा मध्येच म्हणाले, 'शस्त्रक्रिया म्हटली की माझ्या अंगावर कसा काटा उभा राहतो!'

भगवंतराव हसत हसत म्हणाले, 'नि शस्त्रक्रिया म्हटली की माझं मन कसं फुलून जातं! औषधाच्या आजारात अद्भुतरम्यता अशी काहीच नाही. रोगी दगावण्याचं भयही थोडं नि त्यामुळं तो बरा झाल्यावर होणारा आनंदही थोडा! पण शस्त्रक्रियेच्या वेळी रोगी काळाच्या दाढेत सापडलेला असतो. मृत्यूचा पराभव करून त्याला परत आणायचं म्हणजे एक प्रकारचा पराक्रम असतो. त्या विजयाचा उन्माद–'

मी अगदी टक लावून भगवंतरावांच्याकडे पाहत होते, मध्येच थांबून त्यांनी माझ्याकडे पाहिले मात्र! लाजरी अशी माझी स्थिती झाली.

दादांनी विचारले, 'पण एखादी शस्त्रक्रिया अयशस्वी होते तेव्हा मनाला त्रासही फार होत असेल नाही?'

'माझ्यावर तसे प्रसंग आले नाहीत. एकदा मात्र–'

का कुणाला ठाऊक! ते चपापले नि एकदम थांबले. लगेच हसून माझ्याकडे वळून म्हणाले, 'आणखी थोडा चहा घाला बुवा आपल्याला!'

'चकल्यांना हातसुद्धा लावला नाही तुम्ही!' मी म्हटले.

दादा मध्येच म्हणाले, 'सुलूनं स्वत: केल्यात हं त्या!'

'मग त्या खाण्यात अर्थ नाही!'

तोंडात गंमतीने बर्फाचा खडा टाकावा नि त्याच्यामुळे एकदम दातांतून कळा येऊ लागाव्यात तसे झाले त्यांच्या या वाक्याने. दादासुद्धा चमकले. मी मात्र काहीच झाले नाही असे दाखवीत म्हटले, 'शिकलेल्या मुलींना साधा स्वयंपाकसुद्धा करता येत नाही म्हणतात! म्हणूनच मुद्दाम केल्या आहेत मी या चकल्या. तुम्ही एक तरी घ्यायला हवी!'

माझ्या हातातली चकली ते चटकन उचलतील अशी माझी अपेक्षा होती. पण ते हसत म्हणाले, 'माफ करा हं! चकली कशी तिखट हवी!'

मी म्हटले, 'चांगली झणझणीत आहे, खाऊन तर पाहा!'

ते उद्गारले, 'ती तिखट असणे शक्य नाही!'

'कशावरून?'

'तुम्ही केल्या आहेत या! तेव्हा गोडच असणार त्या!'

त्यांच्या थट्टेचा रोख आता कुठे माझ्या लक्षात आला.

मी हसत हसत म्हटले, 'इंग्लंडला जाऊन उगीच बडे डॉक्टर होऊन आलात!'

'म्हणजे?'

'कथालेखक व्हायला हवं होतं तुम्ही. गोष्टीची रंगत छान साधली असती तुम्हांला!'

अंगावर शहारे आल्यासारखा अभिनय करीत ते म्हणाले, 'माझ्याविषयी तुमचं फार वाईट मत झालेलं दिसतंय.'

ही थट्टा आहे हे मला कळत होते. पण लहान मुले खोटेखोटे रडतात ना? तशी मी लटकीच रागावले.

भगवंतराव हसत म्हणाले, 'कथालेखकावरली ती परवाची लघुलघुतम कथा तुम्ही वाचली नाहीत वाटतं.'

मी नकारार्थी मान हलवली.

भगवंतराव सांगू लागले. 'तीनशे गोष्टी नि पन्नास कादंबऱ्या लिहिणाऱ्या एका कथालेखकाच्या खिशात दिडकीसुद्धा नसते. देवाला याचा जाब विचारण्याकरिता तो एका देवळात जातो. तिथे देव प्रसन्न होऊन त्याला म्हणतो, 'तुला हवा तो वर माग!' लेखक एकदम उद्गारतो, 'देवा, माझ्या खिशातल्या काड्या नि विड्या कधी संपणार नाहीत असे कर!'

एवढे बोलून भगवंतराव हसले. ते हसले म्हणून मीही हसले. नाही तर–

मी पुढे केलेल्या चकलीचा तुकडा त्यांनी तोंडात टाकला.

मी मुद्दामच विचारले, 'कशी आहे चकली?'

ते हसत उत्तरले, 'ही चकली आहे!'

'म्हणजे?'

'मला वाटतं मी जिलबीच खातोय!'

प्रवाहाबरोबर होडी वाहत जाते ना? तशी मी भगवंतरावांच्या बरोबर चालले होते. सिनेमा असो, सभा असो, लांब फिरायला जायचे असो, त्यांना नाही म्हणायचा धीरच होत नसे मला. भर दुपारी ते आले नि माझ्याशी बोलत बसले की बाहेरचे रखरखीत ऊन मला शीतल चांदण्यासारखे वाटू लागे. चित्रपट पाहताना त्यांनी माझा हात हातात घेतला म्हणजे तो स्पर्श– बंद असलेला रेडिओ एकदम सुरू करावा नि मधुर संगीताचे सूर एका क्षणात कानावर पडावेत तसा भास होई मला. एक-दोनदा मी माझा हात त्यांच्या हातातून हळूच काढून घेण्याचा प्रयत्न केला, पण त्यांनी तो घट्ट दाबून धरला. लगेच माझ्या रक्ताचा कण न् कण नाचू लागला. त्याची ती गोड छुमछुम–

दादांना पुष्कळ बरे वाटू लागले होते. भगवंतरावांना फूल ना फुलाची पाकळी म्हणून काही तरी द्यावे, असे त्यांच्या मनात वारंवार येई. पण तो प्रश्न काढायचा कसा हे त्यांना कोडे पडले होते. शेवटी मीच–

संध्याकाळी आम्ही दोघे माझ्या खोलीत बोलत बसलो होतो. मोठा धीर करून मी त्यांना म्हटले, 'तुम्ही दादांना बरं केलंत. पण तुमची फी काही अजून सांगितली नाहीत आम्हाला!'

मी मनात पुष्कळ वाक्ये पाठ करून ठेवली होती. पण ती सारी विसरून गेले मी!

मी गोंधळले नि थांबले असे पाहून भगवंतराव हसत म्हणाले, 'मी रामगड संस्थानचा दरबार सर्जन आहे. परदेशात जाऊन शिकून आलो आहे. तेव्हा माझी फी फार जबर असली पाहिजे हे उघड आहे.'

मी त्यांच्याकडे पाहिले. त्यांची दृष्टी तेजस्वी पण निर्विकार दिसत होती. जणू

काही संगमरवरी दगडच. भगवंतराव आता केवढा मोठा आकडा सांगतात हे मला कळेना. एक हजार– दोन हजार– त्यांनी विचारले, 'फी केव्हा देणार?'

मी उसन्या धिटाईने उत्तर दिले, 'तुम्ही मागाल तेव्हा!'

'आता?'

'हो, आता!'

'पाहा हं! नाही तर काही तरी सबब सांगाल!'

मी त्यांच्याकडे पाहतच राहिले.

'मला कोरा चेक हवाय!'

'म्हणजे?'

'त्यात हवा तो आकडा मी भरणार!'

'पण–'

'पण नाही नि बीण नाही, एक लाख– एक कोटी– एक अब्ज– छे, हा आकडासुद्धा फार लहान होईल!'

ते थट्टाच करीत आहेत अशी माझी खात्री होऊन मी म्हटले, 'दिला कोरा चेक. आता तरी आकडा सांगाल की नाही?'

झटकन पुढे होऊन त्यांनी माझं चुंबन घेतले! जाईजुईच्या फुलांचा पाऊस आपल्यावर पडत आहे असा भास मला झाला. शरीरातल्या कणाकणांत विद्युद्दीप उजळले. मनाच्या अगदी अंतरंगात सतारीचे मधुर सूर उमटले.

'फी पोचली. पावती पाहिजे आहे का?' असे भगवंतरावांनी विचारले, तेव्हा कुठे मी भानावर आले. खिडकीतून पूर्णिमेचा चंद्र किती सुंदर दिसत होता! मला वाटले– तो अगदी जवळ आला आहे. हातांतसुद्धा घेता येईल तो मला!

दुःखाने माणसाला झोप येत नाही हा अनुभव मला होता. पण त्या रात्री आनंदाने मला झोप आली नाही. राहून राहून भगवंतरावांच्या ओठांचा तो गोड स्पर्श आठवे, त्या आठवणीने साऱ्या शरीरावर रोमांच उभे राहत आणि बाहेर पसरलेल्या चांदण्यापेक्षाही अधिक मोहक असे काही तरी आपल्या हृदयात नाचत आहे असा भास होई.

शिला होऊन पडलेली अहिल्या रामाच्या स्पर्शाने सजीव झाली अशी कथा आहे ना? मला वाटते– पहिल्या चुंबनातही तीच शक्ती आहे. त्या एका स्पर्शाने प्रीतीच्या पायांतल्या शृंखला गळून पडतात.

पिंजऱ्यातले पाखरू अस्मानात भराऱ्या मारू लागले.

त्या रात्री माझ्या मनात उसळलेल्या कल्पना नि उसळलेल्या भावना– छे! त्या सांगताच येणार नाहीत मला! साऱ्या आभाळात इंद्रधनुष्ये पसरली आहेत अशी कल्पना केली तर? अं हं! समुद्रातली सारी रत्ने लाटांवर तरंगू लागली आहेत असे

चित्र काढले तर– तरीसुद्धा माझ्या त्या आनंदाची– त्या उन्मादाची कुणाला कल्पना येणार नाही.

मध्यरात्र उलटल्यावर माझा डोळा लागला. मला एक स्वप्न पडू लागले. त्या स्वप्नात भगवंतराव माझे चुंबन घेत होते. मी लाजून म्हणत होते, 'कुणी पाहील ना?'

एकदम भगवंतराव दिसेनासे झाले. त्यांच्या जागी दिलीप उभा राहिला.

मी जागी झाले. दिलीप उत्तर हिंदुस्थानात निघून गेला ती रात्र मला आठवली. मी आपणहून त्याच्या खोलीत गेले होते, त्याचे चुंबन घेण्याकरिता वाकले होते. तो जागा झाला नसता तर–

मला कोडे पडले. माझे खरे प्रेम कुणावर आहे? दिलीपवर की भगवंतरावांवर? पहाटेपर्यंत मी माझ्या मनाची समजूत घालीत होते– दिलीप हे आपल्या आयुष्यातले एक सुंदर स्वप्न होते. पण असली स्वप्ने एकदाच पडतात!

इतक्या वर्षांत त्याने आपल्याला एक पत्र सुद्धा पाठविले नाही. स्वारीने कुणा तरी हिंदी मुलीशी लग्न करून संसारसुद्धा थाटला असेल!

मी मनाला एकसारखी बजावीत होते– आता दिलीपला विसरून जायचे. त्याचा नि आपला संबंध संपला. दोन पाखरे एका झाडावर थोडा वेळ बसली नि किलबिलली म्हणून काही त्यांची घरटी एक होत नाहीत.

दिलीपला विसरण्याचे माझे प्रयत्न– पाण्यात लाकूड बुडवावे, क्षणभर ते खाली गेल्यासारखे वाटावे नि दुसऱ्याच क्षणी त्याने डोके वर काढावे– अगदी तस्से चालले होते माझे.

त्या रात्री दिलीप जिथे निजला होता तिथे मी गेले. ती रिकामी कॉट, तिच्यावर ते गुंडाळून ठेवलेले पाहुण्याचे अंथरूण– मी काय शोधीत होते, ते मलाच कळेना. बाहेरच्या चांदण्याचे भय वाटू लागले मला. मी परत माझ्या खोलीत आले नि तोंडावर पांघरूण घेऊन पडले.

मी जागी झाले तेव्हा उन्हे किती तरी वर आली होती. स्वतःच्या झोपाळूपणाचा असा राग आला मला. भगवंतराव आठ वाजता येणार होते. चहा घेता घेता दादांच्यापाशी लग्नाची गोष्टही काढणार होते नि मी मात्र सात वाजून गेले तरी अंथरुणात–

किती लगबगीने मी केशभूषा नि वेषभूषा केली. आरशातल्या माझ्या प्रतिबिंबाकडे टक लावून पाहता पाहता माझ्या मनात आले– आपल्याकडे पाहून भगवंतराव काय बरे म्हणतील? कशी अप्सरा–

अप्सरा!

इथेच– या आरशापुढे मी उभी असताना दिलीप हेच म्हणाला होता. नाही?

दिलीप– दिलीप–

स्मृती ही दंश धरणाऱ्या नागिणीसारखी आहे का?

बाहेर मोटारीचे हॉर्न वाजले. मी साडीची पिन शोधू लागले. पण–

नोकर नि वस्तू वेळेवर उपयोगी पडतील तर पृथ्वीवर स्वर्ग अवतरेल असे कुणीसे म्हटले आहे ना?

घाईघाईने मी शोधू लागले. माझ्या अभ्यासाच्या टेबलाचे खणसुद्धा उघडून पाहिले. एका खणात ती मिठाची पुडी– शिरोड्याहून दिलीपने माझ्यासाठी आणलेले ते मीठ! जन्मभर जवळ बाळगीन असे वचन दिले होते मी त्याला! ते मीठ खणात नि ती आठवण मनाच्या अडगळीत फेकून दिली. पण–

चहा घेता घेता भगवंतराव म्हणाले,

'आज चहा खारट झालाय बुवा!'

'म्हणजे?' दादा उदगारले.

'एका माणसाचं लक्ष आहे कुठे जागेवर? साखर म्हणून मीठच घातलं त्यानं चहात!'

ट्रे परत नेऊन ठेवण्याचे निमित्त करून मी स्वयंपाकघरात आले खरी! पण ट्रेमधला एका पेला वाकडा तिकडा होऊन लडबडत आहे हे मला दिसलेच नाही. मी उंबऱ्याला ठेचाळले. तो पेला खाली पडून खळकन फुटला!

मला भास झाला– माझ्या मनातली दिलीपची मूर्ती मी दूर दूर भिरकावून देत आहे! त्या मूर्तीच्या तुकड्यांचा तर हा आवाज नसेल?

दिलीपने दिलेले ते मीठ– ते स्वातंत्र्याचे प्रतीक– ती देशभक्तीची खूण– कशासाठी दिले होते ते त्याने मला?

आई गेली ती रात्र– दिलीपचा प्रेमळ स्पर्श–

दिलीप माझा निरोप घेऊन गेला ती रात्र– त्याची दुसरी कुठलीही आठवण आपल्याशी राहणार नाही म्हणून त्याचे ओझरते चुंबन घेण्याची आपल्याला झालेली अनिवार इच्छा–

एखाद्या पतंगाला दोन दोऱ्या बांधाव्यात नि तो थोडासा वर चढल्यावर त्या दोन्ही दोऱ्या करकचून ओढाव्यात– तशी माझ्या मनाची अवस्था झाली. खोलीत जावे नि उशीत डोके खुपसून मन हलके करावे, असे मी म्हणत होते. इतक्यात–

दादांची ती मुद्रा अजून माझ्या डोळ्यांपुढे उभी आहे. सुकलेल्या फुलावर दंवबिंदू दिसावेत ना? तसे त्यांच्या डोळ्यांत उभे राहिलेले ते आनंदाचे अश्रू!

एखाद्या लहान मुलाला थोपटावे तसे मला करीत ते म्हणाले, 'सुलू, पोरी, मोठी भाग्यवान आहेस तू! तुझं भाग्य पाहायला ती हवी होती!'

आईच्या आठवणीने माझ्याही डोळ्यांत पाणी उभे राहिले. ते पुशीत दादा

म्हणाले, 'मधे मला वाटत होतं की, तुझं लग्न झालेलं पाहायला काही मी राहत नाही. पण–'

त्यांना पुढे बोलवेना. माझा हात धरून त्यांनी मला बाहेर नेले. माझे मलाच नवल वाटले– मी एखाद्या सनातनी मुलीसारखी दुसरीकडे पाहत बसले.

दादा भगवंतरावांना म्हणाले, 'शाकुंतलाचा चौथा अंक पुष्कळदा शिकविलाय मी! पण तो शिकविताना आजच्याइतकी कालवाकालव माझ्या मनात कधीच झाली नव्हती.'

लगेच ते माझ्याकडे वळून म्हणाले, 'सुलू, पोरी, इकडं बघ!'

एवढी सभाधीट मी! पण मला भगवंतरावांच्या दृष्टीला दृष्टी देण्याचा धीर होईना.

भगवंतराव दादांना म्हणाले, 'सुलू सासरी गेल्यावर तुम्हाला काही दिवस चैन पडणार नाही!'

दादा हसत उत्तरले, 'माझी दुसरी एक मुलगी आहे ना?'

'कुठली?' त्यांनी प्रश्न केला.

काही न बोलता दादा उठले, आपली सतार घेऊन आले आणि– त्यांनी आवरून धरलेल्या अश्रूंनीच जणू काही करुण-मधुर स्वरांचे रूप धारण केले.

त्या दिवशी संध्याकाळी भगवंतराव नि मी मुद्दाम पायी फिरायला गेलो. टेकडीच्या पायथ्याजवळ जी बाग आहे तिथे बसण्याची त्यांची इच्छा होती. पण माझा आनंद आज गगनात मावत नव्हता. मी टेकडीवर जायचा हट्ट धरला. पत्नी म्हणून त्यांच्यावर हक्क गाजविण्याची पहिली संधी होती ही! ती मी थोडीच दवडणार? ते हळूहळू टेकडी चढले. पण नेहमी मोटारीतून फिरण्याची सवय असल्यामुळे ते कंटाळून गेले. ते मध्येच थांबले म्हणजे मी म्हणे, 'माझी बसायची जागा पाहिलीत म्हणजे तुम्हाला असा आनंद होईल–!'

अगदी उंचावरला तो प्रचंड खडक– त्याच्या भोवतालचे ते लहान लहान खडक नि चोहीकडे पसरलेले धोंडे–

मी ती जागा दाखविताच ते मिस्किलपणाने म्हणाले, 'दगडांना फुलं आवडतात म्हणून देवळं बांधली जातात, नि फुलांना दगड आवडतात म्हणून असल्या टेकड्या निर्माण होतात.'

त्यांचे हे गंमतीदार वाक्य ऐकून मी हसायला हवे होते. पण दिलीपने टेकडीवर अगदी याच जागी उच्चारलेल्या एका वाक्याची मला आठवण झाली नि माझे हसू ओठातल्या ओठातच कोमेजून गेले. तो म्हणाला होता, 'टेकडीवरल्या प्रचंड दगडांत मनाला जी स्फूर्ती मिळते ती काही बागेतल्या चिमुकल्या फुलांत असत नाही!'

दिलीपला दगडांची आवड! आणि भगवंतरावांना फुलांचे प्रेम! भगवंतराव कुशल शस्त्रवैद्य! हां हां म्हणता माणसाचे शरीर कापायचे कसब त्यांना साधलेले! मग त्यांना फुलांविषयी एवढे प्रेम का वाटावे?

आणि दिलीप– किती हळवा! त्याचे मन? प्राजक्ताचे फूलच जणू काही. तळहाताच्या उबेनेसुद्धा प्राजक्ताचे फूल कोमेजून जाते. दिलीपही तसाच नव्हता का? रस्त्यावरच्या माणसाच्या दुःखानेसुद्धा त्याचे मन व्याकुळ होत असे. त्याचे आईवरले प्रेम– देशावरली भक्ती, भगतसिंग फाशी गेला त्या दिवशीचा तो उपास–

मग दिलीपला दगडाची एवढी आवड का असावी?

मला वाटू लागले– प्रत्येक मनुष्याचे आयुष्य हे एक कोडे आहे. दिलीप नि मी चार वर्षे एकमेकांच्या सहवासात काढली. पण त्याचे मन काही मला पुरे कळले नाही.

भगवंतराव माझ्या जवळच बसले होते. ते उद्या माझे पती होणार. त्यांचे मनही–

चार वर्षांत एका पुरुषाचे मन जिला कळले नाही तिला दोन महिन्यांत दुसऱ्या पुरुषाचे अंतरंग कसे जाणता येणार?

असे असूनही मी भगवंतरावांची पत्नी व्हायला निघाले होते! लग्न हा माणसाच्या आयुष्यातला अपघात आहे हेच खरे!

भगवंतरावांचा प्रेमळ स्पर्श– त्यांची माझ्यावर रोखलेली मोहक दृष्टी– त्यांच्या ओठांवर खेळणारे मोहक हास्य– या साऱ्या गोष्टी मला सांगत होत्या– भगवंतराव तुझे आहेत– सर्वस्वी तुझे आहेत! पण माझे मन म्हणत होते– छे! माणसाचे मन हे जुन्या काळच्या वाड्यासारखे असते. त्याला किती चौक असतील हे काय बाहेरून कळते? आज पहिल्या चौकात उभे आहोत, तिथे प्रीतीची रोषणाई केली आहे म्हणून जिकडे तिकडे लखलखाट दिसतोय; पण या चौकातून पुढे गेल्यावर–

दुसऱ्या चौकातही असाच प्रकाश असेल का?

पिंजून पिंजून कापूस स्वच्छ होतो. पण मन? छे! रेशीम कुणी पिंजते का? ते पिंजले तर त्याचे धागे तुटून जातील.

भगवंतरावांनी मला हळूच जवळ ओढले नसते तर–

तर रात्रभर या शंकाकुशंकांच्या टाचण्यांनी टोचून टोचून मला बेजार केले असते.

पण माझी रात्र गोड स्वप्नांनी फुलून गेली.

लग्न रजिस्टर करण्याचे ठरले. दुसऱ्या दिवशीच लग्नाची नोटीस द्यायची असेही–

पण दुसऱ्या दिवशी एकाएकी राजेसाहेबांचा हरद्वारला जायचा बेत ठरला.

त्यांच्या प्रकृतीत विशेष सुधारणा नव्हतीच. शिवाय अद्यापि त्यांना मुलगा झाला नव्हता. कुणी तरी ज्योतिष्याने त्यांना काही दिवस विशेष धर्मकृत्य करायला सांगितले. ते गंगातीरावर केल्यास साठीच्या घरातसुद्धा तुम्हाला मुलगा होईल असे त्याने छातीवर हात ठेवून सांगितले त्यांना! त्यांनी लगेच हरद्वारला जाण्याचे निश्चित केले.

भगवंतरावांना त्यांच्याबरोबर जायलाच हवे होते. त्यांनी मला बरोबर नेण्याची इच्छा दर्शविली. दादांनी होकार दिला. ध्यानीमनी नसतानासुद्धा मी हिमालयाच्या पायथ्याशी जाऊन उभी राहिले.

तिथली देवळे नि बैरागी यांच्यात माझे मन रमणे शक्य नव्हते. पण हिमालयाची उत्तुंग शिखरे दुरून पाहताना मात्र मला विलक्षण आनंद होई. वाटे– यांतल्या एखाद्या शिखरावर जाऊन भोवतालचा देखावा पाहण्यात केवढी मौज असेल! शंकर-पार्वती कैलासावर जाऊन राहतात ती काय उगीच? मात्र ही कल्पना भगवंतरावांपाशी बोलून दाखविण्याचा धीर मला झाला नाही. त्यांनी माझी थट्टा केली असती– मला वेडी म्हटले असते–

दिलीप असता तर तो मात्र–

हिमालयाच्या त्या उंच उंच रांगांकडे पाहताना दिलीपची मला हटकून आठवण होई. त्याची ती उंच उंच जाण्याची हौस नि दगडांची आवड आठवे आणि मनात येई– किती वर्षे झाली असतील! हिमालयाचे खडक गंगेचे पोषण करताहेत. बर्फामध्ये बुडून गेले तरीसुद्धा कधी कुरकुरत नाहीत ते!

हिमालयाची ती बर्फाच्छादित शिखरे आणि गंगेचा तो पांढरा शुभ्र प्रवाह यांच्या सहवासात माझे दिवस हरद्वारला कसे गेले ते समजलेसुद्धा नाही.

राजेसाहेबांचे हव्यकव्य संपताच आम्ही परतलो. आम्ही ज्या गाडीने निघालो तिच्यातच पाचपन्नास बैरागीही एका स्टेशनावर चढले.

दुसऱ्या वर्गातल्या बर्थवर बसून वेळ जावा म्हणून मी विचार करू लागले. या बैराग्यांचे आयुष्य कसे जात असेल? ज्याला आम्ही सुख म्हणतो अशी एक गोष्टसुद्धा त्यांना कधीच मिळत नाही. ना घरदार, ना बायकापोर! दररोज नव्या धर्मशाळेत मुक्काम ठोकायचा, नव्या घरात जाऊन कटोरा पुढे करायचा– छे! असले जिणे म्हणजे–

विचार करता करता माझा डोळा लागला. मी जागी झाले तेव्हा रात्र झाली होती.

गाडी थाबंली. स्टेशनाचे नाव पाहण्याकरिता मी खिडकीतून बाहेर वाकून इकडे तिकडे बघितले. बैराग्यांचे ते टोळके या स्टेशनावर उतरले होते. एकामागून एक चालले होते ते. स्टेशनावरल्या दिव्याचा प्रकाश मध्येच एखाद्याच्या चेहऱ्यावर पडे. एक तरुण बैरागी एका म्हाताऱ्या बैराग्याला पाठीवर घेऊन चाललेला दिसला. तो

दिव्याखाली आला तेव्हा म्हातारा एकदम ओरडला. त्याच्या हातातला लोटा खाली पडला होता!

म्हाताऱ्याचे ओरडणे ऐकताच त्या तरुण बैराग्याने एकदम मागे वळून पाहिले. दिव्याच्या प्रकाश त्याच्या चेहऱ्यावर पडला.

स्वत:च्या डोळ्यांवर माझा विश्वास बसेना! तो दिलीप होता.

डब्याचे दार उघडून त्याच्याकडे धावत जावे अशी इच्छा मनात उत्पन्न झाली. इतक्यात गाडीने कर्कश शीट दिली.

'दिलीप!' म्हणून मी मोठ्याने ओरडण्याचा प्रयत्न केला. पण माझ्या तोंडातून हाकच बाहेर येईना. थंडीने पाण्याचे गोठून बर्फ होते! आश्चर्याने माझा आवाज तसाच गोठून गेला होता. गाडी अंधारात भक्भक् करीत चालू लागली– दिलीपपासून दूर जाऊ लागली. मी बसले होते तीच गाडी नव्हे! माझ्या आयुष्याची गाडीसुद्धा!

दुसऱ्या वर्गातल्या मऊमऊ बर्थवर मी बसले होते, पण रात्रभर मी तळमळत होते.

बाहेर अंधार पसरला होता. त्याच चमकणाऱ्या चांदण्या मला वाकुल्या दाखवीत होत्या. त्या वेडावून म्हणत होत्या, आम्ही हसत हसत आभाळातून जमिनीवर उड्या टाकतो, नि तू–? तुला चटकन् स्टेशनवर उतरायलासुद्धा धीर झाला नाही. म्हणे– गाडी सुरू झाली होती. झाली असेल! साखळी का ओढली नाहीस?

स्टेशनामागून स्टेशने मागे पडत होती. माझ्या मनात आले– हा रम्य प्रदेश पुन्हा माझ्या दृष्टीलासुद्धा पडणार नाही आणि कदाचित दिलीपसुद्धा!

तो बैराग्यांच्या मेळ्यात का सामील झाला? उत्तर हिंदुस्थानात आल्यावर पुन्हा कुठल्या तरी भानगडीत स्वारी पडली असेल! नि मग पोलिसांच्या डोळ्यांत धूळ टाकण्याकरिता– की सुलू आता आपल्याला मिळणे अशक्य आहे असे वाटून निराशेने त्याने भगवी वस्त्रे धारण केली असतील?

दुसरा तर्क मला खरा वाटू लागला. दिलीपला माझ्याविषयी काहीच वाटत नसेल? छे! ते अशक्य आहे. माझ्यासाठीच तो बैरागी झाला असावा.

कडाक्याच्या थंडीत उबदार पांघरूण अगदी गुरफटून घ्यावेसे वाटते ना? या दुसऱ्या कल्पनेत मी माझ्या मनाला तसेच लपेटून टाकले.

रात्रभर दिलीपचा विचार करीत होते मी! त्याचे सारे आयुष्यच अद्भुतरम्य होते. जणू काही बर्फाने आच्छादिलेला हिमालयच.

पलीकडे भगवंतराव शांतपणे झोपले होते. त्यांच्याकडे पाहताना मला वाटले– यांचे आयुष्य कसे मैदानासारखे आहे. त्यात नागमोडी वळणे नाहीत, चढउतार नाहीत. पांढऱ्या शुभ्र पण थंडगार बर्फाचा मुलामा नाही. आकाशाला हात लावण्याची

महत्त्वाकांक्षा नाही– सारे अळणी, सारे मिळमिळीत! मोटारीतून फिरणाऱ्या या सिव्हिल सर्जनपेक्षा तो स्वच्छंदाने भटकणारा बैरागी–

कवींना आपल्या कल्पना रात्रीच सुचतात का? शास्त्रज्ञांचे सारे शोध रात्रीच्या काळोखात जन्माला येतात का?

मला तरी तसे वाटते. रात्री पाखरे घरट्यांत झोपत असतील. पण भिरभिर फिरणारी माणसांची मने? ती त्रिभुवनात घिरट्या घालीत असतात. प्रीती दिवसा पाण्यासारखी दिसते; पण रात्रीच्या छाया तिच्यात मिसळल्या की या पाण्यात अमृताची मोहिनी निर्माण होते. साहसाची कल्पना दिवसा वेडेपणाची वाटते; पण रात्रीच्या पार्श्वभूमीवर तिची आकृती गंभीर नि सुंदर भासू लागते. दिवस हा माणसाचा शत्रू आहे. रात्र ही त्याची मैत्रीण आहे. दिवसाच्या प्रकाशाबरोबर नुसत्या आकाशातल्या तारका मावळत नाहीत.

उजाडले. भगवंतराव जागे झाले. त्यांच्या हसऱ्या चेहऱ्याकडे पाहता पाहता रात्री दिसलेली दिलीपची मूर्ती माझ्या डोळ्यांपुढे उभी राहिली, ती दाढी, त्या जटा, ती कफनी– तो म्हातारा–

रात्रभर मी दिलीपचा विचार करीत होते हे माझे मलाच खरे वाटेना. माझ्या मनाचा असा राग आला मला! लहानपणी गोळा केलेले रंगीबेरंगी खडे हिरे म्हणून काही तिजोरीतून जपून ठेवत नाही कुणी!

मी आता जीवनाच्या नव्या दालनात प्रवेश करणार होते. तिथे दिलीपच्या आठवणींची अडगळ ठेवणे हा शुद्ध वेडेपणा ठरला असता, त्या साऱ्या आठवणी मी दूर दूर भिरकावून दिल्या,

पण पाळलेली कबुतरे आभाळात कितीही उंच गेली तरी पुन्हा आपल्या जागी परत येतात.

– त्या आठवणीही तशाच माझ्या मनात गोळा होऊ लागल्या– घुमू लागल्या– दिलीप, त्याच वेळी मला कळायला हवे होते–

देवाने माणसाच्या मनाला डोळे दिले असते तर–

तर दिलीपसाठी अश्रू गाळीत बसण्याची पाळी माझ्यावर आज कशाला आली असती?

रात्रीच्या या एकांतात माझ्या डोळ्यांत अश्रूंची तेवढी सोबत आहे.

लग्न झाल्यावर मी दादांना सोडून रामगडला जायला निघाले तेव्हा हे अश्रू कुठे गेले होते कुणास ठाऊक! त्या वेळी दादांच्या एकटेपणापेक्षा रामगडचे न पाहिलेले वैभवच माझ्या डोळ्यांपुढे नाचत असावे. भगवंतरावांनी आपल्या बंगल्याचे इतके रसभरित वर्णन माझ्यापाशी केले होते की, त्यांच्या स्तुतीतला शब्दन् शब्द खरा

होता याची मला बंगल्यासमोर मोटार थांबताच खात्री पटली. अंगठीत एखादा नीळ चमकत असावा ना, तसा दिसत होता तो! त्याच्या भोवतालची ती सुंदर बाग– समोरचा तो विस्तीर्ण तलाव–

मी स्वप्नात तर नाही ना, असेच क्षणभर मला वाटले, पलीकडेच राजेसाहेबांचा मोठा बंगला होता. तलावाभोवती बड्या अधिकाऱ्यांचे आणखीही पाच-सात बंगले होते. बाकी गाव दोन मैल दूर होते. इतक्या सुंदर नि प्रशांत जागी एका टुमदार बंगल्यात मी आता जन्मभर राहणार– नवरा राजा नि बायको राणी अशा थाटात दिवस घालविणार, इथल्या अधिकाऱ्यांच्या बड्याबड्या बायका माझ्या मैत्रिणी होणार– किती मनोराज्ये क्षणार्धात माझ्या डोळ्यांपुढे उभी राहिली.

फुलांच्या हाराचेसुद्धा माणसाला ओझे होते! या गोड गोड मनोराज्यांनी माझे मनही भारावून गेले.

नोकराने उघडलेल्या फाटकातून मी आत गेले. भगवंतराव कुणा तरी अधिकाऱ्यांशी बोलत तिथेच उभे राहिले. अगदी अधीर मनाने मी सारा बंगला बघितला! सुंदर फर्निचर, सुंदर चित्रे, सुंदर कपाटे– गालिचाशिवाय पायाला दुसरे काही लागत नव्हते, सौंदर्याशिवाय डोळ्यांना दुसरे काही दिसत नव्हते.

दुसऱ्या मजल्यावरल्या खोल्या पाहून मी तिसऱ्या मजल्यावर जाऊ लागले.

बरोबरचा नोकर म्हणाला, 'वर काही नाही बाईसाहेब!'

मी हसत विचारले, 'मग जिना कशाला रे ठेवलाय?'

त्याचे उत्तर कानावर पडायच्या आधीच मी जिना चढून वर गेले. वरची गच्ची प्रशस्त होतीच; पण या मजल्यावरली ती एकच खोली– बाहेरूनच ती इतकी आवडली मला– ती पाहण्याकरिता मी दाराकडे गेले.

पण–

खोलीच्या दाराला कुलूप होते.

मी नोकराला विचारले, 'याची किल्ली कुणापाशी आहे रे?'

'साहेब स्वतःजवळ ठेवतात ती किल्ली!'

मला थोडे आश्चर्य वाटले. सारा बंगला नोकरांच्या ताब्यात नि या खोलीची किल्ली मात्र त्यांच्याजवळ! लगेच मनात आले– ते एकटे राहत होते या बंगल्यात. या खोलीची त्यांना कशाला जरूर लागणार? म्हणून ठेवली असेल ही त्यांनी बंद करून!

ही आपली झोपायची खोली करायची असे हसत हसत मी मनाशी ठरवले. आता भगवंतराव वर आले की त्यांच्याकडून किल्ली मागून घ्यायची–

मी गच्चीच्या टोकाशी जाऊन ते बंगल्यात आले की नाही हे पाहू लागले.

भगवंतराव अजून फाटकापाशीच उभे होते. कुणी तरी बैरागी त्यांच्याकडे पै-पैसा

मागत होता, नि ते त्याला रागारागाने निघून जाण्याविषयी सांगत होते.

त्या बैराग्याला पाहताच मला दिलीपची आठवण झाली. तो असाच दारोदार भीक मागत असेल का?

उद्या योगायोगाने तो या बंगल्याच्या दारात येऊन उभा राहिला तर? आपल्याला पाहून काय वाटेल त्याला?

अहंकार नसता तर मनुष्य देव झाला असता! नाही?

वैभवाच्या धुंदीत दिलीपच्या झोळीत काय भिक्षा घालायची याचा मी विचार करू लागले.

पण–

दिलीप कधीच भिकारी नव्हता. त्याच्याजवळ कवडी नसून तो श्रीमंत होता.

खरी भिकारीण मी आहे!

पण दिलीपपुढे पदर पसरून जी भिक्षा मला हवी होती ती मागण्याचा धीर मला कधीच झाला नाही.

आणि आता– आज– ती भिक्षा मिळाली नाही म्हणून मी वेडी झाले आहे.

भगवंतराव त्या गोसाव्याला हाकलून देऊन वर आले. माझ्या मुद्रेवरून आनंद अगदी ओसंडून जात असावा. त्यांनी हसत विचारले, 'राणीसाहेबांना बंगला आवडला की नाही?'

मी म्हटले, 'तुम्ही चांगले कथालेखक झाला असता असं एकदा मी म्हणाले होते ना? ते शब्द मी मागे घेते!'

'का बुवा?'

'कथालेखकापेक्षा इंजिनिअर व्हायला हवं होतं तुम्ही!'

'म्हणजे? हा बंगला काही मी बांधला नाही!'

'मग?'

'राजेसाहेबांनी मुद्दाम बांधून घेतला!'

'कशाला? त्यांचा मोठा बंगला तर पलीकडेच आहे की!'

भगवंतराव क्षणभर स्तब्ध राहिले. पण राजेसाहेबांनी स्वतःकरिता बांधलेला बंगला दरबार सर्जनला का द्यावा, हा प्रश्न मला कुठे गप्प बसू देत होता? माणसाचे मन लहान मुलासारखे असते. नाही नाही ते प्रश्न त्याला सुचतात नि त्यांची उत्तरे मिळाल्याशिवाय त्याचे समाधानच होत नाही.

भगवंतराव गप्प बसलेले पाहून मी म्हणाले, 'इथं कोणीच राहत नव्हतं?'

'राहत होतं ना!' एवढे बोलून ते घुटमळले. त्यांच्या कपाळावर एक बारीक आठी उमटली. रस्ता बंद आहे अशी पाटी असते ना, तशी वाटली ती मला. पण

मला राहवेना.

मी प्रश्न केला, 'कोण?'

'आक्कासाहेब राहत होत्या इथं.'

'आक्कासाहेब? म्हणजे राजेसाहेबांची मुलगी?'

'हां!'

'पहिल्या बायकोची?'

'हं!'

'त्यांचं लग्न झालंय वाटतं?'

'अं हं!'

'म्हणजे?'

'त्या वारल्या!'

दोनच शब्द! पण ते उच्चारताना भगवंतरावांचा स्वर किंचित निराळा झाल्याचा भास झाला मला! उन्हाची तिरीप डोळ्यांवर पडली की दृष्टी एकदम कशीशीच होते. तसे काही तरी त्यांच्या स्वरात–

आक्कासाहेबांवर भगवंतरावांचे प्रेम तर नसेल ना? एकदम माझ्या मनात शंका आली. लगेच या विचाराचे हसूही आले. माणसाचे मन कादंबऱ्या रचण्यात चतुर असते हेच खरे! त्याला साध्या गोष्टींतसुद्धा रहस्ये शोधण्याची हौस असते. नाही तर आक्कासाहेबांच्या मृत्यूची हकीकत सांगताना भगवंतरावांचा स्वर का बदलला याचा तर्क करणे काही फारसे कठीण नव्हते, 'धंद्यात अपयशाचा प्रसंग आपल्यावर कधीच आला नाही!' असे भगवंतरावांनी अभिमानाने मला मागे सांगितले होते, नि आज– रामगडात पाऊल टाकले तोच तिथल्या राजकन्येला आपण वाचवू शकलो नाही ही कबुली त्यांना माझ्यापाशी द्यावी लागली होती! पुरुषांचा आनंद अहंकारावरच अवलंबून असतो असे म्हणतात ना? त्या अहंकारावर मी नकळत प्रहार केला होता.

या प्रहाराच्या वेदना भगवंतरावांना अधिक जाणवू नयेत म्हणून मी म्हटले, 'ही तिसऱ्या मजल्यावरली खोली फार सुंदर आहे हं. हार्डींची 'Two on a Tower' ही कादंबरी आहे ना? तिची आठवण झाली मला ही खोली पाहून!'

भगवंतरावांनी साधा हुंकारसुद्धा दिला नाही! पुरुषाची अभिमानाची आणि स्त्रीची प्रीतीची जखम लवकर भरून येत नाही असे एक वाक्य वाचले होते मी. त्याची चटकन आठवण झाली मला.

मी हात पुढे करीत म्हटले, 'या खोलीची किल्ली हवीय मला!'

'कशाला?'

'कशाला म्हणजे? ही राणीसाहेबांची खोली होणार आहे!'

'दुसऱ्या मजल्यावर छान खोली आहे हिच्यापेक्षा!'

काही करून मला त्यांना हसवायचे होते. मी म्हटले, 'अप्सरा स्वर्गात राहतात, पृथ्वीवर नाही!'

ते हसले. मला किती बरे वाटले!

हसतच ते म्हणाले, 'माहेरी पळून जायचा बेत दिसतोय तुझा!'

'म्हणजे?'

'इथं तिसऱ्या मजल्यावर वारं नुसतं भणभणत असतं एकसारखं! ते वारं लागून पडसं झालं की माहेरी निघून जायचं असं–'

मी मध्येच म्हटले, 'वारं लागून आजारी पडायला मी काय पाळण्यातलं पोर नाही. चांगली वीस-एकवीस वर्षांची– त्यातून बड्या डॉक्टरची बायको.'

त्यांनी क्षणभर माझ्याकडे पाहिले, खिशात हात घातला नि एक किल्ली काढून माझ्या हातात दिली. तिजोरीच्या किल्ल्या मिळण्यापेक्षाही आनंद झाला मला! माझा हट्ट त्यांनी पुरविला होता.

दुपारी जेवण झाल्यावर मी बायजा मोलकरणीकडून खोली झाडून घेण्याकरिता वर गेले.

मी किल्ली फिरवली असेल नसेल, इतक्यात बायजाने हाक मारली.

'बाईसाहेब–' तिच्या स्वरात भीतीची छटा होती, मी दचकून मागे वळून पाहिले. कुठे तरी विंचूबिंचू– भिण्यासारखे कुठेच काही दिसत नव्हते.

मी रागानेच म्हटले, 'काय ग?'

'या खोलीत झोपणार तुम्ही?'

'हो.'

'नग बाईसाब– तुम्ही खालीच–'

ती पुढे काही तरी बोलणार होती. पण खोलीतली कोळिष्टके काढण्याकरिता एका काठीला झाडणी बांधून कृष्णा गडी वर आला होता. त्याने तिला खुणावले. ती एकदम गप्प बसली.

खोली हळूहळू स्वच्छ होऊ लागली. पण राहून राहून माझ्या मनात येत होते– काय सांगणार होती बायजा मला?

या खोलीत भुताटकी–बिताटकी नसेल ना?

छे! माझ्यासारख्या एका सुशिक्षित तरुणीने असल्या भाकडकथांचा विचारसुद्धा करू नये!

पण भगवंतरावांचीसुद्धा ही खोली उघडण्याची इच्छा नव्हती! बायजाचा भुतांवर विश्वास असेल, पण भगवंतराव काही इतके अडाणी नाहीत!

मी स्वतःशीच म्हणाले– काही का असेना! दादांच्यासारख्या बुद्धिवादी सुधारकाची मी मुलगी आहे. मी भुतांना थोडीच भीक घालणार आहे!

त्या वेळी एक गोष्ट मला ठाऊक नव्हती. भुतांतसुद्धा पुष्कळ प्रकार आहेत. काही काही आठवणीसुद्धा भुतांसारख्या असतात. त्या माणसांचा पिच्छा सोडीत नाहीत. त्यांच्यावर सूड घेतल्याशिवाय राहत नाहीत.

रामगडचे ते पहिले सहा महिने– एका दिवसासारखे वाटले ते सहा महिने मला!

माझी जीवन सुखाने तुडुंब भरून गेले होते त्या दिवसांत. अगदी समोरच्या तलावासारखे. त्या तळ्यातले खडक जसे पाण्यात बुडून गेले होते तशी मीही कालची दु:खे नि उद्याच्या काळज्या पार विसरून गेले होते. तळ्याच्या भोवतालची ती रंगीबेरंगी फुलांची झाडे– माझ्या आयुष्यातल्या नव्या प्रीतीचीच ती विविध रूपे होती.

प्रीती– स्त्री-पुरुषांची प्रीती! हलाहलाची दाहकता आणि अमृताची मोहकता मिसळून तर निसर्गाने ही प्रीती निर्माण केली नाही ना?

समुद्रातल्या ओहोटीची ओढ विलक्षण असते म्हणे! पट्टीचा पोहणारासुद्धा तिच्या मगरमिठीतून सुटून परत किनाऱ्याकडे येऊ शकत नाही. तारुण्यातली प्रीतीही तशीच आहे.

नागिणीने चावा घेतला की ती तीन ओढीत मनुष्याचे प्राण घेते म्हणे! यौवनातली प्रीतीही तशीच आहे. परिचयाची ओढ, सहवासाची आतुरता नि संमीलनानेसुद्धा पूर्ण सुख मिळाले नाही म्हणून होणारी जिवाची तडफड–

माझे मलाच ते आता खरे वाटणार नाही. भगवंतरावांच्यावर माझे इतके प्रेम होते?

पण मी नाही म्हटले म्हणून ते नव्हते असे थोडेच ठरणार आहे? अनंत नेत्रांनी युगायुगांतले प्रीतीचे खेळ पाहत आलेली ही रजनी– तिचीच साक्ष लोक खरी मानतील!

प्रीती आणि मदिरा यांचे परिणाम माणसावर पहिल्यांदा तरी सारखेच होतात, हे वाक्य किती सत्य आहे? मद्याचा कैफ चढला की मनुष्य वाटेल ते बडबडू लागतो! प्रीतीच्या धुंदीत माझ्या मनातही अशाच काही तरी विलक्षण कल्पना येत.

सकाळी सात वाजता भगवंतरावांना राजेसाहेबांच्या बंगल्यात त्यांची प्रकृती पाहण्याकरिता हजर असावे लागे. त्यामुळे ते नेहमी पाच-साडेपाचला उठत. साडेपाचचा ठोका ऐकला की मला असा राग येई राजेसाहेबांचा. मी फुरंगटून भगवंतरावांना म्हणे, 'तुमच्या राजेसाहेबांचं हे तिसरं लग्न असेल, पण–' माझे समाधान करण्याकरिता ते आपला रग माझ्या अंगावर टाकीत नि म्हणत, 'आता तर नाही ना थंडी वाजत? स्वस्थ झोप तू!' मग माझ्या मनात येई– उत्तर ध्रुवावर चोवीस तासांची रात्र असते म्हणे. तशी आपल्याकडेही असती तर काय मौज झाली असती!

कुणी म्हणेल लहान मुलांनाच असल्या कल्पना शोभतात. नाही कोण म्हणते?

प्रीतीच्या पहिल्या उन्मादात मनुष्य लहान मुलासारखेच वागू लागतो. तसे नसते तर दादांच्या एकटेपणाची दररोज एकदा तरी आठवण झाली नसती का? आणि दिलीपची– त्याच्या दारिद्र्याची– त्याच्या दु:स्थितीची–

एका सुंदर बंगल्यात परांच्या गाद्यांवर मी लोळत होते. तो एखाद्या पडक्या धर्मशाळेत आपले शिणलेले शरीर धरणीवर टाकीत असेल. माझे डोके मऊमऊ उशांवर विसावत होते. त्याच्या मस्तकाला मात्र दगडाशिवाय दुसरी उशी मिळाली नसेल! उंची उबदार पांघरुणात लपेटून घेऊन सुलू रामगडला या कुशीवरून त्या कुशीवर वळत होती, तेव्हा तिचा दिलीप उत्तर हिंदुस्थानातल्या कुठल्या तरी खेडेगावात थंडीने कुडकुडत या कुशीवरून त्या कुशीवर होत असेल!

पण त्या वेळी यातले एकही चित्र माझ्या डोळ्यांपुढे उभे राहिले नाही. मला भगवंतरावांच्या पलीकडे दुसरे काहीच दिसत नव्हते. ते आणि मी– मी आणि ते–

प्रेमाच्या जगात दोनच माणसांना जागा असते.

रात्री सहज जाग आली नि पलीकडे झोपलेल्या भगवंतरावांच्याकडे पाहिले की मला वाटे– आयुष्य हे अनंत चमत्कारांनी भरलेले आहे. लगेच मनात येई– वर्षापूर्वी ज्याची नि आपली ओळखदेखसुद्धा नव्हती त्या पुरुषाला स्त्री आपल्या सर्वस्वाचे दान करते हा एक चमत्कार झाला. उद्या दुसरा चमत्कारही–

मी डोळे उघडून पाहीन तेव्हा इवलीशी जिवणी असलेली, नि चिमुकल्या मुठी घट्ट आवळून धरणारी एखादी बालमूर्ती माझ्या कुशीत– तो चमत्कार–

या कल्पनेने मला किती किती नाजूक गुदगुल्या होत. मॅट्रिकला मी जगन्नाथ शंकरशेठ शिष्यवृत्ती मिळविली तेव्हाचा आनंद– पुढे बी.ए. ला पहिल्या वर्गात आले तेव्हाचा आनंद– भगवंतरावांनी त्या दिवशी संध्याकाळी एकदम माझे चुंबन घेतले तेव्हाचा आनंद– आयुष्यातले सारे सारे आनंद एका पारड्यात नि या चौथ्या कल्पनेचा आनंद दुसऱ्या पारड्यात घालून मी पाहायला लागले की– माझे दुसरे पारडेच अधिक जड होई.

अशीच एकदा मी लवकर जागी होऊन स्वत:च्या कल्पनांशी खेळत पडले होते. झोप लागून पुरे दोन ताससुद्धा झाले नव्हते; पण मला एक स्वप्न पडले, त्यातले ते गोजिरवाणे बाळ– त्याचा पापा घेण्याकरिता मी पुढे झाले. ते बाळ एकदम दिसेनासे झाले. दचकून जागी झाले मी!

ठण– ठण– ठण– घड्याळात बाराचे ठोके पडले. भगवंतराव एकदम जागे झाले. मी काही तरी बोलणार होते. पण ते झटकन उठून बसले. बटन दाबून त्यांनी उशाजवळचा मोठा दिवा लावला. मी जागी आहे याची त्यांना कल्पना नव्हती; पण त्यांची मुद्रा पाहून मला आश्चर्य वाटले. ते भ्याल्यासारखे दिसत होते.

कावऱ्या-बावऱ्या मुद्रेने त्यांनी खोलीत सगळीकडे पाहिले. मग ते हळूच उठून दरवाजाकडे गेले. कानोसा घेऊन ते परत आले. किती तरी वेळ अंथरुणावर तळमळत होते. मी विचार करीत होते– त्यांना कसली भीती वाटली असावी? चोरांची?

दोनतीनदा ते असे अपरात्री उठलेले मी पाहिले, पण त्यांना काही विचारण्याचा धीर झाला नाही मला! मात्र या खोलीला लागलेले कायमचे कुलूप– स्वत:पाशी त्यांनी ठेवलेल्या कुलपाची किल्ली– ती किल्ली देण्याची त्यांची नाखुषी– या साऱ्या गोष्टी मला आठवू लागल्या. राहून राहून मन म्हणे– इथं भुताटकी-बिताटकी तर नसेल ना?

लवकरच हे मी विसरून गेले.

लग्नाला सहा महिने झाले. आम्ही एकमेकांपासून एक दिवससुद्धा दूर राहिलो नव्हतो. कैक वर्षे आम्ही दोघे एकमेकांच्या सहवासात राहत आहोत असे मला वाटू लागले होते.

पण–

राजेसाहेबांचे दिल्लीला काम निघाले. बहुधा दत्तकाचेच असावे ते! त्यांच्या प्रकृतीसाठी भगवंतरावही बरोबर जाणार होते. महिना-पंधरा दिवसांचा त्यांचा तो विरह मला युगासारखा वाटू लागला. त्याच्या नुसत्या कल्पनेनेच माझ्या डोळ्यांत अश्रू उभे राहिले. दिल्लीहून परत येईपर्यंत मी दादांना भेटून यावे असे त्यांनी सुचविले. मलाही ते पटले. पण–

त्या रात्री काही केल्या मला झोप येईना. भगवंतरावांची शांत झोप पाहून मला खूप राग आला त्यांचा! मी मनात म्हटलेसुद्धा– पुरुषांची अंत:करणे दगडासारखी असतात. विरहाच्या उन्हाने त्यांना काहीच होत नाही. पण बायकांची मने मात्र– ती फुले विरहाची झळ लागली की कोमेजून जातात.

एक-दोन वाजल्यावर माझा थोडासा डोळा लागला. मी जागी झाले तेव्हा किती वाजले होते कुणास ठाऊक! पण माझ्या मनात एकच विचार आला– आता महिनाभर भगवंतरावांचा चेहरासुद्धा आपल्याला दिसायचा नाही. ते झोपले आहेत तोपर्यंत तो डोळे भरून पाहून घ्यावा–

मी हळूच उठून त्यांच्याकडे पाहू लागले. खिडकीतून चांदणे आत आले होते. त्या चांदण्यात त्यांचा चेहरा–

मला त्यांची मुद्रा दिसलीच नाही. तेथे दिलीप दिसू लागला.

ती रात्र– दिलीप असाच शांतपणे झोपला होता. त्याच्या चेहऱ्यावर चांदणे पडले होते. मी त्याच्याजवळ जाऊन वाकले नि–

दिलीपच्या चुंबनाकरिता त्याच्या खोलीत गेलेली सुलू दुसरीच होती का?

माणसाच्या शरीरातला कण नि कण सात वर्षांत बदलतो म्हणे. पण त्याचे मन मात्र– ते पळापळाला बदलत असते! दिलीपला किती लवकर विसरून गेले मी! त्याने दिलेली ती मिठाची पुडी रामगडला येताना मी कुठे फेकून-बिकून तर दिली नाही ना?

माझे मन बेचैन झाले.

ट्रंक उघडून पाहिल्याशिवाय पुन्हा झोप येणे शक्य नव्हते. उशाजवळचा मोठा दिवा लावला तर भगवंतरावांची झोपमोड व्हायची!

दिवा न लावताच मी उठले. चोरपावलांनी माझ्या ट्रंकेकडे गेले. ती हळूच उघडलीही. मी हाताने आतल्या वस्तू चाचपू लागले. तो लहान फोटो– आईचा फोटो मुद्दाम आणला होता बरोबर. दुसरा मोठा फोटो– आईचा नि दादांचा होता तो! सुंदर नक्षीदार चौकटीत बसवून मी तो टेबलावर ठेवणार होते माझ्या!

भराभर माझे हात शोधू लागले– काही पत्रे हाताला लागली. मनात आले– दिलीप तुरुंगात गेला तेव्हा त्याने मला पत्र लिहिले होते, नाही? ते सुद्धा आपण जपून ठेवलेल्या या पत्रांत असेल. ते पत्र वाचायला विलक्षण मोह झाला मला. पण आता दिवा कसा लावायचा! भगवंतराव सकाळी दिल्लीला जाणार होते. प्रवासाची किती दगदग होणार होती त्यांना! त्यांची झोपमोड करायची म्हणजे–

पत्र वाचायचा मोह आवरून मी मिठाची पुडी शोधू लागले.

शोधता शोधता–

उघडून ठेवलेल्या ट्रंकेच्या झाकणाला माझ्या डाव्या हाताचा धक्का लागला असावा! ते धाडकन खाली पडले. माझ्या उजव्या मनगटात अशी कळा आली–

पण मी ओरडले नाही तरी जे व्हायचे तेच झाले.

उशाजवळचा दिवा चटकन लागला. घोगऱ्या स्वराने भगवंतरावांनी विचारले, 'कोण आहे?'

खोलीत पसरलेल्या प्रकाशात भगवंतरावांची मुद्रा किती भयंकर दिसत होती! नेहमीचा त्यांचा तो हसरा चेहरा कुठे गेला हे मला कळेना. त्यांना कसले भय वाटत होते? चोरांचे?

छे!

माझ्याकडे दृष्टी जाताच त्यांचा चेहरा पूर्ववत झाला. ते हसून म्हणाले, 'तू होय? कसलं कारस्थान चाललंय एवढ्या अपरात्री?'

खोटे बोलायची एखादी शर्यत लागली तर त्यात स्त्रीच पहिला नंबर मिळवील यात शंका नाही!

एक क्षणसुद्धा गोंधळले नाही मी! झटकन उठून त्यांच्याजवळ जाऊन मी म्हणाले, 'बटनं शोधीत होते मी!'

'म्हणजे? उद्या मी गेल्यावर शर्टबिर्ट घालायला लागणार आहेस वाटतं?'

'इश्श! मुद्दाम तुमच्याकरिता बटनं आणली आहेत मी परवा?'

'ती लावायचा मुहूर्त आताच होता! मध्यरात्रीनंतर सात घटका पंचवीस पळं...'

'थट्टा अगदी पुरुषांच्या पाचवीलाच पूजलेली असते नाही?'

'बायकांच्या पाचवीला कशाची पूजा करतात सांगू?'

'हं!'

'वेडाची!'

मी गाल फुगवून रागावल्याचे नाटक केले. पण ते काही नवीन नव्हते त्यांना!

ते हसत म्हणाले, 'कुणासाठी तरी वेडं व्हायचं एवढंच बायकांना ठाऊक असतं. नवऱ्याचा शर्ट काय, त्याची बटनं काय नि अपरात्री जागी होऊन ती तू शोधीत बसतेस काय, सारंच विलक्षण! बायका कितीही शिकल्या तरी–'

'त्यांच्या भावना करपून जात नाहीत!' मी हसत त्यांचे वाक्य पुरे केले. 'दिल्लीतसुद्धा तुम्हाला माझी आठवण व्हावी म्हणून ती बटनं–'

'तुझी ही जादूची बटनं आपण नाही वापरणार बुवा दिल्लीत!'

'का?'

'बटनाला सहज हात लावला की तुझी आठवण होणार मला! नि मी एकसारखी अशी आठवण काढू लागलो म्हणजे इकडे उचक्यांनी तू हैराण होऊन जाणार! तेव्हा–'

पुढे काहीच न बोलता त्यांनी पटकन बटन दाबून दिवा मालवला.

मी परत अंथरुणावर येऊन झोपले. भगवंतराव एकसारखे माझ्याशी बोलत होते. मी 'हूं' 'उंहू' अशी उत्तरे देत होते. माझे मन एकसारखे चुळबूळ करीत होते– दिलीपने दिलेली ती मिठाची पुडी ट्रंकेत आहे की नाही?

दुसऱ्या दिवशी सकाळी भगवंतराव दिल्लीला गेले.

आईचे बोट धरून गर्दीतून चालणाऱ्या लहान मुलाचे बोट एकदम सुटावे तसे काही तरी वाटले मला! घटकाभर सारा बंगला अगदी ओका वाटला.

इतक्यात त्या मिठाच्या पुडीची आठवण झाली. मी धावतच वर आले. लहान मुलासारखी ट्रंक उपसली. अगदी तळाशी पुडी होती ती! ती पाहून किती आनंद झाला मला! मी दिलीपचाच विचार करीत बसले.

एकदम मला आठवले– दिलीपचे वडील रामगडलाच फौजदार होते. त्यांच्याकडे चौकशी केली तर सध्या तो कुठे आहे हे सुद्धा कळेल.

मी नोकराकडे चौकशी केली. सरदेसाई फौजदार सहा महिन्यांपूर्वी वारल्याचे मला कळले.

दिलीप आपल्या आईविषयी किती भक्तीने बोलत असे. आता ती बिचारी कुठे

असेल?

चौकशी करता मला कळले– तिचे थोरले जावई इथले एक बडे सावकार आहेत, त्यांच्याकडे ती राहते.

मी तिला भेटायला गेले. अगदी खंगून गेली होती ती! 'माझा दिनू एकदा भेटला की मी सुखानं प्राण सोडीन' असे ती म्हणाली, तेव्हा माझ्यासुद्धा डोळ्यांत पाणी उभे राहिले. 'दिनूची साडेसाती लवकरच संपतेय! आता तो परत आल्याशिवाय राहणार नाही' असे तिने सांगितले, तेव्हा तिच्या भोळ्या भावाला मी मनातल्या मनात हसले. पण तिचे समाधान करण्याकरिता मी म्हणाले, 'तो लवकरच येईल असं मलासुद्धा वाटतंय!'

दिनूकरिता तिने संकट सोमवार सुरू केले होते. ज्या खेडेगावात त्याचे घर होते तिथल्या देवालाही तिने नवस केला होता. मी चहा घेऊ लागले तेव्हा समोरच्या तसबिरीकडे हात जोडून डोळे मिटून ती म्हणू लागली–

'अनुदिनि अनुतापे तापलो रामराया
परम दिनदयाळा नीरसी मोहमाया
अचपळ मन माझे नावरे आवरीता
तुजविण शिण होतो धाव रे धाव आता'

संध्याकाळी आमच्या बायकांच्या क्लबात जाईपर्यंत दिलीपच्या आईची ती मूर्ती माझ्या डोळ्यांसमोर पुन्हा पुन्हा येत होती. तपश्चर्येला बसलेल्या ऋषींचे शरीर सुंदर दिसत नसेल; पण त्याच्या मुद्रेवरल्या तेजाने मनुष्य दिपून गेल्याशिवाय राहत नाही. तसे झाले होते माझे.

क्लबात गेल्यावर तिथे जमलेल्या साऱ्या बायकांची मी दिलीपच्या आईशी तुलना करू लागले. एखाद्या सुंदर रीतीने शृंगारलेल्या आणि विजेच्या दिव्यांनी लखलखणाऱ्या नाटकगृहापेक्षा अगदी साध्या आणि एकच नंदादीप तेवत असलेल्या देवळात काही तरी अधिक आहे असे एखाद्या वेळी वाटते. तोच अनुभव आला मला.

आमच्या क्लबात अधिकारी, व्यापारी, सावकार, जमीनदार, बडे बडे वकील नि डॉक्टर यांच्याच बायका येत. गेल्या सहा महिन्यांत मी मधून मधून तिथे जात असे खरी! पण ती वळवाच्या सरीसारखी! अधूनमधून! नि अशी चुकूनमाकून गेले तरी दिवेलागणी झाल्यावर पत्त्यांच्या डावात काही माझे मन रमत नसे. मग कुणी तरी थट्टेने म्हणे, 'पत्त्यातला राजा नकोय सुलोचनाबाईंना! त्यांना खराखुरा...'

प्रौढ इंजिनियरीणबाई मध्येच बोलत, 'नव्याची नवलाई आहे ही बाई! थोडे दिवस जाऊ देत. याच सुलोचनाबाई क्लबातून घरी जायला तयार व्हायच्या नाहीत!'

त्यांचे हे उद्‌गार ऐकून मी मनातच म्हणे– खरेच का संसार असा आहे! नव्या खेळण्याची मुलाला जेवढी अपूर्वाई वाटते तेवढीच का संसारात मौज आहे?

छे!

मग या प्रौढ स्त्रिया– पंधरा-वीस वर्षे संसार केलेल्या बायका असे का बोलतात? कशाने मन विटले आहे त्यांचे? तसे पाहिले तर काय कमी आहे त्यांना? अन्नपूर्णा हात जोडून पुढे उभी आहे, लक्ष्मी चोवीस तास पंख्याने वारा घालीत आहे! मग हे असमाधान का? हा अंसतोष का?

भगवंतराव दिल्लीहून परत येईपर्यंत घरी लवकर परतायची मला काहीच घाई नव्हती. मी क्लबात खूप वेळ बसू लागले. पहिले काही दिवस साऱ्याजणी भगवंतरावांवरून माझी थट्टा करीत. त्या थट्टेत घरी अठराविश्वे दारिद्र्य असूनही भगवंतरावांनी आपला अभ्यास कसा पार पाडला, राजेसाहेबांची मर्जी संपादून ते परदेशी शिक्षणाकरिता कसे गेले, शस्त्रक्रियेत त्यांचे हात धरणारे डॉक्टर मुंबईतसुद्धा किती थोडे आहेत, गरीब विद्यार्थ्यांना ते किती सढळ हाताने मदत करतात इत्यादी गोष्टींचा उल्लेख असल्यामुळे मलाही ती हवीहवीशी वाटे. झिमझिम पावसात भिजण्यात गंमत वाटते ना? मैत्रिणींकडून थट्टा करून घेण्यातही अशीच मौज असते. संध्याकाळच्या समारंभात हाताला लावलेल्या अत्तराचा रात्री अंथरुणावर पडल्यावर जसा मंद पण मधुर सुवास यावा, त्याप्रमाणे घरी एकांतात ही सारी गोड थट्टा मला राहून राहून आठवे. मी मनात म्हणे– किती किती भाग्यवान आहे मी!

मी रामगडची सर्वांत मोठी विदुषी! भरपूर सवडही होती आता मला! फार दिवस मुलींच्या हायस्कूलच्या बाई बोलावीत होत्या; म्हणून एके दिवशी त्यांच्या शाळेत मी गेले. खूप दिवसांनी लहान लहान मुली पाहून फार बरे वाटले मनाला.

अभ्यासाची चाचणी घ्यायची तरी सातव्या इयत्तेतच घ्यावी असे ठरविले मी! कदाचित अहंकार असेल तो माझा! हो! लग्नाच्या वेळी कॉलेजमध्ये फेलो होते मी! तेव्हा पहिली-दुसरीतल्या परकऱ्या पोरींना प्रश्न विचारीत बसण्यापेक्षा–

मी सातवीच्या वर्गात गेले. संस्कृतचा तास सुरू होता. मी पुस्तक हातात घेऊन पुढचे वाक्य वाचायला एका मुलीला सांगितले.

ती वाचू लागली– 'अलं महिपाल तव श्रमेण!'

त्या मुलीचा आवाज थोडासा दिलीपसारखा होता.

तिने रघूच्या दुसऱ्या सर्गातल्या एका श्लोकाचा तो आरंभ वाचला मात्र–

दहा वर्षांतल्या साऱ्या गोष्टी माझ्या डोळ्यांपुढे उभ्या राहिल्या. पावसाळ्यात दिव्याभोवती पतंगांची गर्दी व्हावी तशी माझ्या मनाची स्थिती झाली. हा सर्ग वाचीत असताना मी दिलीप हे नाव ठेवले त्याला! का बरे ठेवले नाव मी!

तो गरीब होता हे मला पुरेपूर ठाऊक होते, पण एका राजाचे नाव ठेवले मी

त्याला.

त्या राजाच्या राणीचे नाव सुलोचना होते नाही का? म्हणून–

छे! तिचे नाव सुलोचना कुठे होते? ती होती सुदक्षिणा! दादांच्या मनातसुद्धा माझं नाव सुदक्षिणाच ठेवायचे असावे. रघुवंशातला तो दुसरा सर्ग त्यांना किती आवडतो!

पण आई म्हणाली असेल, 'असलं हे हेंगाडी नाव! धड हाकसुद्धा मारायला यायची नाही पोरीला! नि आपली मुलगी म्हणजे काही दक्षिणा नव्हे! ती भिक्षुकाला थोडीच द्यायची आहे!'

म्हणून त्या राणीच्या नावासारखे वाटणारे हे नाव दादांनी ठेवले असावे.

छे!माझे खरे नाव सुलोचना नाही, सुदक्षिणाच आहे.

राणीचं नाव ते माझे आणि राजाचे नाव ते दिलीपचे नाव!

त्या वर्गात अधिक वेळ राहिले नाही मी!

आणि संध्याकाळी क्लबात जायच्या ऐवजी दिलीपच्या आईकडे मी गेले.

म्हातारी आपल्या देवापुढे एक निरांजन लावून सद्गदित कंठाने म्हणत होती–

अनुदिनी अनुतापे तापलो रामराया
परम दिनदयाळा नीरसी मोहमाया
अचपळ मन माझे नाव रे आवरीता
तुजविण शिण होतो धाव रे धाव आता

या ओळींनी माझे मन कसे द्रवून गेले. बुद्धिवादी दादांच्या तालमीत वाढले होती मी! देवाची कल्पना हा लोकभ्रम आहे, या विषयावर तासभर व्याख्यान द्यायचीसुद्धा तयारी होती माझी. पण दिलीपची ती आई! जणू काही दुःखाने गांजलेल्या जगाची प्रतिमाच होती ती! तिने म्हटलेल्या श्लोकातला तो करुणगंभीर अर्थ– जीवमात्राचे आक्रंदनच होते ते!

'अचपळ मन माझे नावरे आवरीता!' या एका ओळीच आयुष्यातले केवढे मोठे कटू सत्य भरले आहे!

करुणाष्टके संपल्यावर आई माझ्याशी बोलू लागली. इकडे तिकडे कुणी नाही असे पाहून तिने हळूच माझ्या कानात सांगितले, 'दिनू येणार आहे!'

'केव्हा?' मी मोठ्याने बोलून गेले.

म्हातारीने एकदम माझ्या तोंडावर हात ठेवला.

ती पुन्हा अगदी हळूच म्हणाली, 'भिंतीलासुद्धा कान असतात मुली.'

दिलीपच्या बहिणीच्या घरात त्याच्या आईला तो येणार आहे हे सांगायची चोरी असावी? मला मोठे नवल वाटले.

मी कुजबुजले, 'पत्र आलंय?'

'अं हं!'

'मग?'

'निरोप आलाय एका माणसाबरोबर! त्याला काशीला भेटला तो!'

'कधी येणार आहे तो?'

'कधी? देवाला ठाऊक!' असे म्हणत तिने समोरच्या तसबिरीला नमस्कार केला.

माझे मलाच आश्चर्य वाटले त्या रात्री. मी भगवंतरावांपेक्षा दिलीपचाच अधिक विचार करीत होते. तो केव्हा येईल? कसा दिसत असेल? माझे लग्न झाल्याचे कळल्यावर त्याला वाईट वाटेल की–

त्याला वाईट वाटावे पण फार वाईट वाटू नये अशी काही तरी इच्छा करीत होते मी. आता दररोज त्याच्या आईला भेटायला जायचे असे मी ठरवले. पण–

आयुष्याच्या खेळात दैव नेहमीच माणसाच्या विरुद्ध पक्षाला असते.

दुसऱ्या दिवशीच दादांचे पत्र आले. त्यांची प्रकृती पुन्हा बिघडली होती. लगेच मी रामगडहून निघाले.

मी आल्यावर दादांची प्रकृती सुधारू लागली. त्यांचा आजार थोडा मनाचाही होता. आई गेली तेव्हा लहान असले तरी बोलायला-चालायला मी घरात होते, पण माझे लग्न झाल्यावर गेल्या सात महिन्यांत घर कसे खायला उठले होते त्यांना! मी गेले त्या दिवशी ते हसत हसत एकसारखे बोलत सुटले–

'सुलू, मागं एक लेख वाचला होता मी! एका निर्जन बेटावर तुम्हाला सहा महिने राहायचंय! तर तुम्ही कुठली पुस्तक बरोबर घ्याल, असा त्या लेखकाचा प्रश्न होता. त्यांच्या प्रश्नाचं उत्तर म्हणून मी मनाशी एक यादीसुद्धा करून ठेवली होती. त्या यादीत उत्तररामचरित होतं, तुकारामाची गाथा होती, आगरकरांचे निबंध होते, माझी सारी आवडती पुस्तके होती. परवापर्यंत माझं उत्तर अगदी बरोबर आहे असं मला वाटत होतं; पण पोरी तू सासरी गेलीस मात्र– काय सांगू तुला? त्या दिवशी रात्री काही केल्या मनाला चैन पडेना. मी तुकाराम काढून अभंग वाचू लागलो. 'कन्या सासुऱ्यासि जाये' हा अभंग वाचला मात्र– मला तुकारामाचा राग आला. त्याला मुलीच्या दु:खाची कल्पना करता आली पण मुलीच्या आईबापांचं दु:ख तिच्याहूनही मोठं असतं हे त्याला कधीच समजलं नाही.

तुकाराम बाजूला ठेवून मी उत्तररामचरित हातात घेतलं; पण ते उघडल्याबरोबर माझं दु:ख अधिकच वाढलं.

'ममतेला वियोगाचा शापच नसता तर जग किती सुखी झालं असतं' हाच

विचार मनात एकसारखा घोळू लागला.

कुठल्याही पुस्तकाला हात लावायचा मनच घेईना. रात्रभर घरात एखाद्या पिशाचासारखा हिंडत होतो मी! ही सुलूची आवडती खुर्ची, ही सुलूची आवडती खिडकी, असं मनात म्हणत त्या जागी किती तरी वेळ उभा राहिलो; पण कशानं मनाचं समाधान होईना. शेवटी तुझ्या खोलीत सतार घेऊन आलो नि तुझी आवडती कविता– 'कुणि कोडे माझे उकलिल का?' ती वाजवीत बसलो, तेव्हा कुठं मनाला बरं वाटलं. पोरी, मुलगा हवा म्हणून तुझी आई वेड्यासारखे नवस करी. त्यावेळी तिची खूप खूप थट्टा केली मी! पण आज मात्र मला वाटतं– एक मुलगा हवा होता मला. नाही तर तूच मुलगा व्हायला हवी होतीस!'

'इश्श!' म्हणून मी दादांच्या त्या बोलण्याचा बायकी निषेध केला खरा, पण त्यांचे ते एकटेपणाचे दुःख पाहून मलासुद्धा वाटले– मला एक भाऊ हवा होता!

मी थोडे दिवस राहणार म्हणूनच की काय दादा एकसारखे माझ्याशी बोलत बसत. 'प्रकृती पुन्हा बिघडली तर लगेच रामगडला निघून या!' असे मी त्यांना एकदा सांगितले. तेव्हा ते म्हणाले, 'आपण नाही बुवा येणार इतक्यात!'

मी विचारले, 'का?'

'रामगडला माझी उतरायची सोय कुठं आहे?'

'म्हणजे? मी काही धर्मशाळेत राहत नाही तिथं! चांगली बंगल्यात राहते!'

'पण तुझ्या घरात मी जेवू कसा?'

मी रागाने त्यांच्याकडे पाहू लागले. एखाद्या बाटलेल्या मुलीशी सनातनी बापाने असे बोलावे तसा प्रश्न होता तो त्यांचा!

दादा हसत म्हणाले, 'मूल न झालेल्या मुलीच्या घरी बापानं जेवू नये असं आमचं धर्मशास्त्र सांगतं.'

दादा स्वतःला बुद्धिवादी म्हणवून घेत. हिंदू धर्मातल्या किती तरी गोष्टींची नि रूढींची ते नेहमीच थट्टा करीत. त्यामुळे त्यांनी घेतलेला हा धर्मशास्त्राचा आधार पाहून मला हसू लोटायला हवे होते, पण हसले नाही. त्यांच्या बोलण्याने गुदगुल्या झाल्या मला.

घरात मी एकटी असले की मला जुन्या आठवणीत रंगून जाण्यात आनंद होई. आई या खोलीत आजारी होती– शेवटच्या दिवशी तिने मला जवळ घेऊन तोंडावर हात फिरविला नि– आई गेली तेव्हा मी त्या पलीकडच्या खोलीत रडत झोपी गेले होते. मग दिलीप माझ्याजवळ आला, त्याने मला जवळ घेतले, माझे डोळे पुसले–

दिलीपची अशी आठवण झाली, की किती तरी वेळ मी त्याचाच विचार करीत बसे. या घरात माझ्याबरोबर चार वर्षे काढली होती त्याने. त्या चार वर्षांतली आमची

रुसणी-फुगणी, आमची गाणीबजावणी, आमचे अभ्यास नि दिनूचे ते उपास– सारे माझ्या डोळ्यांपुढे उभे राही. भगतसिंगला फाशी दिले त्या दिवशीची त्याची ती मुद्रा–

एखाद्या हातरुमालात कुणी तरी केवडा गुंडाळून ठेवलेला असावा नि मग केवडा काढून घेतल्यावरसुद्धा त्या हातरुमालाला मंदमधुर सुगंध येत असावा, तशा दिलीपच्या या आठवणी होत्या.

मला वाटे– दिलीप इतक्यात रामगडला येऊन आईला भेटून गेलाही असेल. त्याची आपली नेहमी चुकामूक व्हावी असाच दैवाचा संकेत आहे. नाही तर तो बैराग्याच्या वेषात उत्तर हिंदुस्थानात ज्या स्टेशनावर दिसला तिथे गाडी थोडी अधिक थांबली नसती का?

मात्र भगवंतरावांचे दिल्लीहून परत आल्याचे पत्र आल्याबरोबर मी दिलीपला विसरून गेले. माझ्या डोळ्यांपुढे गेल्या सहा महिन्यांतले सुखी जीवन उभे राहिले. ती बंगल्यातली तिसऱ्या मजल्यावरली माझी– छे! आमची खोली, त्या खोलीतली ती आमची एकांतातली गोड भाषणे–

मी लगेच रामगडला जायची तयारी करू लागले. अमक्या गाडीने येते म्हणून भगवंतरावांना तारही केली.

माझी धांदल पाहून दादा माझी थट्टा करीत होते. शेवटी त्यांची उलट थट्टा करण्याकरिता म्हणून मी म्हटले, 'दादा, तुमची सतार बदलायला हवी आता! नवी घ्या दुसरी!'

ते म्हणाली, 'तेच म्हणतोय मी!'

'मी पाठवून देऊ का?'

'इतक्यात नको!'

'मग केव्हा?'

'माझ्या नातवंडांच्या दंग्यात या सतारीच्या तारा तुटल्या म्हणजे–' पुढले ऐकून घ्यायला मी तिथे राहिलेच नाही.

स्टेशनावर भगवंतराव मला उतरून घ्यायला येतील अशी माझी कल्पना होती. पण नुसता शोफरच आलेला दिसला.

माझ्या मनात चर्र झाले. ते आजारीबिजारी नसतील ना?

'साहेब कुठं आहेत?' मी शोफरला विचारले.

'तुरुंग तपासायला गेले आहेत.' त्याने उत्तर दिले.

तुरुंगाच्या देखरेखीचे कामही त्यांच्याकडे आहे हे मला ठाऊक होते; पण आज कितीतरी दिवसांनी आम्ही दोघे एकमेकांना भेटणार होतो. या वेळी त्यांनी तुरुंगाकडे

जावे– मोठा अपशकुन वाटला हा मला. माझ्या भेटीच्या आनंदासाठी त्यांनी आपले काम थोडे बाजूला ठेवले असते तर बरे झाले नसते का? मी मनात म्हटले– प्रेम कसे करावे हे पुरुषांना कळतच नाही.

मी बंगल्यावर आले. चहा घेतला. माझी तिसऱ्या मजल्यावरची खोली गड्याने साफसूफ करून ठेवली आहे की नाही हे पाहिले. त्यांनी दिल्लीला नेलेली मोठी ट्रंक खोलीच्या कोपऱ्यात पडली होती. कुलूपबिलूप काही नव्हते तिला. मी ती सहज उघडली. अगदी वर काही नवी इंग्रजी पुस्तके दिसली. ताजी फुले पाहिल्यावर कुठली बाई गप्प बसेल? त्यातले एखादे तरी उचलून केसात खोवण्याचा मोह तिला होतोच होतो. नव्या पुस्तकांच्या बाबतीतही माणसाची अशीच स्थिती होते. ती पाहिली की–

मी ट्रंकेतली पुस्तके काढून ती भरभर चाळली. गुप्त पोलिसांच्या गोष्टी, विचित्र गुन्ह्यांच्या गोष्टी– भगवंतरावांना असलीच पुस्तके अधिक आवडतात हे मला ठाऊक होते. पण ती दहा-वीस पुस्तके एकदम पाहिल्यावर एकदम कसेसेच वाटले मला! खूपसा सब्जा एकदम नाकाशी धरला म्हणजे त्याचा उग्र वास जसा नकोसा होतो तसे काही तरी–

आता एकच शेवटचे पुस्तक पाहायचे राहिले होते. मी ते उघडले– Ghost Stories... भुतांच्या गोष्टी. मला हसू आले. एवढे जगाचा प्रवास करून आलेले भगवंतराव नि त्यांनी लहान मुलांप्रमाणे भुताखेतांच्या गोष्टी वाचीत बसावे? त्या पुस्तकात त्यांनी केलेल्या खुणा पाहून तर हसता हसता पुरेवाट झाली माझी!

बाहेर कसे स्वच्छ, निर्मळ ऊन पसरले होते. भगवंतरावांची ती भुते ट्रंकेत फेकून देऊन मी बागेत गेले. जिकडे तिकडे फुलेच फुले फुलली होती. मला भास झाला– माझे आयुष्यही या बागेसारखे आहे! तुडुंब भरलेल्या समोरच्या तलावाच्या पाण्यावर सूर्यकिरण नाचत होते. मला वाटे– माझ्या मनाचे प्रतिबिंबच आहे ते. आनंदाने भरून आलेल्या माझ्या मनात प्रीतीचा असाच चमचम नाच चालला होता. नाही का?

मी घड्याळाकडे पाहिले. येऊन तास होऊन गेला होता. अजून भगवंतराव परत आले नव्हते. असा राग आला मला त्यांचा! माहेराहून धावत आलेली बायको वाट पाहत बंगल्याच्या दारात उभी आहे आणि हे बसले आहेत तिकडे तुरुंगाची तपासणी करीत! भगवंतरावांत इतर सारे गुण असले तरी काव्य फारच कमी आहे असे मला वाटले.

मी घड्याळाकडे उत्कंठेने पाहत बसले. पण भगवंतराव काही आले नाहीत.

एकदम एक कल्पना सुचली मला! आपण तुरुंगात जावे! जेलरने आपल्याला तीन-चारदा तरी पाहिले आहे. तो काही आपल्याला आडवणार नाही. तुरुंगाकडे जाता जाता भगवंतरावांशी काय बोलायचे याचा विचार करीत होते मी! 'इथे तुरुंगात

कशाला आलीस? असे त्यांनी विचारले तर आपण म्हणायचे, 'तुम्ही डॉक्टर म्हणून तुरुंगात गेला आहात, की देशभक्त म्हणून तुरुंगात गेला आहात हे पाहायला आले मी!'

पण असले काही बोलण्याचा प्रसंग आला नाही माझ्यावर.

जेलरने भगवंतराव बसले होते त्या खोलीकडे मला नेले. मी बाहेरच उभी राहून ऐकू लागले. ते कुणातरी कैद्याशी बोलत होते. भगवंतराव म्हणत होते,

'हा अन्नसत्याग्रह करणारांत चोरसुद्धा आहेत!'

'चोरसुद्धा माणसंच असतात, त्यांनाही पोटभर चांगल्या अन्नाची जरुरी असते!' उत्तर आले. आवाज मला ओळखीचा वाटला.

'पण चोर म्हणजे गुन्हेगार!'

'माणसं काही सुखासुखी गुन्हेगार होत नाहीत. पोटाला मिळत नाही म्हणूनच बहुतेक लोक चोऱ्या करतात!'

हा स्वर–

मी झटकन पुढे होऊन पाहिले.

तो दिलीप होता!

तो खूप वाळला होता, त्याची दाढी वाढली होती. त्याच्या पायात बेडी होती– पण मी त्याला लगेच ओळखले.

त्यानेही माझ्याकडे पाहिले. तो हसला.

मी ज्या भिंतीच्या आधाराने उभी होते ती गरगरा फिरत आहे असे मला वाटले. मी मटकन खाली बसले.

माझी कांकणे वाजताच भगवंतरावांनी मागे वळून पाहिले असावे, 'सुलू!' हा त्यांचा आश्चर्याचा उद्गार माझ्या कानांवर पडला. क्षणभराने मी डोळे उघडले. बेडीचा खळखळाट ऐकू येत होता.

पण दिलीप?

तो माझ्या दृष्टिआड झाला होता.

कादंबरी लिहायला म्हणून मी बसले. ज्या आठवणी मनामध्ये उलट्यासुलट्या तरंगत होत्या त्या लिहून गेले.

पण तैलचित्रांचे सौंदर्य दुरूनच चांगले दिसते. आठवणींचेही तसेच आहे. दिलीप तुरुंगात मला दिसला त्यानंतरच्या गोष्टी गेल्या दोन-तीन वर्षांतल्या; पण हे सारे कालच घडले की काय असा एखाद्या वेळी भास होतो. त्या आठवणी सांगायचा धीर काही केल्या होत नाही मनाला!

लहान मूल बोलायला लागले म्हणजे एक एक अक्षर उच्चारते नि अडते. माझी

लेखणीही तशीच गोंधळू लागली आहे.

तसे पाहिले तर त्या दिवशी तुरुंगात त्याची नि माझी नुसती दृष्टिभेट झाली.

पण आता– वाटते नुसती दृष्टिभेट नव्हती. एकमेकांसाठी आसावलेल्या दोन जीवांची भेट होती ती!

भगवंतरावांबरोबर घरी परत जात असताना माझा हात त्यांच्या हातात होता; पण माझे मन? ते तुरुंगातल्या दगडी भिंती फोडून एका कोठडीत दिलीपपाशी जाऊन त्याला म्हणत होते, 'वेड्या, बैरागी म्हणून का होईना, बाहेर स्वतंत्र होतास तू! इथं तुरुंगात खितपत पडायला कशाला आलास? आणि या अन्नसत्याग्रहाच्या फंदात कशाला पडलास?'

दुपारी मी नि भगवंतराव जेवायला बसलो. मी घास उचलला! साजूक तुपाचा वास माझ्या नाकाला कळला; पण–

तो घास मला तोंडात घालवेना.

माझा घास हातातल्या हातात रेंगाळत आहे असे पाहून भगवंतराव म्हणाले, 'दादांची आठवण झाली वाटतं.'

मी मानेने 'हो' म्हटले; पण माझ्या डोळ्यांपुढे तुरुंगातला दिलीप उभा राहिला होता. दोन-तीन दिवस झाले होते म्हणे कैद्यांच्या अन्नसत्याग्रहाला. या दोन-तीन दिवसात दिलीपच्या तोंडात अन्नाचा कणसुद्धा गेला नव्हता! आणि मी मात्र सुग्रास अन्नाने भरलेले ताट पुढे घेऊन बसले होते!

दुपारी भगवंतरावांकडून सारी हकीकत मी हळूहळू काढून घेतली. दिलीपवर पूर्वीचे संस्थानचे वॉरंट होते. तो उत्तर-हिंदुस्थानात भटकत असल्यामुळे त्याची अंमलबजावणी होऊ शकली नव्हती! वडील वारल्याचे काशीला गेलेल्या कुणा तरी माणसाकडून त्याला कळले. तो आईला भेटायला म्हणून आला. दोन-तीन दिवस राहून तो निघून जाणार होता; पण त्याच्या बहिणीची मुलगी, 'आमचा मामा आलाय, मामा आलाय' म्हणून सगळीकडे सांगत सुटली. पोलिसांनी त्याच्या मेव्हण्याच्या घरावर पाळत ठेवली. आईला भेटायला आलेला दिलीप तुरुंगाची वाट चालू लागला.

तुरुंगात गेल्याबरोबर त्याने तिथल्या अन्नाबद्दल तक्रार सुरू केली; दुसरे कैदीही त्याला सामील झाले! सर्वांनी मिळून अन्नसत्याग्रह पुकारला.

कैद्यांच्या काही मागण्या मान्य करून हा सत्याग्रह थांबवावा असे मी भगवंतरावांना सुचविले. तेव्हा ते हसत म्हणाले, 'बायकांना राज्यकारभार चालविता येणार नाही म्हणतात, ते काही खोटं नाही!'

मी उत्तरले, 'कैद्यांना मिळणारं अन्न वाईट असतं हे तुम्हाला कबूल आहे ना?'

'कैदी म्हणजे काही राजेसाहेबांचे पाहुणे नव्हते! त्यांना कोण चांगलं अन्न

देणार?'

'पण कैदी झाली तरी ती माणसं आहेत!'

'अरे वा:! तू तर त्या दिनकरासारखी बोलायला लागलीस की! वेडी आहेस तू सुलू! तुरुंगात गरीब माणसं येत नाहीत; हिंस्र जनावरं येतात.'

त्या अन्नसत्याग्रहात दिलीप नसता तर या बाबतीत अधिक न बोलता मी गप्प बसले असते; पण राहून राहून मला दिलीपची आठवण होऊ लागली. त्याचा हट्टी स्वभाव मला पुरा पुरा ठाऊक होता!

प्रीतीचा मद्यासारखा उपयोग करून घेता येतो हे त्या रात्री मला कळले. दारूबाज जसा दारूच्या नशेत वाटेल ती गोष्ट कबूल करतो, तसे पुरुषही प्रेमाच्या धुंदीत–

तुरुंगातला अन्नसत्याग्रह थांबणार म्हणून मला आनंद झाला. दिलीपच्या जीवाला आता धोका नाही म्हणून मी हर्षून गेले; पण या आनंदात एक वैगुण्य होते. भगवंतरावांनी माझ्यासाठी हे सारे कबूल केले होते, नि ते सुद्धा दिवसा नाही– माझा युक्तिवाद त्यांना पटला म्हणून नाही! तर–

आकाशात क्षणभरच वीज चमकावी आणि वादळाच्या भयाने अंधारात ज्या घराचा आसरा आपण घेतला आहे त्यात खूप बिळे आहेत, असे दिसावे, तशी माझी स्थिती झाली. 'वेश्या आपल्या सौंदर्याची किरकोळ विक्री करते. कुलीन स्त्रीने लग्नाच्या रूपाने त्याची घाऊक विक्री केलेली असते. यापेक्षा त्या दोघींत काही फरक नाही' हे विधान मी पूर्वी वाचले होते. तेव्हा मला ते अत्यंत विकृत वाटले होते.

पण त्या रात्री मला कळून चुकले– पुरुष स्त्रीच्या मनाची कदर करीत नाही. त्याचे प्रेम तिच्या आत्म्यावर असत नाही. ते तिच्या शरीरावर असते.

हे विषसुद्धा मी पचविले असते; पण–

दिलीप, जगात अमृत नसते तर विषाला विष कुणी म्हटले नसते!

भगवंतरावांनी उदारपणे तुरुंगातला अन्नसत्याग्रह थांबविला म्हणून त्यांची वर्तमानपत्रांनी खूप स्तुती केली. घरात येणाऱ्या 'टाइम्स' शिवाय मी दुसरे वर्तमानपत्र सहसा वाचीत नसे. पण या वेळी अमक्या वर्तमानपत्रात भगवंतरावांविषयी मजकूर आला आहे असे कळले की मी ते मुद्दाम मागवून आणीत होते.

दिवसामागून दिवस उगवत होते नि माळवत होते. समोरच्या तळ्यात पाण्याच्या लाटा दररोज नाचत होत्या, भोवतालच्या बागेत दररोज फुले फुलत होती, मी दररोज मोटारीतून फिरायला जात होते नि संध्याकाळी भगवंतराव घरी आले की त्यांच्याशी प्रेमाच्या गोष्टी बोलत होते.

किती अभिमान वाटायचा मला त्यांच्याकडे पाहून! एवढे परदेशी जाऊन आलेले! पण राजेसाहेबांकडे युरोपियन पाहुणे येत तेव्हा मेजवानीच्या वेळीसुद्धा

भगवंतराव पाणीच पीत असत. दुसऱ्याचे मन मोडू नये म्हणून ते केव्हा तरी सिगारेट ओढीत, पण ज्या दिवशी ते सिगारेट ओढीत त्या दिवशी ते मला म्हणत, 'आज आम्हांला शिक्षा आहे बुआ!'

मी विचारी, 'कसली?'

'सिगारेट ओढली आहे मी आज. बायकोपासून हजार गोष्टी लपवून ठेवता येतील, पण तंबाखूचा वास मात्र–'

त्यांनी असे काही म्हटले, की मी मुद्दामच–

जाऊ दे ते. त्या सुखाच्या आठवणी आता दुःखदायक होताहेत मला. निसर्ग तरुणतरुणींना प्रीतीची खेळणी देतो. त्यांचा सुंदर रंग पाहून ती मोहून जातात, आणि ती खेळणी घेऊन खेळू लागतात; पण खेळता खेळता ती खेळणी मोडली म्हणजे त्यांचे खरे स्वरूप बाहेर पडते, त्या सुंदर रंगाच्या आत मळकट चिंध्याखेरीज दुसरे काहीच नसते.

आमच्या प्रीतीचा वसंतकाल होता तो! दिलीप तुरुंगात आहे हेसुद्धा या उन्मादात विसरून गेले असते! पण–

मी ब्लाऊज शिवायला दिले होते. ते आणायला एका दुकानात गेले होते मी! ते सुंदर सुंदर ब्लाऊज घेऊन दुकानदार माझ्या मागून मोटारीपर्यंत आला. त्याने मोटारीचे दारसुद्धा उघडले. इतक्या खळ-खळ-खळ असा आवाज ऐकू येऊ लागला. मी रस्त्याकडे पाहिले. कैदी काम संपवून तुरुंगाकडे परत चालले होते. त्या कैद्यांत– तो– तो–

होय. दिलीपच होता तो!

त्याचे ते जाडेभरडे इनमीन दोन कपडे!

घरी नेलेले ब्लाऊज तीन-चार दिवस मी घालूनसुद्धा पाहिले नाहीत.

त्यानंतर काही दिवसांनी आमच्या बायकांच्या क्लबाचे वार्षिक संमेलन झाले. एका सहकारी बागेत साजरे झाले ते. राणीसाहेबसुद्धा थोडा वेळ येऊन गेल्या. त्या दिवशी तिसऱ्या प्रहरी बागेत आम्ही-पाचजणी सहज फिरत होतो. पलीकडे काही कैदी काम करीत होते. मला वाटले– पुढे जाऊ नये; पण बरोबरच्या बायकांना काय सांगायचे? मी त्यांच्याबरोबर पुढे गेले.

काम करणाऱ्या कैद्यांच्या अंगावरून आम्ही जाऊ लागलो. नकळत माझी चाल मंदावली. मी मधल्याच एका कैद्याकडे टक लावून पाहू लागले. त्याने सहज मान वर केली. माझ्याकडे पाहून तो हसला. लगेच मान खाली घालून तो काम करू लागला. आम्ही पुढे गेल्यावर एकजण म्हणाली, 'काय टारगट असतात मेले हे लोक! तो टोळभैरव– आपल्याकडे पाहून कसा हसला तो! पाहिलंत ना?'

मला असा राग आला तिचा!

आणि माझासुद्धा! दिलीपसाठी मी काय केले होते? काय करणार होते? दिलीपविषयीच्या या विचारांनी माझ्या मनात निर्माण केलेले वादळ तसेच वाढत राहिले असते तर–

पण निसर्गाची अशी इच्छा नव्हती. सकाळी उठल्याबरोबर मला मळमळायला लागले– चार-आठ दिवसांतच मला कळून चुकले– मी आता आई होणार!

त्या नुसत्या कल्पनेनेच किती आनंद झाला मला! एक निराळी सुलू जन्माला आली जणू! ती चारचार घटका डोळे मिटून स्वस्थ पडे. इतरांना वाटे– तिला डोहाळे लागले आहेत. ती आपल्या पोटातल्या जीवाशी ज्या गोष्टी करीत असे त्या जगाला कुठून ऐकू येणार?

माझ्याच, केवळ माझ्याच असलेल्या त्या बाळजीवाला मी विचारी– कुठे होतास तू इतके दिवस? दिवसा चांदण्या असतात तिथं? की वेलीवर उमलण्यापूर्वी फुलं असतात तिथं?

कुणासारखा होणार आहेस तू? माझ्यासारखा? होय ना? कधी होणार तुझं मला दर्शन? तुला कधी पाहीनसं झालंय मला; पण अजून किती किती दिवस–

तुझं नाव काय ठेवायचं? दिलीप? तू मुलगा आहेस, की मुलगी आहेस हे कळायच्या आधी नाव कसं ठरवायचं बाई?

नऊ महिन्यांचा तो गोड लपंडाव! एकीकडून जीव घेणारा पण दुसरीकडून जीव गुंतवून सोडणारा असला खेळच नसेल जगात! निसर्गाने स्त्रीजातीला अनेक शाप दिले आहेत आणि त्या क्रूर शापांचा विसर पडावा म्हणूनच की काय तिला मातृपदाचा वरही दिला आहे!

त्या नऊ महिन्यांत मी जे काव्य अनुभवले त्याची सर जगातल्या कुठल्याही महाकवीच्या कवितेला येणार नाही. माझ्या डोळ्यांपुढे अरुणोदय हसत होता, माझ्या कानात निर्झरणीचे संगीत घुमत होते. लोखंडाचे सोने करणारा परीस मला मिळाला होता आणि तो घेऊन मी मनामध्ये एक नवीन सोन्याची द्वारका निर्माण करीत होते.

मध्ये एकदा दादा येऊन माझ्या प्रकृतीची चौकशी करून गेले. मी एवढी धीट– एवढी हजरजबाबी! 'आता तुमची सतार संभाळा हं!' असं दादांना सांगायचे किती तरी वेळा मनात आले. पण ओठापाशी आलेले ते शब्द तिथेच अडून राहत. जणू काही आतून एक बाळजीव म्हणत होता, 'नको, आई, आत्ता बोलू नकोस ते!'

'तुझी आई असती तर या वेळी तुला मी हक्कानं माहेरी नेलं असतं' असे दादा म्हणाले तेव्हा मलासुद्धा फार वाईट वाटले! पण ते घटकाभरच!

मला मागचे काही आठवत नव्हते. सध्याचे काही दिसत नव्हते, माझी दृष्टी भविष्याकडे लागली होती. तो सोन्याचा दिवस केव्हा उगवेल? माझे ओठ त्या

मऊमऊ गालावरती केव्हा विसावतील?

डोहाळ्यांचा फारसा त्रास झाला नाही मला; पण भगवंतराव मात्र माझी फार फार काळजी घेत होते. मला एवढेसे काही होऊ लागले की ते गडबडून जात नि लगेच माझ्यावर औषधांचा मारा सुरू करीत. मी म्हणे, 'अज्ञानात सुख असतं हेच खरं! तुम्ही डॉक्टर झाला नसता तर मला ही औषधं प्यायची शिक्षा भोगावीच लागली नसती!'

मला डोहाळे लागले ते खाण्यापिण्याचे नव्हते, तर लहान लहान मुले पाहायचे. अगदी तान्हा मुलापासून पाच वर्षांच्या मुलापर्यंत केवढेही बाळ दिसले तरी त्याच्याशी खेळत बसावे असेच वाटे मला.

एकदा एका स्टोअर्समध्ये विणकामाचे सामान घेण्याकरिता गेले होते. माझ्या पलीकडेच एक काळे-सावळे वर्ष-दीड वर्षाचे मूल खेळत होते. साबणाच्या चुऱ्याची एक पिशवी त्याच्यापुढे पडली होती. त्या पिशवीवर हंस काढले होते; पण ते मूल सारखे तोंडाने म्हणत होते– 'काळा-काळा– कावळा' हंस म्हणजे कावळाच वाटत होता त्याला. घरी येईपर्यंत त्याचे ते 'काळा-काळा' हे गोड शब्द माझ्या कानाशी गुणगुण करीत होते.

रात्री जेवताना भगवंतरावांना ही गोष्ट मी सांगितली; तेव्हा ते उद्‌गारले, 'अरे बाप रे!'

मी आश्चर्याने विचारले, 'काय झालं?'

'आता या वयात नवीन भाषा शिकायची म्हणजे मोठा बिकट प्रसंग आहे!'

'म्हणजे?'

'म्हणजे काय? काळा म्हणजे कावळा, असा अर्थ ज्या भाषेत होतो ती भाषा आम्हांला शिकवावी लागणार!'

एकदा मी इंजिनिअरीणबाईंकडे चहाला गेले होते. तिथे त्यांची तीन-चार वर्षांची मुलगी पाहून तिचा पापा घेण्याचा मोह मला अगदी अनावर झाला.

मी तिला म्हटले, 'मला पापा दे ना एक!'

तिने नकारार्थी मान हलविली. त्याबरोबर तिच्या कुरळ्या केसांत किती मोहक नि नाजूक लाटा उठल्या.

मी तिला विचारले, 'पापा का द्यायचा नाही?'

'मी आता मोठी झालेय! मोठ्या माणसाचा पापा घेतात का कुणी?' किंचित किनऱ्या स्वरातले तिचे ते लाडके बोलणे ऐकताना मला वाटले– श्रीकृष्णाच्या मुरलीने सारे गोकुळ मोहून जात असे म्हणे! ती मुरलीच हे बालरूप धरून माझ्यापुढे उभी राहिली असावी!

आणि मोठ्या झालेल्या त्या बाईसाहेबांनी दूध पिताना जो हट्ट धरला– आईने

तिच्या दुधात साखर घातली होती. दूध तिला गोड लागत होते; पण तिची एकच तक्रार होती– 'दुधात साखर नाही! ती कुठं आहे ते दाखव!' तिची समजूत घालता घालता सर्वांची अगदी पुरेवाट झाली.

घरी आल्यावर तो प्रसंग राहून राहून माझ्या डोळ्यांपुढे येत होता. मी म्हणत होते– माझं बाळ तरी मला कुठं दिसतंय! पण त्याचं अस्तित्व मला जाणवल्याशिवाय का राहतंय? दुधात साखरही अशीच मिसळून जात असेल?

त्या पाचदहा महिन्यांतल्या असल्या गोष्टी मी सांगू लागले तर एक ग्रंथच तयार होईल. त्या प्रत्येक गोष्टीत त्या वेळी किती आनंद भरला होता; पण आज–

झाडाला शोभा आणणारी हिरवीगार पाने खाली गळून पडल्यावर त्याच्याकडे कुणाला पाहवते का?

लवकरच राणीसाहेबांकडे मला डोहाळजेवण झाले. त्या दिवशी मी भगवंतरावांची पत्नी आहे याचा किती अभिमान वाटला मला? या डोहाळजेवणाला साऱ्या प्रतिष्ठित बायका आल्या होत्या. जेवल्यावर गप्पागोष्टी सुरू झाल्या. राजेसाहेबांना साठावे सरून एकसष्ठावे वर्ष लवकरच लागणार होते. त्या समारंभात बायकांच्या क्लबानेही भाग घ्यावा असे साऱ्या जणींनी ठरविले.

समारंभाच्या दिवसापर्यंत आमच्या क्लबतर्फेचे भाषण दिवाणसाहेबांच्या कुटुंबाने करावे असे ठरले होते; पण त्या दिवशी सकाळी चार-पाच बायका माझ्याकडे आल्या नि म्हणाल्या, 'आजचं भाषण तुम्हालाच करायला हवं!'

'ते का?'

'दिवाणसाहेबांच्या बायकोचं भाषण अजून पाठच झालेलं नाही, नि त्या भाषणात नवीन नवीन गोष्टी तर घालायला हव्यात!'

'नवीन गोष्टी? त्या कसल्या?'

'राजेसाहेबांनी सारे राजकीय कैदी सोडून देण्याचा हुकूम सकाळीच दिलाय त्याबद्दल त्याचं अभिनंदन! नि–'

त्यांच्या पुढल्या बोलण्याकडे माझे लक्षच नव्हते. एकच गोष्ट माझ्या डोळ्यापुढे नाचत होती– राजकीय कैदी सुटले म्हणजे दिलीपही सुटला. आत्ताच्या आता दिलीपला जाऊन भेटायला हवं! नाही तर– त्याचा काय नेम आहे? स्वारी संध्याकाळपर्यंत बैरागी होऊन बेपत्ता झालेली असायची!

मी दिलीपकडे जायची तयारी करीत होते. इतक्या भगवंतराव बाहेरून आले. आजच्या भाषणाची कामगिरी माझ्याकडे आली आहे हे त्यांनाही कळले होते! ते माझ्यापाशी येऊन म्हणाले, 'आमच्याशी बोलायचंसुद्धा नाही वाटतं आज?'

मी मुद्दामच म्हटले, 'अं हं!'

'का?'

'मी आता मोठी मोठी विदुषी झाले आहे. दिवाणसाहेबांच्या बायकोचे काम आज मी करणार आहे!'

'ते तुला कसं जमणार हाच मोठा प्रश्न आहे!'

खूप राग आला मला त्यांचा! गर्दीला न भिता किती चांगले बोलू शकते हे त्यांना ठाऊक होते; पण–

ते लगेच म्हणाले, 'अग, दिवाणसाहेबांच्या बायकोचं काम करायचं म्हणजे तिच्याइतकं लठ्ठ व्हायला नको का आधी?'

माझा राग पार पळाला.

मी माझे भाषण आधी लिहून काढावे असे भगवंतरावांनी सुचविले. मलाही ते पटले.

त्या गडबडीत दिलीपची आठवणही विसरून गेले मी!

नदीच्या पुराचे पाणी पात्राच्या बाहेर लांबवर पसरावे त्याप्रमाणे संध्याकाळी थेटराच्या बाहेरचे सर्व रस्ते माणसांनी फुलून गेले होते.

समारंभात सर्व वक्त्यांनी राजेसाहेबांची स्तुती केली. त्यांची न्यायप्रियता, त्यांचे औदार्य, त्यांची प्रजाहितदक्षता–

इतरांबरोबर मीही टाळ्या वाजवीत होते. पण मधून मधून मनात येई– हे जमलेले लोक स्वाभिमानी नागरिक आहेत, की तोंडपुजे खुषमस्करे आहेत? एखाद्या मनुष्याचा वाढदिवस साजरा करताना त्याला अगदी जगातल्या साऱ्या सद्गुणांचा पुतळा बनविणे आवश्यकच आहे का?

मनात आलेले विचार घोळत असल्यामुळेच की काय, माझ्या भाषणाला रंग चढला नाही.

अगदी शेवटच्या वक्त्याने तर बहारच केली. 'राजेसाहेबांची प्रकृती हल्ली बरी राहत नाही. तेव्हा त्यांनी शक्य तितक्या लवकर युरोपमध्ये जावे. त्यासाठी एखादा नवा कर बसला तरी तो आम्ही आनंदाने देऊ. जे हा कर देणार नाहीत ते राजद्रोही ठरतील!' अशा अर्थाचे त्यांचे भाषण झाले.

भाषण संपताच टाळ्यांचा कडकडाट झाला.

तो थांबतो न थांबतो इतक्यात सभागृहाच्या एका कोपऱ्यातून खणखणीत शब्द ऐकू आले, 'मला बोलायचं आहे!'

सर्कशीतल्या पिंजऱ्यातून सिंह बाहेर पडल्यावर प्रेक्षकांत जशी गडबड उडेल, तशी सभेच्या चालकांची स्थिती झाली. 'सरदेसाई! अंहं' वगैरे त्यांची कुजबूज माझ्या कानांवर आली.

व्यासपीठाकडे येणाऱ्या त्या व्यक्तीकडे मी पाहू लागले. दिलीपच होता तो. त्याला अडविण्याकरिता काही लोक पुढे झाले. पण राजेसाहेबांनी खूण केल्यामुळे

ते गप्प बसले.

दिलीप पुरा पाच मिनिटेसुद्धा बोलला नाही. पण पाच मिनिटांत विमानातून काय कमी बाँबगोळे टाकता येतात? त्याची ती विलक्षण वाक्ये–

'प्रजेनं जसा राजद्रोह करू नये, तसा राजानंही प्रजाद्रोह करू नये.' 'राजेसाहेबही मनुष्यच आहेत! साठ वर्षे झालेल्या मनुष्याची प्रकृती नादुरुस्त होणं स्वाभाविक आहे. पण हिंदुस्थानात उत्तम हवेची ठिकाणं आहेत आणि धन्वंतरीशी स्पर्धा करणारे डॉक्टर आहेत.' 'राजेसाहेबांना आज एकसष्टावं वर्ष लागत आहे. म्हणजे आपल्या जुन्या धर्मकल्पनेप्रमाणं त्यांचं हे वानप्रस्थाश्रमाचं वय आहे. त्या दृष्टीनंच त्यांनी पुढील आयुष्य घालवावं अशी माझी त्यांना विनंती आहे.' 'राजाला प्रजेनं पित्याप्रमाणं मान दिला पाहिजे हे मी मान्य करतो; पण कुठल्याही कुटुंबात मुलं अन्नासाठी तडफडत असताना बाप पंचपक्वान्नांवर ताव मारीत बसलेला आढळेल काय?'

असेच आणखी किती तरी तो बोलला.

सारे सभागृह शांत होते. पण ती शांतता देवळातली नव्हती. स्मशानातली होती. वयस्क श्रोत्यांच्या चेहऱ्यावर भीतीचे साम्राज्य पसरलेले दिसत होते. तरुण श्रोत्यांच्या मुद्रांवर आदराबरोबर आश्चर्याचे तरंग उमटत होते.

पाच-सात लहान मुलांनी मध्येच टाळ्या पिटायला सुरुवात केली. पोलिसांनी त्यांना दरडावून गप्प बसविले. दिलीपचे भाषण ऐकत असताना हे सारे मी पाहिले. त्याच्या भाषणाचा शेवट काय होणार ते मला कळेना. कदाचित इथेच त्याची पुन्हा तुरुंगात रवानगी– कदाचित–

दिलीप बोलला त्यातला शब्द नि शब्द खरा होता. पण मला एकसारखे वाटत होते– त्याने आज तरी असे बोलायला नको होते.

सकाळी तो तुरुंगातून सुटला नि संध्याकाळी–

पिंजऱ्यातून सुटल्याबरोबर पाखराने पारध्यासमोर नाचायला सुरुवात करावी, तसे त्याचे हे वागणे नव्हते का?

मी एकदम चमकले.

दिलीपचे भाषण संपले होते. आता राजेसाहेब काय करतात इकडे सर्वांचे लक्ष लागले होते.

दिलीप परत जायला निघाला होता. राजेसाहेबांनी आपला हात पुढे केला. मघाशी बोलताना क्षणभरसुद्धा न कचरणारा दिलीप–

तो गोंधळून राजेसाहेबांकडे पाहत होता.

श्रोत्यांतून टाळ्यांचा कडकडाट झाला. आता कुठे दिलीप सावरला. त्याने राजेसाहेबांचा हात हातात घेऊन त्यांच्याशी हस्तांदोलन केले.

सभागृहात राजेसाहेबांचा जयजयकार झाला.

पण दिलीपचा मात्र–
एकदासुद्धा नाही.
त्याला उपाहारालासुद्धा कुणी बोलावले नाही.
चहा घेता घेता सारे बडे लोक एकच तुणतुणे वाजवीत होते– राजेसाहेब किती उदार, किती थोर!
नि दिलीप? तो शूर नव्हता का?
दिनकर सरदेसाईचा सर्वांनी उल्लेख केला तो शूर म्हणून नाही; मूर्ख म्हणून! त्याने आजच्या सभेत असे बोलायला नको होते, प्रजेची गाऱ्हाणी राजेसाहेबांसमोर मांडण्याकरिता शिष्टमंडळ घेऊन यायला हवे होते, हा काय तो त्याच्यावरला मुख्य आक्षेप! एका अधिकाऱ्याने तर याच्याहीपुढे मजल मारली. तो हसत उद्‌गारला, 'या दिनकरचा बाप फौजदार होता. बापाची धाडसी वृत्ती मुलातही उतरली आहे!' क्षणभर थांबल्यासारखे करून तो पुढे म्हणाला, 'बापाची दारूसुद्धा मुलात उतरलेली दिसते हं! काय ती मघाची बेफाट बडबड! अट्टल दारूबाजावर मात केली बेट्याने!'
त्यांचे हे बोलणे ऐकून सारी मंडळी फिदिफिदी हसली.
इतरांच्या हसण्याचे मला इतके वाईट वाटले नसते. पण भगवंतरावही त्यात सामील झालेले पाहून मात्र–
वेड्यांच्या इस्पितळात आपल्या ओळखीचे माणूस दिसले म्हणजे मन कसे चरकते? तसे झाले माझे!
दिलीपचे ते बोलणे म्हणजे– ते साहस होते. तो अविचार होता, पण साऱ्या सुखवस्तू दुबळ्यांनी हेटाळणी करावी असे त्यात काय होते?
माझ्या मनात आले– रामगडात मोठी मानली जाणारी ही सारी माणसे ढोंगी आहेत. ते खऱ्या देवाचे भक्त नाहीत, नैवेद्याकरिता दगडापुढे हात जोडणारे पुजारी आहेत. हे पैशाची पूजा करतील. प्रतिष्ठेला फुलं वाहतील, सत्तेभोवती दिवे ओवाळतील, सिंहासनावर बसलेल्या सशाची सिंह म्हणून स्तुतिस्तोत्रे गातील–
आणि पिंजऱ्यात सापडलेल्या खऱ्याखुऱ्या सिंहावर खडे मारतील!
यांना शौर्याची कदर नाही आणि सत्याविषयी आदर नाही!
चहा घेता घेता मला वाटले– दिलीपबरोबर दूरदूर कुठे तरी फिरायला जावे, तुझे आजचे भाषण मला फार आवडले म्हणून त्याला सांगावे. 'मात्र पुन्हा असलं भाषण इथं करू नकोस– माझ्या गळ्याची शपथ आहे तुला–' असे म्हणून त्याच्याकडून तशी कबुली घ्यावी–
पण दिलीप केव्हाच निघून गेला होता. या श्रीमंत लोकांच्या मेळाव्यात त्याला स्थान होते कुठे?
रात्री झोपताना भगवंतरावांनी नेहमीप्रमाणे चुंबन घेतले–

एकदा माझ्या मनात आले– दिलीपला हसणारे हेच ते ओठ!

झोप येईपर्यंत एखाद्या डागणीप्रमाणे त्या चुंबनाने मला अस्वस्थ करून सोडले.

राजेसाहेबांच्या वाढदिवसानिमित्त चित्रांचे एक प्रदर्शन भरविण्यात आले होते, ते पाहायला मी आणि भगवंतराव दुसऱ्या दिवशी संध्याकाळी गेलो. घरून निघतानाच प्रदर्शनातले एक सुंदर चित्र विकत घ्यायचे आम्ही ठरविले होते.

जवळजवळ दोन तास फिरून आणि प्रत्येक चित्र बारकाईने पाहून मी कंटाळून गेले. माझ्या पायांत गोळे आल्यासारखे झाले; पण कुठले चित्र विकत घ्यायचे याविषयी भगवंतरावांचे नि माझे एकमत नव्हते. त्यांनी निवडलेले चित्र 'उमरखय्याम'चे होते. मला आवडलेले चित्र 'क्रौंचवधा'चे होते. पहिल्या चित्रात जगाची आठवण विसरून मद्याची सुरई आणि रसाळ कविता यांच्यात मग्न होऊन गेलेला उमरखय्याम झाडाखाली बसलेला दाखविलेला होता. दुसऱ्यात झाडावरल्या क्रौंच पक्ष्यांच्या जोडप्यातल्या नराला मारणाऱ्या पारध्याला, क्रोधाने शाप देणारा ऋषी दाखविला होता. जवळच एक तरुणी त्या मृत पक्ष्याला पोटाशी धरून अश्रू ढाळीत बसली होती. कला या दृष्टीने दोन्ही चित्रे चांगली होती पण–

त्या उमरखय्यामच्या चित्रात काही तरी कमी आहे असे मला वाटत होते. ते वैगुण्य काही केल्या नेमके मला सांगता येईना.

भगवंतरावांनी माझी थट्टा आरंभिली.

शेवटी कुठले चित्र विकत घ्यायचे ते उद्या ठरवू असे म्हणून आम्ही दोघे जायला निघालो.

दारातच दिलीप कुणाशी तरी बोलत उभा होता. किती किती वर्षांनी त्याच्याबरोबर बोलायची ही संधी आली होती.

माझे पाय थांबले, माझे डोळे त्याच्याकडे रोखून पाहू लागले; पण काही केल्या माझ्या तोंडातून शब्दच बाहेर पडेना. गोठलेल्या नदीच्या पात्रात बर्फाच्या थराखाली खोल पाणी आहे हे कुणाला कळते का?

मी घाबरले. माझ्या मुकेपणाचा भलताच अर्थ करून दिलीप एकदम निघून गेला तर?

पण तो गेला नाही. मला पाहताच चटकन पुढे होऊन तो म्हणाला, 'ओळख आहे का, सुलूताई?'

लगेच भगवंतरावांना नमस्कार करीत तो शांतपणाने उद्गारला, 'नमस्ते डॉक्टरसाहेब!'

एखाद्या नास्तिकावर नाइलाजाने देवाला नमस्कार करायची पाळी यावी तसे भगवंतरावांचे झाले. त्यांनी दिलीपला उलट नमस्कार केला. एखाद्या यांत्रिक बाहुलीने हात खाली-वर केल्यासारखे दिसले ते!

कालच्या भाषणाविषयी मी दिलीपचे अभिनंदन करणार होते; पण जवळच भगवंतराव उभे होते. त्यांना ते आवडणार नाही म्हणून मी दुसरा विषय काढला!

मी दिलीपला विचारले, 'सारी चित्रं पाहिलीस का?'

'हो! काही काही दोनदोनदा पाहिली!'

'मला नाही खरं वाटत!'

'ते का?'

'देशभक्त लोक इतके रसिक असतात?'

'इतके? तुला आश्चर्य वाटले– काल तुरुंगातून सुटल्याबरोबर कोपऱ्या कोपऱ्यावर लागलेल्या सिनेमाच्या जाहिराती मी पाहिल्या नि लगेच ठरवून टाकलं!'

'काय?'

'सिनेमात जायचं.'

'केव्हा?'

'हिंदुस्थान स्वतंत्र झाल्याबरोबर!'

'फारच जवळची वेळ सांगितलीस' अशी मी त्याची थट्टा करणार होते; पण भगवंतरावांच्या कपाळावर आठी दिसू लागली होती. म्हणून मी हसत म्हटले, 'कुठलं चित्र आवडलं तुला?'

'क्रौंचवध!'

मी विजयी मुद्रेनं भगवंतरावांकडे पाहिले नि म्हटले, 'बहुमत माझ्या बाजूला आहे!'

'बहुमत म्हणजे पुष्कळ हात, पुष्कळ डोकी नव्हेत!' त्यांनी दिलीपकडे पाहत उद्गार काढले.

त्यांच्या त्या उद्गारांना विरोध करण्याकरिता मी म्हणाले, 'हेच चित्र घेणार मी!'

'खुशाल घे! बी.ए. झालेल्या बायकोवर स्वतःची आवड लादण्याइतका काही जंगली नाही मी!'

ते क्लबात निघून गेले.

दिलीपने त्या चित्रावरून माझी खूप थट्टा केली. त्याच्याशी खूप खूप बोलावे असे मला वाटत होते; पण ती काही मनमोकळेपणाने बोलायची जागा नव्हती. मी त्याला म्हटले, 'रात्री जेवायला येशील का आमच्याकडे?'

'वाटच पाहत होतो मी तुझ्या आमंत्रणाची!'

'म्हणजे?'

'आजचा वार कुठं लावावा या काळजीत होतो मी!'

'काही तरी काय बोलतोस?'

'खोटं नाही सांगत. कालचं माझं भाषण ऐकून आमच्या मेव्हण्यांनी आज

सकाळीच आम्हाला अर्धचंद्र दिला. कारकून असलेल्या एका मित्राकडे दुपारी जेवलो. पण त्या बिचाऱ्याला तीन पोरं आहेत. त्यातून बायको आजारी! तेव्हा म्हटलं–' मध्येच थांबून तो म्हणाला, 'आज चांदणंही आहे. जेवण झाल्यावर तुझ्या बंगल्यावरून रमतगमत गावात येण्यात गंमत आहे.'

दिलीप बंगल्यावर आला तो उशिराच. जेवताना भगवंतराव घुमेच होते. एकसारखी मी दिलीपशी बोलत होते; पण सगळ्या कॉलेजातल्या जुन्या गोष्टी होत्या.

जेवण झाल्यावर भगवंतरावांना म्हटले, 'ही स्वारी कविता फार छान म्हणते हं!'

ते उद्गारले, 'अस्सं!' पण त्यांनी काही त्याला कविता म्हणण्याचा आग्रह केला नाही! मी मात्र काही तरी म्हण, म्हणून त्याच्या पाठीमागे लागले. त्याने पहिल्यांदा थोडे आढेवेढे घेतले; पण समोरच्या तलावातले चमकणारे पाणी, बागेत हसणारी फुले आणि एखाद्या पांढऱ्या शुभ्र मच्छरदाणीप्रमाणे भोवताली पसरलेले चांदणे यांच्यामुळे त्यालाही म्हणण्याची लहर आली असावी.

'गर्जा जयजयकार क्रांतिचा, गर्जा जयजयकार'

हळूहळू कविता रंगू लागली.

दिलीप म्हणत होता–

'पदोपदी पसरून निखारे आपुल्याच हाती
होउनिया बेहोष धावलो ध्येयपथावरती
कधि न थांबलो विश्रांतिस्तव पाहिले न मागे
बांधु न शकले प्रीतीचे वा कीर्तीचे धागे
एकच तारा समोर आणिक पायतळी अंगार
होता पायतळी अंगार
गर्जा जयजयकार क्रांतिचा, गर्जा जयजयकार'

मला वाटले ही कविता त्यानेच लिहिली आहे. हा अनुभव त्याचाच आहे. या कवितेतले प्रीतीचे धागे म्हणजे–

कविता संपताच मी म्हटले, 'या कवींचं नाव ठाऊक आहे मला!'

'सांग पाहू!'

'दिनकर सरदेसाई!'

'छे! तेवढा भाग्यवान नाही मी! कुसुमाग्रजांची कविता आहे ही!'

'कुसुमाग्रज? कधी नाव सुद्धा ऐकलं नव्हतं मी या कवीचं!'

भगवंतराव मध्येच म्हणाले, 'हा गारवा तुला सोसायचा नाही सुलू, चल आत.'

जाण्याबद्दलची सूचनाच होती ही दिलीपला!

मी त्याला पोचवायला फाटकापर्यंत गेले. त्याला निरोप देताना मी म्हणाले,

'एक गोष्ट सांगायची विसरत होते मी!'

'कुठली?'

'तुझी ती मिठाची पुडी अजून आहे माझ्यापाशी!'

तो हसत म्हणाला, 'मी सुद्धा एक गोष्ट तुला सांगायला विसरत होतो!'

'कुठली?'

'मी पुन्हा जेवायला येणार आहे तुझ्याकडे!'

'कधी?'

'तुझ्या मुलाच्या बारशाला!'

एवढे बोलून तो झपझप चालू लागला. त्याच्या दोन घटकांच्या सहवासात माझे मन कसे प्रफुल्लित झाले होते, तुरुंग, हाल, कष्ट– कश्शाचा म्हटल्या कश्शाचा माझ्यापाशी उल्लेखसुद्धा केला नाही त्याने. मी आश्चर्य करीत होते– हे सामर्थ्य दिलीपने कुठे मिळवले? गरिबीतही तोंडावरचे हसू ढळू द्यायचे नाही, कितीही हाल झाले तरी ध्येयापासून मन चळू द्यावयाचे नाही– ही तपश्चर्या–

मी परत आले तेव्हा भगवंतराव म्हणाले, 'हा दिनकर तुझा बालमित्र असला तरी–'

'तरी काय?'

'तो शत्रू आहे!'

'शत्रू? कुणाचा? काय केलंय त्यानं?'

'तो आता शेतकऱ्यांना चिथावून राजेसाहेबांना त्रास देणार आहे म्हणे– मघाशी क्लबात दिवाणसाहेब म्हणत होते की–'

दिवाणसाहेबांचे पांडित्य ऐकून घ्यायला मी उभीच राहिले नाही. भरभर जिना चढून मी वरच्या खोलीत आले. माझ्या मागोमाग भगवंतरावही आले. ते मृदू स्वराने म्हणाले, 'सुलू, दुसरीही एक गोष्ट–'

मी ऐकू लागले.

'तू माझी पत्नी आहेस!'

'त्याचा अभिमान वाटतो मला!'

'खरं ना?'

मी मान हालविली.

'मग तूच सांग– असल्या भटक्या, चळवळ्या माणसाशी मैत्री ठेवण्यात आपली इभ्रत कमी नाही का होणार?'

मी उत्तरच दिले नाही. माझे मन म्हणत होते– इभ्रत? प्रतिष्ठा? किती किती खोटे देव मनुष्याने निर्माण करून ठेवले आहेत हे! कशासाठी? त्यांच्या पूजेचे अवडंबर मांडून साध्याभोळ्या लोकांना फसविण्यासाठी? अडाणी लोकांना

लुबाडण्यासाठी? जगात आपले बेगडी मोठेपण टिकविण्यासाठी?

संध्याकाळी आणलेले क्रौंचवधाचे चित्र समोरच दिसत होते. का कुणाला ठाऊक, भगवंतरावांचे बोलणे आणि पारध्याने सोडलेले बाण यात काही तरी साम्य आहे असे मला वाटू लागले.

डोळे मिटता मिटता मी मनात निश्चय केला– बाळाच्या बारशाला दिलीपला जेवायला बोलवायचेच!

बाळंतपणाकरिता वरचीच खोली मी पसंत गेली.

बायजा मोलकरीण राहून राहून मला सांगत होती. 'ती खोली नगं बाईसाब!'

पण मी तिच्या म्हणण्याकडे लक्षच दिले नाही.

पोटात दुखू लागले तेव्हा मला ब्रह्मांड आठवले; पण माझी सुटका झाली आणि 'मुलगा' असा नर्सचा उद्‌गार माझ्या कानांवर पडला तेव्हा मला झालेला आनंद– ब्रह्मानंदालासुद्धा त्याची सर येणार नाही. मी अगदी गळून गेले होते. माझे डोळे मिटत होते. मला वाटले– इतका अशक्तपणा आलाय मला! कदाचित पुन्हा डोळे उघडणारही नाही मी! तेव्हा माझ्या बाळाला एकदा पाहून घ्यावे आधी, मग पुढे काहीही होवो!

तास-दीड तासाने भगवंतराव आले. ते, मी नि बाळबेलाचे तिकटे सुंदर का दिसते ते मला त्या क्षणी कळले. मी भगवंतरावांकडे पाहून डोळ्यांनी म्हणत होते– अलीकडं तुमचं नि माझं भांडण होईल की काय, असं भय मला वाटायला लागलं होतं. ते भय आता उरलं नाही. आपली भांडणं मिटवायला देवानं फार मोठा न्यायाधीश पाठविला आहे. लग्न ही दोन जीवांची गाठ असली तरी ती सुरगाठ! मूल झालं की ती निरगाठ होते.

ते काळेभोर डोळे– ते इवले इवले ओठ–

आईचे दूध प्यायला त्या ओठांना कुण्णी कुण्णी शिकवावं लागत नाही. तिसऱ्या दिवशी त्या लबाडाला जेव्हा मी पोटाशी धरलं नि तो दूध पिऊ लागला तेव्हा माझ्या अंगावर जे आनंदाचे रोमांच उभे राहिले–

पतीच्या चुंबनापेक्षा अपत्याच्या या स्पर्शात अधिक अमृत भरलेले असते.

माझ्याभोवती एक नवे जग निर्माण झाले. त्या जगात वात्सल्यावाचून दुसऱ्या कशालाच जागा नव्हती. आता मी बी.ए. झालेली विदुषी नव्हते, एका विद्वान प्रोफेसरची मुलगी नव्हते, एका बड्या डॉक्टरची बायको नव्हते. दिलीपसारख्या देशभक्ताची मैत्रीणही नव्हते, मी फक्त माझ्या बाळाची आई होते.

बाळाला कुशीत घेऊन निजले की, माझे मन भराऱ्या मारू लागे. क्षणात त्याच्या पायांतल्या वाळ्यांची रुमझुम मला ऐकू येई. दुसऱ्याच क्षणी तिनीवर दोन पंचावन्न

असे काही तरी घोकीत असल्याचा मला भास होई. लगेच तो क्रिकेटची बॅट घेऊन खेळायला निघाला आहे असे वाटे. त्याच्या खेळण्याचा खट्-खट् आवाजसुद्धा ऐकू येई मला. 'मी मोठा होणार' असे म्हणता म्हणता तो मला विमान चालवीत असलेला दिसे. मी घाबरून ओरडे, 'हे रे काय बाळ?' तो उत्तर देई, 'आई, लढायला जातोय मी! माझ्या देशासाठी!' या विलक्षण भासाने माझ्या अंगाला दरदरून घाम सुटे. डोळे उघडून बाळ माझ्या कुशीत आहे अशी खात्री होईपर्यंत कसे पाणी पाणी होई माझ्या जिवाचे!

त्याचे पापे घेऊन त्याला हैराण करीत मी म्हणे, 'देवा, माझं बाळ मोठं होईल तेव्हा जगात लढाई होणारच नाही असं कर.'

देवावर माझा मुळीच विश्वास नव्हता; पण त्या वेळी वाटे– जगात देव असायला हवा.

एखाद्या वेळी बाळ डोळे उघडून माझ्याकडे पाहू लागला म्हणजे ती नजर मला अगदी ओळखीची वाटे, नि त्याला पोटाशी घट्ट धरून मी विचारी, 'लबाडा, कुठल्या जन्मीची ओळख आहे रे ही?'

चौथ्या का पाचव्या दिवशी दिलीपचे एक कार्ड आले मला. त्यात एवढेच लिहिले होते, 'आई झालीस हे कळलं, फार फार आनंद झाला. कुठेही असलो तरी बारशादिवशी जरूर येईन. ब्राह्मण भोजनप्रिय:!'

दिलीपच्या आईलाही बोलवायचे मी मनात ठरविले. पण–

देव किती क्रूर आहे याचा अनुभव मला यायचा होता. दहाव्या दिवशी रात्री–

बाळ मला सोडून गेला!

पाच-सहा तासांचे त्याचे ते दुखणे; एकदम झटके यायला लागले त्याला. भगवंतरावांनी सर्व उपाय केले. गावातले सगळे डॉक्टर गोळा झाले; पण–

त्या रिकाम्या पाळण्याला झोके देत मी रात्रभर रडरड रडले. माझे डोळे सुजले; पण काळाने कुणाच्या अश्रूंची पर्वा केली आहे?

सर्वांनी माझी समजूत घातली. भगवंतरावांची तार जाताच दादा आले; पण माझ्या डोळ्यांचे पाणी खळेना. रात्री मध्येच मला जाग येई, मी कुशीत चाचपून पाही, नि तिथे काही नाही असे पाहिले की–

आत्महत्येचे विचार माझ्या मनात येऊ लागले. समोरच पाण्याने भरलेला मोठा तलाव होता. एक क्षण– एक उडी–

पण तो धीर मला झाला नाही. मात्र अशाच वैतागलेल्या मन:स्थितीत एके दिवशी मी आवडीने विकत घेतलेले क्रौंचवधाचे चित्र माझ्या खोलीतून काढून ते खालच्या दिवाणखान्यात लावायला सांगितले. त्यातल्या त्या बाण लागलेल्या पाखराकडे पाहताच मला बाळाची आठवण होई. नि मग–

पहिले चार-पाच दिवस भगवंतरावसुद्धा खिन्न दिसत होते. हळूहळू ते पूर्वीसारखे हसू खेळू लागले; पर मला मात्र काही केल्या चैन पडेना. एखाद्या लहान मुलाचे खेळणे हरवावे नि त्याने त्यासाठी भोकाड पसरावे– तसे झाले होते माझे. कशावरूनही बाळाची आठवण होई नि डोळ्यांतून घळाघळा पाणी वाहू लागे.

अशीच एकदा मी 'स्त्री'चा अंक चाळीत बसले होते. सहज मी शेवटचे पान उघडले. त्याच्यावर दहाबारा मुलांचे फोटो होते. ते पाहताच बाळाची आठवण होऊन मला रडू कोसळले.

त्याच वेळी बायजा मोलकरीण टेबलावरच्या फुलदाणीत फुले ठेवण्याकरिता आली. माझी आसवे पाहून ती जवळ आली. मी डोळे पुसले.

बायजा म्हणाली, 'या खोलीत झोपू नका म्हणून बाईसाइबास्नी सांगत व्हतो मी. पण–'

ती हसण्याची वेळ नव्हती; पण मला हसू आले. मी मनात म्हटले– 'किती वेडी आहे ही बायजा! मी दुसऱ्या खोलीत बाळंतीण झाले असते तर काय बाळाला मार्कंडेयाचे आयुष्य मिळणार होते?'

आता तरी ही खोली सोडा, म्हणून ती माझ्या पाठीशी लागली. तिची भुणभूण थांबावी म्हणून मी म्हटले, 'या खोलीत भूतबीत आहे वाटतं!'

तिनं भयभीत दृष्टीने इकडेतिकडे पाहिले नि होकारार्थी मान हलविली. आता तिची थट्टा करण्यात मला अधिक आनंद वाटू लागला.

मी विचारले, 'कुणाचं भूत आहे ग इथं?'

तिने कापऱ्या स्वरात उत्तर दिले, 'आक्कासायबांचं!'

आक्कासाहेब! राजेसाहेबांची पहिली मुलगी! हा बंगला तिच्यासाठी बांधला होता असे स्वत: भगवंतरावच म्हणाले होते की!

विकृत कुतूहल हे बिळात झोपलेल्या नागासारखे असते. त्याला कुणी डिवचण्याचा अवकाश! ते लगेच चवताळून बाहेर येते. बायजा पुढे काय सांगते हे ऐकायला मी अगदी अधीर झाले.

मी म्हणाली, 'आक्कासाब इथंच–'

'काय झालं होतं त्यांना?'

'तरणीसाठी प्वार! व्हनार काय? पन–' किंचित थांबून ती म्हणाली, 'साऱ्यांनी मिळूनशान मारली तिला!'

तिच्या या बोलण्याचा अर्थच कळेना मला!

राजकन्येला कोण मारणार? नि साऱ्यांनी मिळून तिला मारली याचा अर्थ काय? गादीसाठी कुठल्या तरी एका संस्थानात विषप्रयोग झाल्याचे मी पूर्वी ऐकले होते; पण तो पुरुषावर! आक्कासाहेबांना काही रामगडची गादी मिळणार नाही! मग त्यांना

कुणी मारण्याचे कारण–

इथे येऊन मला इतके दिवस– दिवस कसले– ? वर्षे झाली; पण आक्कासाहेबांच्या मृत्यूचा माझ्यापाशी कुणी उल्लेखसुद्धा केला नव्हता! असे का व्हावे?

बायजा निघून गेली. मी खोलीतल्या भिंतीकडे पाहू लागले. भिंतीला कान असतात म्हणे! त्यापेक्षा त्यांना तोंड असते तर–

शेवाळात पाय अडकला म्हणजे मनुष्याला काही केल्या पोहता येत नाही– तो पाण्यात बुडू लागतो. आक्कासाहेबांच्या मृत्यूविषयीच्या संशयात माझे मन असेच गुरफटून गेले. नाही नाही त्या कल्पना माझ्या मनात येऊ लागल्या.

भगवंतरावांचेच आक्कासाहेबांवर प्रेम होते की काय? ही खोली त्यांनी मुद्दाम बंद ठेवली होती ती काही उगीच नाही. या खोलीत त्यांना आक्कासाहेबांची वारंवार आठवण होत असावी! पहिल्या पहिल्यांदा ते अपरात्री उठून दाराचा कानोसा घेत असत– त्यांचासुद्धा भुतावर विश्वास आहे का?

ते दिल्लीहून परत आले तेव्हा त्यांच्या ट्रंकेत भुतांच्या गोष्टींचे पुस्तकच होते की– या पुस्तकात केलेल्या त्या खुणा– जणू काही एखाद्या शास्त्रीय विषयाचा अभ्यासच करीत होते ते!

पण भगवंतरावांचे आक्कासाहेबांवर प्रेम होते तर त्यांनी लग्न का केले नाही तिच्याशी?

समुद्रातल्या वादळात मोठमोठ्या आगबोटी बुडतात ना? माझ्या मनातल्या वादळात माझी विचारशक्ती तशीच नाहीशी होऊन गेली.

रात्री एकसारखी तळमळत होते मी! एकच विचार–

भगवंतरावांनी विचारले, 'तुला काही होतंय का?'

मी म्हटले, 'भय वाटतंय मला!'

त्यांनी एकदम उशालगतचा मोठ्या प्रकाशाचा दिवा लावला. त्यांनी प्रेमळ स्वराने विचारले, 'कसलं भय वाटतंय?'

'एक तरुण मुलगी दिसते मला!'

त्यांच्या मुद्रेवर भीतीची छाया अगदी स्पष्ट दिसत होती. मलाही त्या विचित्र रहस्याचा उलगडा झाल्याशिवाय झोप येणे शक्य नव्हते.

जणू काही एखादे खरेखुरे भूत मला दिसत होते अशी बतावणी करीत मी बोलू लागले– 'ती मुलगी माझ्याजवळ उभी राहते– मी सूड घेणार आहे. साऱ्यांनी मिळून मला मारलं. त्यांचा सूड घेणार आहे मी? तुझा मुलगा मीच नेला!'

हे सारे मी कसे बोलून गेले ते माझे मलाच समजले नाही. मात्र ते बोलताना माझ्या अंगावर शहारे उभे राहिले होते.

मी म्हणाले, 'ती आक्कासाहेबच असावी!'

त्यांनी माझ्याकडे विचित्र दृष्टीने पाहिले, 'साऱ्यांनी मिळून मला मारलं असं म्हणते ती?' ते कर्कश स्वराने उद्गारले, 'तिला मारलं नाही! ती मेली.'

'कशानं?'

खालचा ओठ दातांनी चावीत भगवंतराव शून्य दृष्टीने कुठे तरी पाहत होते. शेवटी त्यांनी मनाचा निश्चय केल्यासारखे दिसले. माझ्याकडे न बघता ते म्हणाले, 'कुणी तरी ही गोष्ट तुला तिखटमीठ लावून सांगण्यापेक्षा–' पुन्हा ते थांबले, सांगू की नको असे त्यांना होत असावे. आता काय ऐकायला मिळते या कल्पनेने मीही गोंधळून गेले. ते बोलू लागले, किती फरक पडला होता त्यांच्या स्वरात!

'आक्कासाहेब या खोलीत वारल्या!'

'कशानं?'

'शस्त्रक्रिया केली होती त्यांच्यावर!'

'कुणी?'

'मी!'

एकच शब्द. पण किती अस्पष्ट उच्चारला तो त्यांनी! त्या अयशस्वी शस्त्रक्रियेचे अजूनही दु:ख होत असावे?

'काय झालं होतं आक्कासाहेबांना?'

'एक विचित्र रोग!'

ते मला त्या रोगाचे नाव सांगायची टाळाटाळ करताहेत असे वाटून मी म्हटले, 'त्या रोगाचं नाव?'

त्यांचा चेहरा किती कठोर दिसत होता– ते उद्गारले, ''प्रेम!''

पुढे बोलायची त्यांची इच्छा नव्हती; पण मला विचारल्याशिवाय राहवेना. एखादे कडू औषध घटघट प्यावे त्याप्रमाणे त्यांनी अगदी नाइलाजाने दहा-बारा वाक्यात ती हकीगत मला सांगितली.

आक्कासाहेबांना सावत्र आईचा त्रास होऊ नये म्हणून त्यांच्या दिमतीला हा स्वतंत्र बंगला राजेसाहेबांनी दिला होता. त्यांना गायन शिकवायला एक शिक्षक येई. तो दिसायला सुंदर होता. दोघांचे प्रेम जमले. पुढे आपल्याला दिवस गेले आहेत ते आक्कासाहेबांनी कुणालाच सांगितले नाही. तीन-चार महिने गेल्यावर ही गोष्ट उघडकीस आली. आक्कासाहेब त्या गायनशिक्षकाबरोबर लग्न करायला तयार होत्या. पण–

राजेसाहेबांची इभ्रत आड आली.

संस्थानिकाच्या मुलीने एका भिकारड्या गायनमास्तराशी लग्न करायचे? ते शक्य नव्हते. त्या मास्तराची एकदम उचलबांगडी झाली. हे गुपित बाहेर फुटू नये म्हणून त्याला तुरुंगात डांबून ठेवण्यात आले.

आक्कासाहेब त्या गर्भाच्या ओझ्यातून रिकाम्या झाल्या की सारे काही सुरळीत होणार होते; पण दैवाला ते पाहवले नाही. शस्त्रक्रियेनंतर रक्तस्त्राव होऊन त्या–

पुढे ऐकवेना ते मला. एका तरुण मुलीची ही हत्या– तिच्या इच्छेविरुद्ध तिच्या पोटातल्या गोळ्याची हत्या– नि ती भगवंतरावांनी– माझ्या पतीने– करावी? माझे डोके गरगरा फिरू लागले. एखाद्या गुन्हेगाराकडे पाहावे तसे त्यांच्याकडे रागाने पाहत मी म्हटले, 'हे करायला तुमचा हात धजला तरी कसा?'

'मी नोकर आहे!'

'नोकर म्हणजे गुलाम नव्हे! त्या क्षणी नोकरीवर लाथ मारून तुम्ही मोकळे झाला असता तर–'

'ते शक्य नव्हतं!'

'का?'

'राजेसाहेबांनी स्कॉलरशिप दिल्यामुळंच माझं शिक्षण पुरं झालं होतं– मला परदेशी जायला मिळालं होतं!'

'दुसरीकडे काम करून ते पैसे फेडायचे होते तुम्ही! पण–'

माझ्याकडे रोखून पाहत रुक्ष स्वराने भगवंतराव म्हणाले, 'मी तसं केलं असतं तर तुझ्यासारखी मुलगी माझी बायको व्हायला आनंदाने तयार झाली नसती. राहायला बंगला आहे– दारात मोटार आहे– दरबार सर्जन या जागेला समाजात मान्यता आहे– म्हणून तू माझ्याशी लग्न केलंस!'

त्यांचे ते बोलणे ऐकता ऐकता मला असा संताप आला. वाटले– जिन्यावरून धावत खाली जावे. बंगल्याच्या बाहेर पडावे नि मोठ्याने ओरडावे 'तुमचा बंगला तुम्हालाच लखलाभ होऊ दे. मी एक क्षणसुद्धा त्यात राहणार नाही. स्त्रीचं हृदय जिंकावं लागतं, ते बाजारात विकत मिळत नाही.'

पण– मी जागच्या जागी खिळून राहिले. त्यांचे बोलणे अत्यंत कठोर होते, पण ते सर्वस्वी खोटे होते असे म्हणण्याचा मला धीर होईना, मी त्यांच्याशी लग्न केले ते काय निव्वळ प्रेमाने? भगवंतराव दिलीपसारखे दरिद्री असते तर मी त्यांच्याशी लग्न करायला तयार झाले असते का?

ती रात्र आम्ही दोघांनी कशी काढली ते आमचे आम्हालाच ठाऊक! ही रात्र कधीच संपणार नाही असे मला क्षणोक्षणी वाटत होते. आम्हा दोघांमध्ये पुरे दोन हातांचेसुद्धा अंतर नव्हते; पण पुन:पुन्हा माझ्या मनात येत होते– आमच्यात दोन ध्रुवाचे अंतर आहे. आमचे प्रेमालाप ऐकण्याची सवय झालेल्या त्या खोलीच्या भिंती मला राहून राहून विचारीत होत्या, 'आज तू मुकी का?' त्यांना काय सांगायचे ते मला कळेना. रात्र संपली! पण आम्ही दोघे एकमेकांशी एक शब्दसुद्धा बोललो नाही.

मित्राच्या मृत्यूपेक्षाही मैत्रीचे मरण असह्य असते, असे कुणीसे म्हटले आहे ना? त्याची प्रचीती मला पदोपदी येऊ लागली. आमचा अबोला नोकरचाकरांच्या लक्षात आल्यावाचून राहिला नाही. पण त्याचे कारण कुणालाच कळेना. या अबोल्याबद्दल माझा मलाच राग येऊ लागला. तसे पाहिले तर लौकिकदृष्ट्या भगवंतरावांत काय कमी होते? माझ्यापेक्षा अधिक सुंदर आणि सुशिक्षित मुलगी त्यांना सहज मिळाली असती. असे असून त्या रात्रीपर्यंत एका शब्दानेही त्यांनी मला दुखविले नव्हते. त्यांची पत्नी झाल्यामुळे ध्यानी-मनी नसलेले वैभव मला उपभोगायला मिळाले होते. हे सुखच दुखू लागून मला अस्वस्थ करीत होते, की– छे; सुख उगीच दुखत नाही. केतकीच्या बनात माणूस जाते ते केवड्याच्या सुगंधाने धुंद होऊन; पण तिथे सळसळणारा नाग पाहिला म्हणजे मग मात्र– भगवंतराव दुष्ट होते? छे! सारे गाव त्यांच्या सज्जनपणाने पोवाडे गात होते. राजेसाहेबांच्या प्रकृतीमुळे त्यांना सहकारी दवाखान्यात फारसे बसता येत नसे; पण प्रसंगी गोरगरिबांच्या घरी जाऊन पैसेसुद्धा न घेता त्यांना ते औषधोपचार करीत असत. ते सहृदय होते, निर्व्यसनी होते, बुद्धिवान होते–

पण–

आक्कासाहेबांवर त्यांच्या इच्छेविरुद्ध शस्त्रक्रिया करण्यात त्यांनी पुढाकार घ्यायला नको होता. लहानपणापासून नजरकैदेत वाढलेल्या आक्कासाहेबांचे त्या संगीत-शिक्षकावर प्रेम बसले यात नवल कसले? श्रीमंत मुलीने गरिबावर प्रेम करणे हा काही गुन्हा नाही; आणि तो असलाच तर त्याचे प्रायश्चित्त आक्कासाहेबांनी दरिद्री संसाराच्या रूपाने भोगले असते; पण तेवढ्यासाठी तिच्या पोटात वाढणाऱ्या एका जीवाची हत्या– आक्कासाहेबांना काय वाटले असेल त्या वेळी? मला माझ्या बाळाची आठवण झाली. भगवंतरावांचा नि माझा अबोला तसाच कायम राहिला.

कुणी तरी गावात दिलीपचे व्याख्यान आहे असे म्हणाले. मी त्या व्याख्यानाला गेले, मला तिथे पाहून सर्वांनाच आश्चर्य वाटले असावे. अधिकारी, त्यांच्या बायका, गावातले बडे लोक यांच्यापैकी कुणी दिसत नव्हते. हे तिथे निराळेच जग होते.

श्रोत्यांतल्या अनेक लोकांचे मळकट कपडे नि मळकट चेहरे पाहून मला कसेसेच वाटले. पण दिलीपच्या वाणीचा ओघ सुरू झाला तेव्हा आपण कुठे आहो हेसुद्धा विसरून गेले मी, किती सोपी उदाहरणे घेऊन तो आपला विषय लोकांना समजावून सांगत होता! 'आजच्या समाजात मालमत्तेला किंमत आहे; माणसाला नाही!' हे त्याचे शब्द ऐकून तर माझ्या डोळ्यांत अश्रू उभे राहिले. ते अश्रू म्हणत होते– जीवन ही मानवतेची पूजा आहे; पण आज समाजाच्या देव्हाऱ्यात मानवतेला कुठे स्थान आहे? खऱ्या देवाला दूर फेकून देऊन आम्ही दगडांची पूजा करीत बसलो

आहो.

माझ्या डोळ्यांपुढे एक चित्र उभे राहिले. त्यात भगवंतराव सुंदर पीतांबर नेसून पूजा करीत बसले होते. सारा देव्हारा फुलांनी भरून गेला होता. मी मोठ्या उत्सुकतेने पुढे झाले. त्या अदृश्य मूर्तीचे दर्शन घेण्याकरिता सारी फुले मी बाजूला केली. मला एकदम धक्का बसला. तिथे राक्षसासारखा दिसणारा एक वेडावाकडा बेढब दगड होता.

व्याख्यान संपल्यावर दिलीप माझ्याजवळ येऊन म्हणाला, 'सुलू, तुझा बाळ गेला हे आज इथं आल्यावर कळलं मला!'

तो आणखी काही तरी बोलून माझे सांत्वन करील असे मला वाटले. पण तो स्तब्धच राहिला. उन्हाळ्यात विजेचा पंखा जवळ असूनही तो सुरू करता येऊ नये तसे झाले मला! थोड्या वेळाने तो म्हणाला, 'एक मूल गेलं म्हणून काही आई रडत बसत नाही. ती दुसऱ्या मुलांवर अधिक प्रेम करू लागते.'

दुसरी मुले? दिलीपला वेड तरी लागले नाही? माझा एकुलता एक बाळ गेला नि हा वेडा–

इतक्यात दोन-तीन मुले स्वाक्षरी घेण्याकरिता दिलीपच्या जवळ आली. पहिल्या वहीत तो नुसती सही करू लागला होता. पण त्या मुलाने संदेशासाठी हट्टच धरला. 'संदेश द्या, नाही तर आम्ही सत्याग्रह करू!' असे तो मुलगा म्हणाला, तेव्हा मला त्याचे मोठे कौतुक वाटले. दिलीपही हसत त्याच्या वहीत काही तरी लिहू लागला. त्याने काय लिहिले ते पाहण्याची विलक्षण इच्छा उत्पन्न झाली मला. मी ती वही त्या मुलाच्या हातातून जवळजवळ हिसकावून घेतली. दिलीपचे ते किचकट अक्षर त्या मुलाला लवकर लागले नसते– पण नाही म्हटले तरी चार वर्षे त्याची शिष्या होते मी. झर्रकन वाचले– 'सोने होऊ नका, लोखंड व्हा!'

मी आश्चर्य करीत होते. कुठून सुचले वाक्य त्याला?

मी म्हणाले, 'कुणाचं रे वाक्य आहे हे?'

'एका मोठ्या माणसाचं!'

'महात्मा गांधींचं?'

'अं हं!'

'मग?'

कॉलेजात असताना रशियावरली पुस्तके वाचण्याचे विलक्षण वेड होते त्याला. म्हणून मी नामावळी वाचू लागले, 'लेनिन, स्टॅलिन, ट्राटस्की–'

तो एकीकडे मानेने मला नकार देत होता नि दुसरीकडे उरलेल्या मुलांच्या वह्यांत संदेश लिहीत होता. लिहिणे संपल्याबरोबर तो मला म्हणाला, 'ते वाक्य कुणाचं आहे सांगू का?'

'अस्मादिकांचं!'

ती मुले हसू लागली. मीही त्यांच्या हसण्यात सामील झाले. दिलीपला नमस्कार करून ती जायला निघाली. चटकन लक्षात आले. ते दुसरे दोन संदेश मी वाचले नव्हते. दुसऱ्या मुलाची वही घेऊन ती मी पाहिली. स्वारीने इंग्रजीत संदेश दिला होता– 'Men are not born. They are made.' 'माणसे जन्माला येतात. पण माणुसकी निर्माण करावी लागते.'

किती सुंदर वाक्य होते ते. दिलीपची थट्टा करण्याकरिता मी त्याला म्हटले,

'हे वाक्य कुणाचं आहे सांगू का? रामगड संस्थानातले प्रसिद्ध पुढारी दिनकर सरदेसाई–'

'चूक– अगदी चूक.' तो मध्येच म्हणाला.

मी आश्चर्याने त्याच्याकडे पाहू लागले. तो हसत उद्गारला, 'रशियातल्या एका जगप्रसिद्ध शास्त्रज्ञाचं वाक्य आहे हे. त्याचा बाप एक साधा शेतकरी होता!' क्षणभर थांबून माझ्याकडे रोखून पाहत तो म्हणाला, 'जे काल रशियात झालं ते उद्या हिंदुस्थानातही होईल! नाही का?'

नकळत मी होकारार्थी मान हलविली. वहीतल्या त्या वाक्यातले सामर्थ्य दिलीपच्या वाणीतही उतरले होते यात शंका नाही. माझे मन गुणगुणत होते. 'Men are not born. They are made.' 'प्राणी जन्माला येतात; पण माणसे तयार करावी लागतात.'

मी तिसरी वही घेतली. तिच्यात दिलीपने लिहिले होते– 'मनुष्य नुसत्या भाकरीवर जगत नाही हे खरे आहे; पण तो भाकरीवाचून जगू शकत नाही, हेही तितकेच खरे आहे.' मी ती वही परत दिली. ती मुले आम्हा दोघांना नमस्कार करून निघून गेली.

मी गंभीरपणाने दिलीपला म्हणाले, 'मनुष्य भाकरीवाचून जगू शकत नाही!'

त्याने तितक्याच गंभीर मुद्रेने विचारले, 'टाळ्या वाजवू का?'

'पोळ्या खायच्या आधीच?'

'बरं बुवा! पोळ्या खाल्ल्यावर वाजवीन! पण तुझे पतिराज आहेत डॉक्टर. जेवता जेवता मी टाळ्या वाजवायला लागलो तर मला वेड लागलंय अशी त्यांची समजूत होईल, नि माझा खेड्यांतला दौरा मला वेड्याच्या इस्पितळात काढावा लागेल!'

मघाशी गंभीरपणाने मानवी जीवनाच्या मूल्यांचे विवेचन करणारा दिलीप नि आता एखाद्या लहान मुलाप्रमाणे थट्टा-मस्करीत भाग घेणारा दिलीप! मला वाटले, दिलीप दोन आहेत. एक खेळकर नि दुसरा गंभीर. भगवंतरावांचे तसे नाही. म्हणूनच त्या रात्रीच्या बोलण्याने आपल्यामध्ये अबोला उत्पन्न झाला. त्यांच्या जागी दिलीप

असता तर हा अबोला चोवीस ताससुद्धा टिकला नसता.

त्यांच्या जागी दिलीप असता तर– मी दिलीपची पत्नी झाले असते तर– तर मला पायी चालावे लागले असते, साधी पातळे नेसावी लागली असती. प्रसंगी शिळी भाकरी डोळ्यांतल्या पाण्यात भिजवून खावी लागली असती!

पण–

मी सध्यापेक्षा अधिक सुखीही झाले असते.

दिलीप रात्री जेवायला येणार होता. त्याला काय आवडते याची मी आठवण करू लागले. तो कॉलेजात असताना–

मला आठवले. कांद्याची भजी फार आवडत होती त्याला. आचाऱ्याला मी फक्कड कांद्याची भजी करायला सांगितले.

दिलीप वेळेवर आला; पण भगवंतराव राजेसाहेबांकडे दुपारी गेले होते ते अद्यापि परत आले नव्हते.

आम्ही दोघे गच्चीवर बोलत बसलो. त्याच्यापुढे एक एम्बॉस केलेली छोटी वही टाकून मी त्याला म्हटले, 'आपल्या हस्ते या वहीचा उद्घाटन-समारंभ व्हावा अशी नम्र विनंती आहे?'

वही उलटीसुलटी पाहत त्याने विचारले, 'केव्हा घेतलीस ही?'

'संध्याकाळी व्याख्यानाहून परत येताना.'

'म्हणजे माझं आजचं व्याख्यान अगदी फुकट गेलं म्हणायचं?'

मी त्याच्याकडे पाहू लागले. तो माझ्याकडे शांतपणे पाहत म्हणाला, 'ही परदेशी कागदाची वही आहे!'

माझी मलाच लाज वाटली. मी एवढी सुशिक्षित! पण कुठलीही वस्तू घेताना ती सुंदर आहे की नाही एवढेच मी पाहत आले होते. स्वतःच्या सौंदर्यदृष्टीचे चोचले पुरविताना आपल्या देशातल्या लाखो लोकांच्या पोटात भुकेची आग पेटलेली असते याची आठवणसुद्धा कधी झाली नव्हती मला! अपराधी मुलाने भीत भीत मास्तरांशी बोलावे तशी मी म्हणाले, 'दिलीप, पुन्हा अशी चूक करणार नाही मी!'

माझे फाऊण्टनपेन घेऊन तो लिहू लागला.

'छान छान संदेश दे हं मला!' संध्याकाळच्या मुलासारखा मीही हट्ट धरला. त्याने झटकन काही तरी लिहून वही माझ्या हातात परत दिली. वहीवर दोनच शब्द लिहिले होते– 'आई हो!'

बाळाची आठवण होऊन मला कसे गुदमरल्यासारखे होऊ लागले. दिलीपने– माझ्या बालमित्राने– असला क्रूर संदेश मला द्यावा? जिचा बाळ काळाने हिरावून नेला होता तिला 'आई हो!' म्हणून त्याने उपदेश करावा?

'कुणाची आई होऊ मी?' कंपित स्वराने मी त्याला विचारले. आता तरी त्याला

आपली चूक कळून येईल अशी माझी कल्पना होती. तो शांतपणे म्हणाला, 'उद्या उत्तर देईन याचं! पण एक अट आहे.'

'काय?'

'उद्या माझ्याबरोबर–'

मोटारीचे हॉर्न वाजले. तो बोलायचा थांबला. मी मानेनेच त्याला होकार दिला.

दिलीप दिसताच भगवंतरावांच्या चेहऱ्यावर रुक्षता पसरली. जेवायला बसल्यावर किती तरी वेळ ते एक अक्षरसुद्धा बोलले नाहीत. दिलीपला मी पुन्हा पुन्हा कांद्याच्या भज्यांचा आग्रह करू लागले नि तो नको नको म्हणू लागला; तेव्हा कुठे त्यांनी तोंड उघडले, 'गांधींच्या भक्तांना कांद्याची भजी आवडत नसतील, सुलू!'

'खूप आवडतात.'

'मग घ्या की आणखी! पोटात दुखायला लागलं तर डॉक्टर आहेच समोर!'

'पोटात दुखण्याची काळजी नाही. मग आवरण्याचा प्रश्न आहे. जिभेला आवडतं म्हणून मनुष्य हवं तितकं खायला लागला तर–'

'तर काय होईल? तो मरेल?'

'असंच नाही काही! डॉक्टर त्याला जगवू शकतील. पण मनुष्य म्हणून तो जगणार नाही. एक प्राणी म्हणून!'

'गांधींचं चुकलं ते इथंच. दोन हजार वर्षांपूर्वी हे तापसी तत्त्वज्ञान ठीक होतं. पण मला अनेकदा वाटतं, गांधी असामान्य पुरुष आहेत. मात्र त्यांच्या आयुष्यात एकच गोष्ट चुकली!'

'कुठली?'

'हजार वर्षांपूर्वी त्यांनी जन्माला यायला हवं होतं!'

भगवंतरावांचा हा प्रहार दिलीपला असह्य होईल असे मला वाटले. पण तो अगदी शांतपणे म्हणाला, 'तुमचं गणित बरोबर आहे!'

'कसलं गणित?'

'हे हजार वर्षांचं! मात्र एक लहानशी चूक आहे त्यात!'

'चूक?' भगवंतरावांच्या स्वरावरून त्यांच्यातला अधिकाराचा अहंभाव जागृत झालेला दिसत होता.

दिलीप शांतपणाने म्हणाला, 'हो चूक! गांधी हजार वर्षांपूर्वी जन्माला यायला हवे होते असं तुम्हाला वाटतं. पण खरी गोष्ट अशी आहे की ते हजार वर्षे आधी जन्माला आले आहेत. ते बेजबाबदार, चैनीची चटकं लागलेल्या राष्ट्रात जन्माला आले, जिथं ऋषीचं रूपांतर भिक्षुकात झालं आहे, नि शूर वीरांच्या जागी गुलामांची गर्दी झाली आहे. अशा देशात जन्माला आले, ही त्यांची केवढी चूक आहे! जिथं दलालीशिवाय दुसरा व्यापार नाही; बेगडी सौंदर्यापलीकडे कशाचीही उपासना नाही

आणि नकाशातला आपल्या देशाचा रंग पाहून तिथल्या माणसाचं रक्त उसळत नाही, अशा पस्तीस कोटी बोलक्या बाहुल्यांच्या देशात गांधी जन्माला आले! केवढा गुन्हा हा त्यांचा!'

त्याच्या या आवेशपूर्ण व्याख्यानाचा क्षणभर भगवंतरावांवरही परिणाम झाला. पण लगेच उत्तर देण्याकरिता त्यांनी ओठांची हालचाल केली. वाद अधिक भडकेल या भीतीने मी मध्येच दिलीपला म्हणाले, 'तुला ताक आवडतं ना?'

त्याने मान हलवली.

भगवंतरावांनी टोमणा मारला, 'गाईचंच ताक-दूध खायचं असा काही गांधीभक्तांचा नियम आहे म्हणे!'

दिलीप शांतपणाने ताकाचे घुटके घेत होता. आपला बाण फुकट गेला हे पाहून भगवंतराव माझ्याकडे वळून म्हणाले, 'अरे हो, विसरलोच होतो मी! उद्या सकाळी राजेसाहेबांबरोबर जायचंय मला?'

'कुठं? दिल्लीला?'

'अंहं! पहिल्यांदा मुंबईला– मग तिथून पुढं जरूर लागेल तिथं– तशीच वेळ आली तर इंग्लंडलासुद्धा!'

'कसलं राजकारण शिजतंय एवढं?' हा प्रश्न तोंडातून गेल्यावर तो मी विचारायला नको होता हे माझ्या लक्षात आले. दिलीपच्या समोर संस्थानच्या गुप्त गोष्टी–

भगवंतराव हसत म्हणाले, 'हे पाहा मिस्टर सरदेसाई, तुमच्या जोरदार व्याख्यानाला मी एक नवा विषय देतो. राजेसाहेब दत्तक घेण्याच्या विचारात आहेत.'

'दत्तक?' दिलीपने विचारले.

'हो!'

'मुलं असलेल्या माणसाला दत्तक कशाला हवा?'

'नुसत्या मुली आहेत त्यांना!'

'मुलगेसुद्धा आहेत!'

मी आश्चर्याने ऐकू लागले. दिलीप पुढे म्हणाला, 'चांगले चार-पाच लाख मुलगे आहेत की! राजेसाहेब आपल्या प्रत्येक भाषणात म्हणतात की, प्रजा ही मला पोटच्या पोरासारखी आहे. आता हिशेबानंच पाहा. रामगड संस्थानात दहा लाख तरी वस्ती आहे. त्यातले पुरुष हे राजेसाहेबांचे मुलगे नि–'

त्याचा तो निष्ठुर विनोद ऐकून घेण्याच्या स्थितीत भगवंतराव नव्हते. ते माझ्याकडे वळून म्हणाले, 'किती दिवस बाहेर राहावं लागले कुणाला ठाऊक. मोठ्या प्रवासाची तयारी करायला हवी, अगदी आताच!'

दिलीपने आंचवून लगेच आमचा निरोप घेतला. तो दिसेनासा झाला तेव्हा माझ्या

मनात आले– माझ्या शरीरावर भगवंतरावांची मालकी आहे. पण माझ्या मनावर? छे! ते दिलीपच्या मागून धावत होते.

भगवंतरावांची ट्रंक, बॅग नि होल्डॉल भरताना ते कुठे कुठे जाणार आहेत याचा विचार एकदासुद्धा माझ्या मनात आला नाही. मात्र राहून राहून मी स्वतःशी म्हणत होते– 'उद्या दिलीप मला कुठं घेऊन जाणार आहे? कुठल्या तरी खेड्यात? काय दाखविणार आहे तो मला? 'आई हो' या त्याच्या वाक्याचा अर्थ काय?'

दुसऱ्या दिवशी सकाळी नऊ-दहा वाजता दिलीप आला. भगवंतराव सकाळच्या गाडीनेच निघून गेले होते. मी दिलीपला म्हटले, 'कुठं लांब जायचंय का रे?'

'अंहं इथं रामगडातच–'

'रामगडात आता काय दाखविणार आहेस तू मला! मला शंकराचं मोठं देऊळ ठाऊक आहे, सिनेमाचं थेटर ठाऊक आहे, साऱ्या शाळा माहीत आहेत–'

'यातलं काही तुला दाखविणार नाही मी! मग तर झालं?'

मोठ्या कुतूहलाने मी त्याच्याबरोबर गेले. बाजाराचा दिवस होता तो! या दिवशी मी सहसा गावात जात नसे, नि एखाद्या वेळी गेलेच तर मोटारीतून. पायी कधीच गेले नव्हते मी. आज दिलीपबरोबर पायी चालताना रस्ते, इमारती, माणसे, सारेच काही मला निराळे दिसत होते. मोहोळात मधमाश्या असतात ना? तशी रस्त्यारस्त्यांवरची माणसांची गर्दी दिसत होती.

दिलीपने लाकूड विकायला आलेले काही गाडीवान मला दाखवले. त्यांच्यातल्या एकाने त्याला रामराम केला. दिलीप जवळ जाऊन त्याच्याशी बोलू लागला. कुठल्या तरी दूरच्या खेड्यांहून आले होते ते सारे! दोन दिवस चालून बैल थकले होते. गाडीवानांचे कपडे नि चेहरे धुळीने भरून गेले होते. आजच्या आज लाकूड विकून घरी हवे असलेले पोटापाण्याचे जिन्नस घेऊन आपण परतू अशी त्यांची कल्पना होती, पण लाकूड विकत घेणाऱ्या व्यापाऱ्यांनी त्यांना अडवून धरले होते. ते कमी भावाने लाकूड मागत होते. त्या भावात गाडीवानाचे नि बैलांचे पोटसुद्धा सुटत नव्हते. या भावाने लाकूड दिले नाही तर दोन-चार दिवस इथे कुचंबत बसायला हवे. तो खर्च सोसण्याचीही त्यांना ताकद नव्हती!

दिलीप तिथून निघाला. पलीकडेच मिरच्यांची ओझी घेऊन आलेल्या बायका झाडाखाली न्याहारी करीत बसल्या होत्या. त्यातल्या एका बाईने त्याला पाहून 'रामराम दादा' म्हटले तेव्हा तर मला मोठे नवल वाटले. दिलीप एवढा जगन्मित्र झाला असेल ही मला कल्पना नव्हती!

तो त्या बाईला तिच्या खेडेगावातली हकीगत विचारीत होता. मी त्या बायकांच्या विटक्या-फाटक्या लुगड्यांकडे आणि त्यांच्या पुढ्यात एका मळक्या फडक्यात जी

कोरडी झुणका-भाकर होती तिच्याकडे पाहत होते. तिथून पुढे जाताना दिलीप म्हणाला, 'वयाच्या पाचव्या वर्षापासून ही माणसं कष्ट करताहेत. उन्हात भाजत, पावसात भिजत, थंडीत कुडकुडत बारा महिने ही राबताहेत; पण यांना पोटभर अन्न मिळत नाही!'

आम्ही मिरच्यांच्या बाजारात गेलो. तिथे असा खाट उसळला होता! आपण केव्हा इथून निघून जातो असे झाले मला. 'चल बाबा लवकर-' असे मी दिलीपला म्हणणारही होते. पण मिरच्यांची रास समोर घेऊन बसलेली एक म्हातारी पाहिली मी. तिच्या केसांचा कापूस झाला होता. अंगाचे कातडे सुरकुतून लोंबत होते, डोळे खोल खोल गेले होते नि– बहुधा दमेकरीण असावी ती– खोक खोक खोकत होती! माझ्या मनात आले– मी इथून चटकन परत जाईन. पण या म्हातारीला खोकत खोकत आपल्या मिरच्यांपाशी बसायलाच हवे! संध्याकाळपर्यंत त्या खपायलाच हव्यात. त्या खपल्या तर ओली-कोरडी भाकर मिळणार तिला. त्या म्हातारीच्या जागी मी असते तर–

एकामागून एक सारे बाजार पाहिले मी त्या दिवशी! कष्ट करूनही माणसासारख्या माणसांना किती दारिद्र्य भोगावे लागत आहे याची पुरीपुरी कल्पना आली मला.

सर्वांचे कपडे फाटके नि मळकट! बरोबरच आहे. कापडाला पैसा पडतो, साबणाला पैसा पडतो. सगळ्यांचे चेहरे दीनवाणे! जणू काही 'उद्या काय?' या भल्या मोठ्या प्रश्नाशिवाय दुसऱ्या कुठल्याच गोष्टीशी त्यांचा आयुष्यात संबंध आला नव्हता.

बंगल्याकडे परतताना मी दिलीपला म्हणाले, 'उत्तररामात असाच प्रसंग आहे नाही?'

'असा?'

'असा म्हणजे– राम सीतेला मागल्या आयुष्याचा चित्रपट दाखवतोय असा!'

राम सीतेला चित्रपट दाखवतो! म्हणजे दिलीप राम नि मी सीता? छे! किती विचित्र कल्पना! पण त्या क्षणी ती मला गोड वाटली.

'हे मी तुला का दाखविलं सांगू?' दिलीप म्हणाला.

'हं!'

'कालचा माझा संदेश तू नुसता वहीत ठेवू नयेत म्हणून!'

कालचा दिलीपचा संदेश– 'आई हो!'

या दीनदलित लोकांविषयी माझ्या मनात करुणा उचंबळून आली होती. एक प्रकारचा पान्हाच हेता तो! मी मनाने त्या गोरगरिबांची आई झाले होते. पण कृतीने? आपल्या बाळाकरिता आई डोळ्यांचा दिवा करते, हाताचा पाळणा करते, रक्ताचा पान्हा करते, तसे त्यांच्याकरिता मी काही करू शकेन का?

मी गोंधळून गेले. दिलीप जायला निघाला. खूप दिवस तो खेड्यापाड्यांत फिरणार होता. जाता जाता तो स्वत:शीच गुणगुणला– 'प्रीति मिळेल का हो बाजारी?'

त्या दिवशी रात्रभर मला झोप आली नाही! कुणी तरी माझ्या कानात गुणगुणत होते, 'प्रीति मिळेल का हो बाजारी?

कवी म्हणतात, 'प्रीती बाजारात मिळत नाही!' मला मात्र उलटा अनुभव आला. त्या दिवसापासून दिलीप मला अधिक आवडू लागला. दिलीप ज्यांच्यावर प्रेम करीत होता ते गोरगरीबही मला माझे वाटू लागले. मला बाजारात प्रीती मिळाली होती!

बायकांच्या क्लबात जायचे मी टाळू लागले. तिथल्या त्या विविध वेषभूषा नि केशभूषा पाहिल्या म्हणजे माझ्या मनात येई– सारी राजधानी जळत असताना रोमचा नीरो राजा सारंगी वाजवीत बसला होता, अशी गोष्ट आहे. आम्ही सुशिक्षित आणि संपन्न माणसे त्या निर्दय राजासारखीच आहोत. ज्यांच्या जिवावर आम्ही जगत आहो त्यांचे जिणे किती कष्टमय आहे त्याची कल्पनासुद्धा नाही आम्हाला!

क्लबात नव्या नव्या विषयांना कधीच तोटा नसे. कुणी नव्या फॅशनचे पातळ नेसून आली की त्याचे सविस्तर परीक्षण सुरू होई. कुणी गैरहजर असली की तिच्या गृहच्छिद्रांची संभावितपणाचा आव आणून संभावना केली जाई. कुणी काल संध्याकाळी ऑफिस सुटायच्या वेळी आपण चहा द्यायला नव्हतो, म्हणून आपले पतिराज किती गरम झाले याचे सुरस वर्णन करी, कुणी एखादी नुक्तीच प्रसिद्ध झालेली कादंबरी फारच चावट आहे, असे म्हणत त्यातली मासलेवाईक वाक्ये पाठ म्हणून दाखवी.

पूर्वीसुद्धा माझे मन असल्या गोष्टीत फारसे रमत नसे. आता तर मला त्याचा कंटाळा येऊ लागला. हे सारे पाहताना नि ऐकताना मनात येई– आम्ही सुखवस्तू बायका म्हणजे शृंगारलेल्या बाहुल्या आहोत. नवऱ्याचे आवडते खेळणे म्हणून आम्ही जगायचे. स्वत:चे असे ध्येयच नाही आम्हाला काही. अडाणी नि दारिद्री बायकासुद्धा समाजाचे काही ना काही तरी काम करीत असतात. पण आम्ही? काचेच्या कुंडीतल्या शोभिवंत फुलझाडांत नि आमच्यात काय फरक आहे? या कुंडीच्या बाहेर जायची इच्छाच नाही आमची! आमचे क्लब, आमच्या सभा, आमच्या चळवळी म्हणजे नुसती शोभेची फुलं आहेत! आमच्या विचारांनी मन सुन्न झाले म्हणजे वाटे– काही तरी केले पाहिजे आपण. दिलीपचे ते वाक्य कानात घुमू लागे–

'आई हो!'

वाटे, दिलीपबरोबर आपण खेड्यापाड्यांत काम करू लागलो तर कसे होईल? छे! ते भगवंतरावांना आवडणार नाही. त्यांच्यासारख्या बड्या अधिकाऱ्याची बायको गोरगरिबांत इतकी मिसळू लागली तर त्यांच्या प्रतिष्ठेला बाध येईल ना? त्यात

दिलीपची चळवळ म्हणजे संस्थानावरली टीका! एक प्रकारची राजेसाहेबांशी त्याने सुरू केलेली लढाईच! मी या लढाईत भाग घेतला तर–

भगवंतराव मधूनमधून मुंबईहून येत असत. ते आले म्हणजे चार दिवस माझ्या मनातले वादळ थोडे कमी होई. आक्कासाहेबांच्या मरणावरून झालेले आमचे भांडणं मी विसरले नव्हते. पण त्या जखमेवर आता खपली धरली होती. ते आले म्हणजे अतिविचाराने उडू लागलेली माझी झोप परत येई. रात्री त्यांच्या बाहुपाशात मनातला सारा कोलाहल शांत होई. काट्याकुट्यांनी भरलेल्या पृथ्वीवरून चांदण्यांनी फुललेल्या आकाशात गेल्यासारखे वाटे पण–

सकाळ झाली की ते गोड स्वप्न कुठल्या कुठे विरून जाई आणि चार दिवस राहून ते परत मुंबईला गेले, की मंदपणाने चालू लागलेले विचारचक्र पुन्हा दुप्पट वेगाने फिरू लागे.

खेड्यापाड्यांतल्या चळवळीच्या कार्यांतून सवड काढून आजारी आईला भेटायला दिलीप मधूनमधून येत असे. तो मलाही भेटून जाई. तो आला म्हणजे माझ्यापाशी खूप खूप बोलत बसे. त्याच्या गोष्टी अगदी साध्या असत, पण मन हलवून सोडण्याचे विलक्षण सामर्थ्य त्यांच्यात होते. त्याच्या तोंडून खेडेगावाच्या दारिद्र्याचे वर्णन ऐकले म्हणजे दत्तकाच्या खटपटीकरिता इंग्लंडला जाऊन लाखो रुपये खर्च करण्याचा राजेसाहेबांचा बेत हे मोठ्यांतले मोठे पाप आहे असे माझ्या मनात येई. दिलीप निघून गेल्यावर माझे मन एकसारखे म्हणे– आमची आजची सारी सुधारणा म्हणजे रानटीपणावर चढविलेला मुलामा आहे नुसता!

एकदा दिलीपने मला विचारले, 'तू वर्तमानपत्र वाचतेस का?'

मी उत्तर दिले, 'हो, टाइम्स वाचते, मराठीतली साप्ताहिकंही वाचते!'

'गेल्या चार-दोन दिवसांतल्या एखाद्या बातमीनं तुला बेचैन केलं का?'

अशी कुठलीच बातमी मला आठवेना. महायुद्ध जोरात आले होते हे खरे पण–

'वर्तमानपत्रं डोळ्यांनी वाचायची नसतात!' तो उद्‌गारला.

मी थट्टेने विचारले, 'मग काय कानांनी?'

'अंहं! काळजानं!'

त्याने आपल्या शर्टच्या खिशात घडी करून ठेवलेला एक अंक काढला. त्या अंकातल्या एका बाजूच्या बातमीवर तांबड्या पेन्सिलीने फुली केली होती. मी ती बातमी वाचली– रामगड संस्थानातल्या कुठल्याशा खेडेगावातल्या एका बाईने आपली तीन लहान मुले घेऊन विहिरीत जीव दिला होता! माझ्या मनात आले– आई कसली? राक्षसीण असली पाहिजे ही बाई!

काळाने हिरावून नेलेल्या बाळाची आठवण मी अजून विसरू शकत नाही आणि

ही बाई त्यांना खुशाल विहिरीत लोटते.

'तीन मुले घेऊन विहिरीपर्यंत जायला धीर तरी कसा झाला तिला? काय भयंकर बाई होती ही!' मी अंक परत त्याच्या हातात देत म्हटले.

तो म्हणाला, 'तुझा भयंकर हा शब्द बरोबर आहे. पण भयंकर कोण हा मात्र वादग्रस्त प्रश्न आहे!'

'म्हणजे?'

'जीव देण्यात गंमत असते म्हणून काही तिनं विहिरीत उडी टाकली नाही. जगणं अशक्य झालं असेल– उपासानं तडफडणाऱ्या पोरांकडं पाहणं असह्य झालं असेल तेव्हाच–'

त्याच्या आवाजात विलक्षण कंप उत्पन्न झाला होता. तो एकदम आवेशाने म्हणाला, 'ही आत्महत्या नाही सुलू, खून आहे हा!'

'खून?'

'हो खून! समाजाने राजरोस केलेला खून! या खुनाची जबाबदारी संस्थानातल्या साऱ्या सुखवस्तू लोकांवर आहे– काडीचंही काम न करता आयुष्यभर चैन करणाऱ्या साऱ्या श्रीमंतांवर आहे–' तो किंचित थांबला नि म्हणाला, 'सुलू, तुझ्यावरसुद्धा आहे ती!'

त्या क्षणी मला त्याचा राग आला. पण मग वाटले– दिलीप म्हणतो ते काही खोटे नाही. आक्कासाहेबांच्या मरणाची हकीकत ऐकल्यापासून भगवंतरावांविषयी एक प्रकारचा तिरस्कार आपल्या मनात निर्माण झाला आहेच की नाही? आपल्याविषयी दिलीपलाही तसेच वाटत असेल तर त्यात नवल कसले?

खलिल गिब्रानचे Madman हे पुस्तक मला मुद्दाम वाचायला दिले त्याने एका खेपेला. पहिल्यांदा ते नीट समजले नाही मला! पण दोन-तीनदा वाचल्यावर ते मला फार आवडू लागले. त्यातली ती पहिल्याच पानावरली वाक्ये–

I work from a deep sleep and found my masks stolen... For the first time the sun kissed my own naked face and my soul was inflamed with love for the sun. I wanted my masks no more.

जणू काही ती वाक्ये मीच लिहिली होती– माझेच अनुभव मी सांगत होते. जिकडे जावे तिकडे ढोंगाचे राज्य, मुखवट्यांचा बाजार! शरीरसुखाच्या लालसेवर प्रीतीचा मुखवटा, कष्टावाचून चैन करण्याच्या इच्छेवर संस्कृतीचा मुखवटा, इथे धर्माचा मुखवटा– तिथे प्रतिष्ठेचा मुखवटा– या निरनिराळ्या मुखवट्यांखाली लपवून ठेवलेले, जीवनाचे सत्य स्वरूप सामान्य मनुष्याला कसे दिसणार? दिलीप माझ्या आयुष्यात आला, त्याने बेदरकारपणे माझ्या तोंडावरला मुखवटा दूर केला. आता–

मुखवटा घालून आपले प्रतिबिंब पाहण्याची सवय झालेल्या माणसाला, आपले खरेखुरे रूप आकाशात पाहण्याचा धीर होईल का?

तो धीर मी केला. माझ्यापुढे एकदम किती तरी प्रश्न उभे राहिले—

मनुष्य जगतो कशासाठी? केवळ स्वतःसाठी, नाही ना? थोडासा समाजासाठी! हे खरे ना? मग माझ्या समाजासाठी, माझ्या भोवतालच्या हजारो दुर्दैवी माणसांसाठी मी काय केले आहे? दादांच्या तालमीत आकाशात देव नाही हे मी शिकले, स्त्रियांना पुरुषांइतकाच शिकण्याचा हक्क आहे असे मानून तो हक्क मी बजावून घेतला. आजीबाईचा बटवा आणि गांधींचा चरखा यांत काही फरक नाही असे म्हणून देशातल्या चळवळीकडे दुर्लक्ष केले! पण हे सारे करून मी काय मिळविले?

कशासाठी जगले मी?

भुंगा तुळई पोखरतो ना? तशी या प्रश्नाने मनाची पोखरणी केली असती पण—

रामगडात एकदम कॉलरा सुरू झाला. यंदाचा उन्हाळाच होता तसा! समोरच्या तलावातले पाणी मागच्या कुठल्याही उन्हाळ्यात असे आटले नव्हते. कॉलरा सुरू झाल्याचे कळताच दिलीप आला. त्याने एक स्वयंसेवकांचे पथक उभारले. भगवंतराव मुंबईत होते. त्यांची परवानगी घेऊन स्वयंसेवक पथकात जावे असा एकदा मला वाटले. पण लगेच माझा सुशिक्षिततेचा, स्त्रीचा अभिमान जागृत झाला. भगवंतराव साऱ्या गोष्टी माझी परवानगी घेऊन करतात असे थोडेच आहे? मग मी तरी याबाबतीत त्यांच्या परवानग्या अरवानग्यांची वाट पाहत कशाला बसावे?

स्वयंसेविका म्हणून काम करताना माझे शरीर पहिल्यांदा कंटाळले; पण मन मात्र अधिक प्रफुल्लित होऊ लागले. आपण दुसऱ्यासाठी जगत आहो या भावनेत एक निराळाच आनंद असतो. आई होण्यात असतो, अगदी तसा!

साथ आटोक्यात आली. त्याच वेळी भगवंतरावही मुंबईहून आले. रात्री एकांतात आमची गाठ पडेपर्यंत ते माझ्याशी एक शब्दही बोलले नाहीत. काय झालंय तेच मला कळेना. रात्री त्यांनी पहिला प्रश्न केला, 'तू स्वयंसेविका झाली आहेस म्हणे!'

मी हसत म्हटले, 'हो!'

'कशासाठी?'

मी म्हणणार होते, 'सेवा कशासाठी करतात? आत्म्याच्या समाधानासाठी.'

पण हे उत्तर माझ्या तोंडून बाहेर पडले नाही. मी म्हणले, 'मी बदली काम करीत होते!'

'बदली? कुणाच्या?'

'तुमच्या! तुम्ही इथले मुख्य डॉक्टर; पण गावात भयंकर साथ सुरू झाली असूनसुद्धा, तुम्ही मुंबईला दत्तकाचं राजकारण करीत बसलात. लोक तुमची निंदा करतील म्हणून—'

'मी लोकांचा नोकर नाही. राजेसाहेबांचा आहे. नि तू स्वयंसेविका का झालीस सांगू? लोकांच्या कळवळ्यानं नाही. त्या दिनकरबरोबर–'

ऐन वेगात असलेल्या मोटारीला एकदम ब्रेक लागावा, तसे ते थांबले.

मी रागाने लाल झाले. पण भगवंतराव शांतपणे म्हणाले, 'झाला एवढा तमाशा बस्स झाला! मला इथं अब्रूनं राहायचंय. उद्यापासून तुझी सार्वजनिक कामं बंद– त्या दिनकरच्या भेटीगाठी बंद!'

त्यांनी उशाजवळचा दिवा झटकन मालवून टाकला. या खोलीतून– या बंगल्यातून– भगवंतरावांच्या आयुष्यातून एकदम निघून जावे, दिलीप जेथे राहतो तिथे जावे अशी तीव्र इच्छा माझ्या मनात उत्पन्न झाली. पण माझे शरीर हालेना. किती तरी वेळ माझे मन आतल्या आत स्फुंदत म्हणत होते.

'मी स्वतंत्र आहे. मी स्वतंत्र आहे!'

त्यांना झोप लागली. पण मी जागीच होते.

भगवंतराव विशेष घोरत नसत. पण मधूनमधून ऐकू येणारा त्यांचा घोरण्याचा तो मंद विचित्र कर्णकटू स्वर–

मला लहानपणी ऐकलेल्या एका गोष्टीची आठवण झाली. वाघ आपले सावज पकडल्याबरोबर ठार मारीत नाही. तो ते जिवंतच तोंडात धरतो, त्याला आपल्या गुहेत नेऊन ठेवतो आणि मग तो स्वस्थ ताणून देतो. पण भीतीने गर्भगळित झालेले ते सावज त्याचे घोरणे ऐकत तिथेच पडून राहते. वाघ झोपलेला असतो. पण त्याला काही तिथून पळून जाण्याचा धीर होत नाही.

मध्यरात्र होऊन गेल्यावर माझा डोळा लागला. मला एक स्वप्न पडत होते. दिलीप मला संदेश लिहून देत होता– 'आई हो!'

मी दचकले. एकदम जागी झाले. माझ्या हातावर– काही तरी–

तो भगवंतरावांचा हात होता. त्यांनी माझा हात घट्ट दाबला. त्या स्पर्शातून व्यक्त होणारे त्यांचे प्रेम–

तो हात झिडकारून द्यावा असे मनात आले माझ्या. पण– मला तो धीर झाला नाही.

किती तरी वेळ मला स्वस्थ झोप आली नाही. माझे मन त्यांच्याविरुद्ध बंड पुकारीत होते, पण माझे शरीर मात्र–

अंधारात मी गच्चीवर गेले. काळोखात तलाव कसा भरलेला दिसत होता. पहाटेपर्यंत मी तिथेच आरामखुर्चीत झोपले. पहाटेच्या गार वाऱ्याने माझे डोळे उघडले.

मी समोर पाहिले– दिशा उजळू लागल्या होत्या.

आणि तलाव? छे! तो भरला आहे हा काळोखातला भास खोटा होता. पाणी

कमी झाल्यामुळे त्या तलावातले सारे खडक उघडे पडले होते. ते उघडे-बोडके अक्राळ-विक्राळ दगड! ते याच तलावाच्या पाण्यात आजपर्यंत लपून बसले होते? छे! ते मला खरेच वाटेना!

भगवंतराव पुन्हा मुंबईला गेले. महायुद्ध सुरू असूनही राजेसाहेबांचा इंग्लंडला जाण्याचा बेत ठरला होता. अर्थात भगवंतरावही बरोबर जाणार होते त्यांच्या!

माझे मन अधिक उदास होऊ लागले. एकदा वाटे– माहेरी जावे नि सारे दादांपाशी सांगावे.

लगेच मनात येई– आपली मुलगी सुखी नाही म्हणून म्हातारपणी त्रास मात्र होईल त्यांना. ते भगवंतरावांना काय सांगणार? आणि जगाच्या दृष्टीने पाहिले तर भगवंतरावांनी तरी माझा असा काय गुन्हा केला होता? शरीराला झालेल्या जखमा दाखवता येतात– पण मनाच्या कशा दाखवायच्या? त्यातून ही तर जखमसुद्धा नव्हती! नुसता मुका मार होता हा!

दिवसामागून दिवस जात होते. एके दिवशी मी दिलीपच्या आईची प्रकृती कशी आहे ते पाहायला गेले. बिचारी अगदी खंगून गेली होती. तिला रक्तक्षय झाला होता म्हणे! त्यातच दिलीपच्या काळजीची भर. तिखट-मीठ लावून बातम्या सांगणाऱ्यांच्या जिभेला आईच्या काळजीची किंमत कुठून असणार? कुणी सांगे– दिलीपने परवा एका खेड्यात राजेसाहेबांविरुद्ध भयंकर भाषण केले. आता त्याला पकडल्याशिवाय राहत नाहीत. कुणी म्हणे– त्याने राजद्रोह केला आहे. त्याला जन्मठेपेची शिक्षा झाल्याशिवाय राहत नाही. आता–

म्हातारीचे काळीज मुलासाठी तिळतिळ तुटत होते. पण काळजी करण्याखेरीज तिच्या हातांत दुसरे काहीच नव्हते. मी गेल्याबरोबर ती म्हणाली, 'देवापाशी हात जोडून एकच मागणं मागतेय मी मुली. मला घेऊन जा नि माझं उरलेलं आयुष्य दिनूला दे! पण देव काही ऐकत नाही माझं अजून!'

लगेच तिने मला विचारले, 'दिनूची प्रकृती कशी आहे?'

तो आजारी आहे याची गंधवार्तासुद्धा नव्हती मला. मी आश्चर्याने विचारले, 'कुठं आहे तो?'

रामगडजवळच चार मैलांवर ओढे म्हणून एक खेडेगाव होते. तिथे गेले दहा-बारा दिवस तो तापाने आजारी होता म्हणे! म्हातारी म्हणाली, 'चार मैल म्हणजे चारशे कोस झालेत मला आज. त्यात पावसाळ्याचे दिवस. त्या गावाजवळचा ओढाही फार वाईट आहे बाई! केव्हा पाण्याचा लोंढा येतो याचा नेम नाही; दिनूला माझ्या देवाचा अंगारा पाठविणार होते मी. पण–'

तिच्याकडून अंगारा मागून घेतला. कुणा तरी नोकराबरोबर तो पाठवावा असे

माझ्या मनात होते. पण घरी आल्यावर वाटले– दिलीप इतके दिवस आजारी आहे. आपणच जावे त्याच्या प्रकृतीची चौकशी करायला!

दोन वाजल्यावर मी एकटीच चालत निघाले, वाट विचारीत विचारीत गेले. रामगडच्या पुढे दोन अडीच मैलांवर एक ओढा होता. त्या ओढ्यात जेमतेम पाऊलभर पाणी होते. पण मी गावच्या सीमेवर गेले तेव्हा पावसाची बुरबुर सुरू झाली. छत्री उघडून मी चालू लागले. मला पाहून दिलीपला किती आश्चर्य वाटेल याचे चित्र मी डोळ्यांपुढे नाचवीत होते. तो आपणाला विचारील, 'पावसातून कशाला आलीस?'

आपण उत्तर देऊ, 'वसंतसेनासुद्धा पावसातूनच–'

छे! असे कधी बोलतात का जगात?

ते वाक्य मी मनातल्या मनातसुद्धा पुरे करू शकले नाही.

दिलीप कुठे आहे याचा पत्ता काढता काढता नाकीनऊ आले माझ्या. जवळजवळ सारे गाव फिरले मी! जाता जाता मला दिसलेली ती दृश्ये– एका चहाच्या दुकानात किती तरी माणसे जमिनीवर अस्ताव्यस्त बसली होती, आणि कानफुटक्या कपातून चहा पीत होती. पलीकडेच एक दारूदुकान होते– त्यातले ते लोक! रस्त्यावर कुत्री वेडीवाकडी पडतात ना? तसे दिसत होते ते! पुढच्या एका घरात केसांच्या जटा झालेली एका म्हातारी बाई कुणाला तरी शिव्या घालीत होती. ते शब्द अगदी ऐकवेनात मला. पलीकडेच एका शेतात दोन माणसे काठ्या घेऊन अगदी हातघाईवर आलेली दिसत होती. असल्या माणसांत मिळूनमिसळून राहणे म्हणजे शुद्ध शिक्षा आहे असे मला वाटले. दिलीपच्या झोपडीत पाऊल टाकताच मी त्याला असे बोलून दाखविले. त्याने हसत उत्तर दिले– 'Men are not born; they are made.'

त्याने मला आपली शाळा दाखविली. सारी शेतकऱ्यांचीच मुले होती! मोठी चुणचुणीत वाटली ती मला! त्यांतल्या पाच-सात मुलामुलींनी 'तो पाहा महात्मा आला' ही कविता मला म्हणून दाखवली तेव्हा तर मघाशी पाहिलेल्या विचित्र दृश्यांची आठवणही मी विसरून गेले.

माणसे तयार करावी लागतात हेच खरे!

समाईक पद्धतीने केलेला एक मळा दाखविण्यासाठी दिलीप पुढे चालू लागला. मी नको नको म्हणत होते त्याला. त्याला चालण्याचा त्रास होऊ नये म्हणून मी म्हटले, 'तुला ताप येत होता ना?'

'मलेरियाला कोण भितो?' त्याने उत्तर दिले.

'पण–'

'सुलू, तुला कल्पना नाही. आपल्या संस्थानातली किती तरी खेडी मलेरियानं ग्रासलेली आहेत. तापाने फणफणत तिथली माणसं काम करीत असतात– बाराही

महिने!'

माझ्या मनात आले– दत्तकासाठी लाखो रुपये खर्च करू पाहणाऱ्या राजेसाहेबांना या तापाचे निर्मूलनकार्य करता येणार नाही?

दिलीप म्हणाला, 'मी आजारी आहे हे विसरूनच गेलोय मी!'

'मी आले म्हणून!'

'अंहं! उद्याच्या सभेकडे माझे डोळे लागले आहेत. उद्या संध्याकाळी रामगडला मोठी सभा ठेवली आहे आम्ही! जवळच्या पंचवीस-तीस खेड्यांतले शेतकरी येणार आहेत. शेतकऱ्यांना सूट देण्याकरिता राजेसाहेबांनी इंग्लंडला जाण्याचा बेत रद्द करावा अशी मागणी करणार आहोत आम्ही!'

'त्यात काळजी करण्यासारखं काय आहे?'

'पुष्कळ आहे. ही चळवळ सुरू झाल्यापासून खूप लोक आम्हांला येऊन मिळालेत. मागे मी उत्तर हिंदुस्थनात गेलो तेव्हा काही विद्यार्थ्यांना इथं शिक्षा झाल्या होत्या. तो विद्यार्थी– इथल्या आक्कासाहेबांना संगीत शिकवायला एक मास्तर होता तो– तुरुंगातून नुकताच सुटलाय– अशी जहाल भाषणं करतो म्हणतेस!'

मळा पाहिल्यावर सारे श्रम विसरून गेले मी! जिवंत काव्यच होते ते!

झोपडीत परत आल्यावर मी दिलीपच्या आईने दिलेल्या अंगाऱ्याची पुडी त्याला दिली. त्याने ती उघडली आणि कपाळाला अंगारा लावला.

मी थट्टेने म्हणाले, 'तुझा देवावर विश्वास आहे?'

'अं हं!'

'मग अंगारा कशाला लावलास?'

'माझा माणसावर विश्वास आहे म्हणून. आईनं हा अंगारा दिला, तू तो इतक्या अगत्यानं घेऊन आलीस. तेव्हा–'

त्याने करून दिलेला चहा मी घेतला. आता संध्याकाळ होऊ लागली होती. मला घरी परतायलाच हवे होते. आम्ही दोघे झोपडीबाहेर आलो तेव्हा आभाळ काळेकुट्ट होऊन गेलेले दिसले. समोरच्या डोंगरावर पाऊस कोसळत होता. लवकरच मुसळधार पाऊस सुरू होण्याची ही चिन्हे पाहून दिलीप म्हणाला, 'उद्या सकाळी तू गेलीस तर चालणार नाही का?'

'नको बाबा! आत्ताच जाते मी!' माझ्या मनातली भीती मी त्याला सांगू शकले नाही. भगवंतराव मुंबईहून केव्हा येतील याचा नेम नव्हता.

ओढ्यापलीकडे मला पोचविण्याकरिता दिलीप माझ्याबरोबर येऊ लागला. चालता चालता किती तरी वेळा मी मागे वळून त्याच्या झोपडीकडे पाहिले. भगवंतरावांच्या बंगल्यापेक्षा तिच्यात काही तरी अधिक आहे असे मला वाटत होते. मन पुन्हा पुन्हा हुरहुरत म्हणत होते– तू या झोपडीची मालकीण झाली असतील

तर अधिक सुखी झाली असतीस.

आजारी असूनही दिलीप भरभर चालत होता. मी मात्र रेंगाळत होते. त्या झोपडीची ओढ मला पुढे जाऊ देत नव्हती.

ओढ्याच्या काठावर गेल्याबरोबर तो म्हणाला, 'सुलू, ओढ्याला पाणी यायला लागलेलं दिसतंय हं! संभाळून चल!'

मी पाहिले, मघापेक्षा पाणी बरेच चढले होते खरे!

'तुला पलीकडे पोचवून मला पुन्हा परत यायला हवं! पूल आहे खाली मैल दीड मैल. तेव्हा–'

पाण्यात उतरून तो चालू लागला. मघाशी पाऊलभर पाणी होते तिथे आता गुडघा सहज बुडत होता. मीही हळूहळू पाण्यात उतरले. पण माझे मन विचित्र विषण्णतेने भारावून गेले होते. शरीर बधिर झाल्यासारखे वाटत होते. झरझर पुढे जावे असे वाटेनाच मला. मध्येच एक लहानसा खडक होता त्याच्यावर मी उभी राहिले. पाण्याकडे पाहिले– ते गिरक्या घेत भराभर चढत होते. पलीकडे जाऊन दिलीपने मागे वळून पाहिले. मी मध्येच उभी आहे असे पाहून तो ओरडला, 'चल, चल, पाऊल उचल!'

मला काय झाले होते कुणाला ठाऊक! मी जागची हालले नाही. दिलीप वेड्यासारखा ओरडला, 'चल, चल, पाऊल उचल!'

मनुष्याच्या आयुष्यातला एखादा क्षण असा येतो की मृत्यू त्याला कस्पटासारखा वाटतो. त्या वेळी बोलता आले असते तर मी दिलीपला म्हटले असते, 'तू कुठं प्राणांची पर्वा करीत आला आहेस? तुझीच शिष्यीण आहे मी!'

समोरून दिलीप पुन्हा पाण्यात उतरलेला मला दिसला. रानडुकरांच्या मुसंडीप्रमाणे पाण्याच्या लोंढ्याने मला धक्का दिला तोही मला जाणवला. पुढे काय झाले ते मात्र मला कळले नाही.

मी डोळे उघडले तेव्हा माझे काळीज धडधडत होते. मी कुठे आहे ते मला कळेना. स्वर्गात? होय, मी स्वर्गातच होते. माझे डोके मांडीवर घेऊन दिलीप बसला होता. मी पुन्हा डोळे मिटले. मी मृत्यूला हसत होते. 'चल, तुझ्याबरोबर यायला मी तयार आहे! अगदी एका पायावर!' पण मृत्यू हा आमंत्रित पाहुणा म्हणून केव्हाच येत नाही. जगातला पट्टीचा आगंतुक आहे तो! कुणीही न बोलवता अगदी नको असेल तेव्हा तो हटकून येतो.

दिलीपचा उष्ण श्वास माझ्या गालांना जाणवला. त्याचे ओठ माझ्या ओठाकडे येत होते का? माझे चुंबन घेण्याचा त्याला मोह झाला असेल का?

माणसाचे विचार किती विचित्र असतात! माझे ओठ दिलीपच्या चुंबनासाठी

आतुर झाले होते. पण माझ्या आत्मा म्हणत होता– नाही, दिलीप या मोहाला बळी पडणार नाही. माझा दिलीप–

दिलीपचे ओठ माझ्या गालांना लागले नाहीत. त्यांचा माझ्या कानाच्या पाळीला स्पर्श झाला. एकाच वेळी उत्कट आनंद नि तीव्र दुःख यांनी माझे मन भरून गेले. दिलीपने हळूच म्हटले, 'सुलू!'

मी डोळे उघडले. तो हसत म्हणाला, 'आता माझ्या जिवात जीव आला. आज तुला काय झालं होतं तरी काय? मी इतक्या हाका मारीत असताना तू वेड्यासारखी ओढ्यात तशीच उभी राहिलीस! अगदी बुडता बुडता वाचलीस!'

मी विचारले, 'कुणी वाचवलं मला?'

'देवानं! मोठा चमत्कार झाला एकदम. कडकडकड आवाज झाला नि ओढा आटून गेला! तुकाराम चित्रपट पाहताना चमत्कार दिसला की मला हसू येत असे. पण आज माझी खात्री झाली की...'

'जगात देव आहे!'

'आहे खरा!' तो गंभीरपणे उद्‌गारला. मीही तितक्याच गंभीरपणाने त्याच्या मांडीवर डोके घाशीत म्हणाले, 'त्याच्या मांडीवर डोकं ठेवलं म्हणजे अशी छान झोप येते–'

मी पुन्हा डोळे मिटून घेतले. दिलीपने कुणाला तरी हाक मारून दूध आणायला सांगितले. एखाद्या लहान मुलाप्रमाणे त्याच्या हातून ते दूध मी प्याले. मला खूप हुशारी वाटू लागली.

माझे अंथरूण म्हणजे दोन कांबळ्यांवर घातलेली एक खादीची चादर आणि पांघरायला एक कांबळे एवढेच होते. पण भगवंतरावांच्या बंगल्यातल्या शिसवी पलंगावरल्या हात हात उंच गाद्यांपेक्षा ते अधिक सुखकारक वाटले. दिलीप पलीकडे चटईवर कांबळे टाकीत म्हणाला, 'लहान मुलासारखी आता तू दूध प्यालीस ना?'

'हं!'

'आता तशीच झोप म्हणजे झालं. उगीच विचार करीत राहू नकोस!'

'पण लहान मुलाला गाणं ऐकल्याशिवाय झोप येत नाही!'

मी हट्टच धरला तेव्हा एक कविता म्हणायला तो तयार झाला. तो म्हणाला, 'मग काय म्हणू? जो जो रे बाळा!'

'एखादी प्रीतीची कविता म्हण!'

'वेडी आहेस तू सुलू, प्रीती हे क्रांतीचं दुसरं नाव आहे!'

त्याच्या त्या वाक्याचा अर्थ कळला नाही मला! मी मनात म्हणत होते, प्रीती ही अप्सरा आहे. पण क्रांती? छे! ती कालिका आहे. प्रीती म्हणजे गुलाबाची फुले. क्रांती म्हणजे यज्ञकुंडातले निखारे! ह्या दोघींच्या तोंडावळ्यात दिलीपला साम्य का बरं दिसावं?

'पृथ्वीचं प्रेमगीत आहे हं हे!' एवढे म्हणून तो गाऊ लागला–

युगामागुनी चालली रे युगे ही
करावी किती भास्करा वंचना
किती काळ कक्षेत धावू तुझ्या मी
कितीदा करू प्रीतिची याचना?

या दोन ओळी मी ऐकल्या मात्र. मला वाटले– दिलीपला माझे मन कळले आहे. म्हणून मुद्दामच ही कविता तो म्हणत असावा! बारा वर्षे होत आली आमच्या ओळखीला– त्याच्या या विलक्षण आकर्षणाला. मध्ये तो दूर गेला. मला वाटले– त्याच्या कक्षेतून मी सुटले. पण– तो परवा परत येताच माझे मन त्याच्याभोवती प्रदक्षिणा घालू लागले.

कितीदा करू प्रीतिची याचना?

छे! कवीची काही तरी चूक झाली आहे इथे! प्रीतीची याचना इतकी सोपी नसते. ती ओठापर्यंत येते. पण ओठाबाहेर? अंहं! त्या याचनेच्या यातना–

दिलीप गात होता–

'न जाणे न नेणे कुठे चालले मी
कळे तू पुढे आणि मी मागुती!'

माझ्याच मनाचे वर्णन वाटले हे मला! त्या दिवशीचे ते बाजारातले फिरणे, मघाचे ते ओढ्यातले चालणे–

'दिमाखात सारे नटोनी थटोनी
शिरी टाकिती दिव्य उल्काफुले'

भगवंतराव– त्यांचे वैभव– तो सुंदर बंगला– ती ऐटदार मोटार– माझ्या डोळ्यांपुढून क्षणार्धात किती तरी चित्रे झर्रकन नाचत गेली.

'नको क्षूद्र शृंगार तो दुर्बळांचा!
तुझी दूरता त्याहूनी साहवे!'

माझ्या हृदयात हेच शल्य सलत होते का? कवितेच्या शेवटच्या ओळी ऐकताना तर मी अगदी भान विसरून गेले.

'गमे की तुझ्या रुद्र रूपात जावे
मिळोनी गळा घालुनीया गळा
तुझ्या लाल ओठांतली आग प्यावी
मिठीने तुझ्या तीव्र व्हाव्या कळा'

दिलीप थांबला. झोपडीत एक बारीक करून ठेवलेला दिवा होता. पण मला भास झाला– विद्युद्दीपांनी लखलखणाऱ्या राजवाड्यात मी झोपले आहे. मी मनात म्हणत होते– हे पृथ्वीचे प्रेमगीत नाही. माझ्यासारख्या अनेक तरुणींचे हृदयगीत आहे. आज घरोघरी सुशिक्षित तरुणींचे हेच आक्रंदन चालले आहे.

किती तरी वेळ मी विचार करीत पडले होते. मी एवढी शिकलेली! बुद्धिवादी बापाची एकुलती एक लाडकी लेक! असे असून माझे प्रेम सफल का झाले नाही? शरीराचे प्रेम एकावर नि मनाचे प्रेम दुसऱ्यावर! केवढी कुचंबणा ही!

कुचंबणा कसली? विटंबनाच! भगवंतरावांनी मला मागणी घातली तेव्हा त्यांना मी नकार का दिला नाही?

दिलीप कुठे होता हे मला ठाऊक नव्हते– तो माझा स्वीकार करील की नाही याचीही मला पुरी कल्पना नव्हती.

माझे भगवंतरावांवर बसलेले प्रेम– शरीरसुखाच्या भुकेने धारण केलेले मायावी रूप होते का ते?

दिलीपवर माझे प्रेम आहे असे मी दादांना सांगितले असते तर? त्यांनी माझी वेड्यातच गणना केली असती! आपल्या सुलीला श्रीमंत नवरा मिळावा अशीच बुद्धिवादी दादांची इच्छा होती. श्रीमंती म्हणजे सुख असेच त्यांना वाटत होते. नाही तर–

दादा, श्रीमंतीने माणसाच्या शरीराला सुख लाभत असेल! पण त्याच्या मनाला? मेलेल्या मनांची माणसं वैभवात आनंदानं जगत असतील! मला नाही तसं जगता आलं. मी तुमच्या संस्कारात वाढले होते, दिलीपच्या सहवासात लहानाची मोठी झाले होते. एका निष्पाप पक्ष्याची हत्या दृष्टीला पडताच वाल्मीकीसारखा ऋषी आपल्या तपश्चर्येवर पाणी सोडून शाप द्यायला तयार होतो हे मी लहानपणापासून पाठ करीत आले होते. मला भगवंतरावांशी समरस होता येईना. त्यांच्यासारख्या बुद्धिवान माणसांनी राजेरजवाड्यांच्या लहरीवर झुलावं, जगाच्या बाजारात स्वत:ला विकून घ्यावं, याची खंत वाटायला लागली मला!

झोपडीत, झोपडीबाहेर सर्वत्र शांतता पसरली होती. त्या शांततेत माझ्या मनातले विचारच कुणी तरी मोठ्याने बोलत आहे असा भास झाला मला! मला वाटले– ते ऐकून दिलीप उठणार तर नाही ना!

मी अंथरुणावर उठून बसले. बारीक केलेल्या दिव्याच्या प्रकाशात दिलीप अगदी अंधुक दिसत होता. किती शांतपणाने झोपला होता तो! त्याला येणारा मलेरिया– मला वाचविण्यासाठी त्याने मघाशी ओढ्यात टाकलेली उडी– उद्याची सभा– कशाचीही पर्वा नव्हती त्याला! मला क्षणभर वाटले, आम्ही दोघेही पाण्याच्या लोंढ्याबरोबर तसेच वाहत गेलो असतो तर? मलेरियामुळे क्षीण झालेल्या दिलीपला

मला घेऊन पाणी तोडता आले नसते तर? दिलीपच्या बाहुपाशात मरण्यात किती किती आनंद होता!

पण माझ्याबरोबर– माझ्यासाठी दिलीपचा मृत्यू? छे! दिलीप जगायला हवा– खूप खूप वर्षे जगायला हवा– माझ्यासारखी साधी वेल मृत्यूच्या वावटळीत उन्मळून पडली म्हणून जगाचे काही नुकसान होणार नाही. पण दिलीपसारखा आम्रवृक्ष–

आता दिलीप मला अगदी स्पष्ट दिसू लागला होता. त्याची आठवण म्हणून त्याचे चुंबन घेण्याकरिता मी त्याच्या खोलीत गेले होते, ती रात्र मला आठवली, ती सुप्त अतृप्त इच्छा किती वेगाने पुन्हा उफाळून वर आली, जणू काही ढगातून बाहेर पडणारी वीजच!

एकदाच– अगदी एकदाच–

आई मुलाला गाणे म्हणून झोपवते असे मी म्हणताच माझा हट्ट पुरविण्यासाठी त्याने मघाशी कविता म्हटली होती.

तसा एकदाच– अगदी एकदाच माझा हा हट्ट तो पुरविणार नाही का?

मूल किरकिरू लागले म्हणजे आई त्याचा पापा घेतेच की नाही?

तसे एकदाच– अगदी एकदाच–

दिलीप जागा होता तेव्हा त्याच्याशी हा हट्ट मी का धरला नाही. माझ्या त्या इच्छेत पाप तर नाही ना?

इच्छा ही धुमसणाऱ्या अग्नीसारखी असते. तिच्या धुराने मन भरून गेले की विचाराला आपले डोळे झाकून घ्यावे लागतात.

माझे शरीर कापत होते. उत्कंठेने आणि भीतीनेही!

पण ते हळूच पुढेही सरकत होते.

मी दिलीपच्या अगदी जवळ गेले.

एकदाच– अगदी एकदाच मी त्याचे चुंबन घेणार होते. त्याची आठवण म्हणून– तो माझा आहे, असे एकांतात स्वत:शी अभिमानाने म्हणता यावे म्हणून–

फुलपाखरू फुलावर बसते ना? तसे नुसते त्याच्या ओठावर ओठ टेकायचे, नि चटकन मागे व्हायचे. नाही तर तो जागा होईल नि मग–

नाही, हे चुंबन दिलीपलासुद्धा कळता उपयोगी नाही.

मी वाकले. त्याच्या नि माझ्या ओठांत किती थोडे अंतर उरले होते. पण–

दिलीप एकदम या कुशीवरून त्या कुशीवर वळला. वळता वळता तो पुटपुटला, 'सुलू, पळ, पळ.'

मी दचकून मागे झाले. मी मोहवश झाले आहे हे त्याला कसे कळले?

छे! स्वप्नात तो ओढ्यातला प्रसंग त्याला दिसत असावा!

त्याचे चुंबन घेण्याचा धीर मला झाला नाही.

मी त्याच्या पायावर हळूच डोके टेकले. त्याच्या ओठांतले अमृत मला तिथे मिळाले. मन शांत झाले.

सकाळी मी उठले तेव्हा झोपडीच्या दारातून सूर्योदय किती रमणीय दिसत होता! मला दिलीपने म्हटलेली ती कविता आठवली– पृथ्वीचे प्रेमगीत! ती कविता मी पाठ करणार आहे असे सांगताच दिलीपने आपल्या देवदारी खोक्यातून एक वही बाहेर काढली. तो चहा करीत असताना मी त्या वहीतून ती कविता उतरून घेतली.

चहा झाल्यावर दिलीप म्हणाला, 'थोडं लांब पडलं तरी हरकत नाही, पण पुलावरूनच जाऊ आपण! नाही तर तू पुन्हा ओढ्यात उभी राहशील– पुन्हा पाण्याचा लोंढा येईल– पण आपल्याला काही तुला बाहेर काढायची ताकद नाही बुवा!'

झोपडीतून बाहेर पडायच्या आधी मी दिलीपला म्हणाले, 'मला एक फोटो हवाय तुझा!'

'ठीक आहे. घे. हा मी फोटोला उभा राहिलो!'

'माझ्याजवळ कॅमेरा नाही!'

'त्याला मी काय करू?'

'तुझ्यापाशी एकसुद्धा फोटो नाही?'

'अस्मादिकांचा अजून फोटोच निघालेला नाही डॉक्टरीणबाई! फोटो कुणाचे निघतात सांगू! शर्यतीच्या घोड्यांचे, सिनेमातल्या नटींचे, विलायतेच्या वाऱ्या करणाऱ्या राजेरजवाड्यांचे–'

माझ्या चेहऱ्यावरची निराशेची छटा त्याच्या लक्षात आली असावी! तो लगेच म्हणाला, 'लहान मूल झाली आहेत तू! बाकी लहान मुलांना कुठलाही फोटो मिळाला की त्यांचं समाधान होतं!'

त्याने त्या देवदारी खोक्यातून एक फोटो काढून तो माझ्या हातात दिला. महात्माजींचा होता तो! गुडघ्यापर्यंत कसाबसा पोचणारा पंचा नि अंगाभोवती गुंडाळलेले एक शुभ्र खादीचे वस्त्र यांखेरीज त्यांच्या अंगावर काही नव्हते. मला एकदम हरद्वारला पाहिलेल्या हिमालयाच्या उंच उंच शिखरांची आठवण झाली. त्या फोटोतले गांधीजींचे ते हास्य हिमालयातून निघणाऱ्या गंगेसारखे प्रसन्न वाटले मला!

दिलीप म्हणाला, 'हा फोटो पाहून एका लहान मुलानं मला विचारलेले प्रश्न तुला सांगतो. त्यांची उत्तर मला काही अजून बरोबर सापडली नाहीत. तुला सुचताहेत का पहा! पहिला प्रश्न– गांधीमहाराज म्हातारे आहेत का? दुसरा, ते का हसताहेत? तिसरा, त्यांची बाग आहे का? चौथा, त्यांनी सदरा का घातला नाही?'

बंगल्यावर येईपर्यंत हे प्रश्न सारखे माझ्या मनात घोळत होते.

दिलीप आपल्या मेव्हण्याच्या घराकडे गेला. आजारी आईपाशी थोडा वेळ बसून तो संध्याकाळच्या सभेच्या कामाला लागणार होता.

मी बंगल्याच्या फाटकात पाऊल टाकले मात्र! माझ्या छातीत धस्स झाले!

भगवंतराव मुंबईहून परत आले होते.

'कुठं होतीस रात्री?' त्यांनी माझे स्वागत केले.

'ओढं म्हणून एक खेडेगाव आहे जवळ, तिथं गेले होते.'

'कशाला?'

'दिनकर आजारी होता फार!'

त्यांच्या मुद्रेवर संशयाने साम्राज्य पसरलेले दिसले. ते तीव्र स्वराने म्हणाले,

'आजारीपणाची ही थाप मी ऐकून घेणार नाही. त्याच्या बेछूट चळवळी, राजेसाहेबांच्या विरुद्ध तो लोकांना देत असलेली चिथावणी– दररोज रिपोर्ट येत होते मुंबईला. राजेसाहेब अगदी संतापून गेले आहेत. तिकडं सरकार दत्तकासाठी त्यांना छळतंय नि इकडं हा दिनकर–'

मी एक फोटो छातीशी धरून उभी आहे इकडे आता कुठे त्यांचे लक्ष गेले.

ते तावातावाने म्हणाले, 'त्याचाच फोटो असेल हा! माझ्या घरात तू त्याची पूजा–'

ते एकदम थांबले. त्यांनी तो फोटो खसकन् माझ्या हातून हिसकावून घेतला नि बाहेर बागेत भिरकावून दिला. मी धावतच बागेत गेले. फोटोच्या काचेचे तुकडे तुकडे झाले होते. पण आतली गांधींची मूर्ती हसतच होती.

पदराने फोटो पुसून तो मी त्यांना दाखविला. ते शरमले.

'मी चुकलो' हे शब्द काही त्यांच्या तोंडातून बाहेर पडले नाहीत.

दुपारी जेवायला पानावर बसावे असे वाटेनाच मला! सकाळच्या या खटक्यामुळे मन उदास झाले असे मला पहिल्यांदा वाटले. पण...

ही मनाची तक्रार नव्हती; शरीराची होती, बाळाच्या वेळची आठवण झाली मला.

अगदी बेचैन झाले मी! पुन्हा आई होणार! किती आनंदाची गोष्ट होती ही!

पण–

माझ्या पोटात वाढणारे बाळ– ते भगवंतरावांचे होते. ज्या भगवंतरावांनी आजच संशयाच्या भरात गांधींचा फोटो भिरकावून दिला होता त्यांचं बाळ–

सारी दुपार मी दिलीपने दिलेल्या गांधींच्या त्या फोटोकडे पाहत बसले. त्याच्या त्या चार प्रश्नांची उत्तरे शोधून काढण्याचा मी एकसारखा प्रयत्न करीत होते.

पण–

शेवटी कंटाळून मी स्वतःशीच म्हटले, 'बी.ए. च्या परीक्षेचे प्रश्न यांपेक्षा फारच

सोपे हेच खरे!'

चार वाजता चहा घेता घेता भगवंतराव म्हणाले, 'तू आजच्या सभेला जाणारच असशील!'

'कुठल्या?' मी मुद्दामच विचारले.

'त्या दिनकरनं पाचपंचवीस खेड्यांतले शेतकरी गोळा केले आहेत! मोठी सभा भरणार आहे म्हणे आज!'

'मला बरं वाटत नाही. नाही तर गेले असते मी सभेला!'

'जाणार असशील तर जाऊ नकोस म्हणून सांगणार होतो मी तुला!'

'का?'

'आपली बायको गोळी लागून मरावी असं कुणाही नवऱ्याला वाटत नाही म्हणून!'

'म्हणजे?'

माझ्या प्रश्नाचे उत्तर न देता ते निघून गेले.

त्यांच्या त्या वाक्याचा अर्थ?

अर्थ कसला? आज सभेत काहीतरी अनर्थ होणार हे उघड होते.

सभेच्या वेळी गोळीबार करून ती उधळून लावायचा अधिकाऱ्यांचा डाव असावा! आपली बायको गोळी लागून मरावी असं कुणाही नवऱ्याला वाटत नाही, असे भगवंतराव म्हणाले. असे का बरे बोलले ते? मी सभेला गेले तरी मलाच गोळी लागेल असे त्यांनी का गृहीत धरावे? सभेत दिनकरच्या जवळच मी बसणार! मला गोळी लागण्याचा संभव. म्हणजे–

छे!

नुसती सभा उधळायची नसेल पोलिसांना! दिलीपला जगातून नाहीसा करण्याचा बेत असावा त्यांचा!

जिथे बेगडी प्रतिष्ठेसाठी एका संस्थानिकाकडून पोटच्या पोरीचा बळी दिला जातो तिथे दिलीपसारख्या वेऱ्यांच्या प्राणांची पर्वा कोण करणार?

मी वेड्यासारखी घड्याळाकडे पाहू लागले. घड्याळाचे काटे किती जलद चालताहेत असे मला वाटू लागले. साडेचार-पावणेपाच-पाच! अग बाई गं!

सहाला सभा होती. अवघा एक तास राहिला. साठ मिनिटे-एकूणसाठ मिनिटे. अस्से धावत जावे नि दिलीपला कुठे तरी दूरदूर लपवून ठेवावे अशी तीव्र इच्छा माझ्या मनात उत्पन्न झाली.

पण दिलीप माझे ऐकेल का? लढाईवर निघालेल्या सैनिकाला अश्रू अडवू शकत नाहीत. स्वत: आजारी असूनही आजची सभा त्याने बोलावली होती. 'सभेला जाऊ नकोस' म्हणून मी त्याला सांगायला गेले तर तो माझी नाही नाही ती थट्टा

करील, 'कितीही शिकली तरी बाई म्हणजे भागूबाई', असे काही तरी म्हणेल आणि हसत हसत माझ्यापुढून धावत निघून जाईल.

काय करावे हेच सुचेना मला!

मी घड्याळाकडे पाहिले. आता सव्वापाच होऊन गेले होते.

मी गांधींच्या फोटोकडे पाहिले. त्यांचे ते हास्य– काय बरे असावा त्या हास्याचा अर्थ?

एकदम एक कल्पना सुचली मला! मी घाईघाईने पत्र लिहिले–

'दिलीप! मी अगदी अंथरुणावर पडून आहे. घरी आल्यापासून छातीत कळा येताहेत! घटकेचासुद्धा भरवंसा वाटत नाही मला! तुझी दृष्टिभेट व्हावी असं फार वाटतंय! पाच मिनिटं सवड काढून आत्ताच्या आत्ता येशील का? आता आलास तर–

येशील ना?

तुझ्या वाटेकडे डोळे लावून पडले आहे मी!'

पत्र घेऊन सायकलवरून सभेच्या जागी ताबडतोब जाण्याविषयी मी नोकराला पुन्हा बजावले.

साडेपाच होऊन गेले.

पाच पस्तीस– पाच चाळीस– मिनिटामिनिटाला माझे मन अधिकाधिक गुदमरून जात होते.

जणू काही पाण्यात बुडत होते– एक मिनिट झाले की आणखी एक गटांगळी खात होते.

मनात नाही नाही त्या शंका येऊ लागल्या.

या गड्याची नि दिलीपची गाठ पडेल का? दिलीप फार गडबडीत असेल. कदाचित हे पत्र न वाचताच तो खिशात ठेवील– कदाचित ते वाचून फाडूनही टाकील.

आणि मग? सहा वाजता सभा सुरू होईल. लगेच–

बाहेर सायकलची घंटा खणखणली. माझ्या पाठीतून कशा कळा येऊ लागल्या. तशीच धावत मी पुढे गेले.

मी विचारले, 'पत्र दिलंस का रे?'

'व्हय बाईसाहेब!'

'कुठं होते ते?'

'त्यांची आई लई बिमार हाय. घरी व्हते ते!'

दिलीपची आई फार आजारी आहे ऐकून मला विलक्षण आनंद झाला. आता त्याला आईपाशीच बसून राहावे लागेल– काही केल्या सभेला जाता येणार नाही–

छे!

किती वेडी होते मी! दिलीपचे मन घडविताना ब्रह्मदेवाने नुसत्या फुलाच्या परड्याच जवळ ठेवल्या नव्हत्या. डोंगरावरल्या शिलाराशींचासुद्धा त्याने उपयोग केला होता!

दिलीपचे आईवर प्रेम होते– अगदी उत्कट प्रेम होते हे खरे.

पण मातृभूमीवर त्याची अधिक भक्ती होती– कर्तव्यावर त्याची अधिक श्रद्धा होती. आईच्या नाकाशी सूत धरलेले असले तरी बरोबर सहा वाजता तो सभेच्या जागी हजर होईल याविषयी मला शंका नव्हती. कुणी विचारलेच तर तो हसत म्हणेल. 'अमर अशी एकच आई माणसाला असते– मातृभूमी!'

घड्याळात पावणेसहा झाले होते. माझी छाती धडधडू लागली. दिलीपने माझ्या पत्राने तुकडेतुकडे करून ते वाऱ्यावर टाकले असतील? छे!

सुलू अत्यवस्थ आहे म्हणून तिला भेटण्याकरिता तो वाऱ्यासारखा इकडे धावत येत असेल!

मी घड्याळाकडे पाहिले– पाच सत्तेचाळीस. हळूहळू पुढे सरकणारा तो दुष्ट मिनिटकाटा! काळपुरुषाचे पाऊलच जणू काही.

मला घड्याळाकडे पाहवेना, जागेवर बसवेना, कसलाही विचार करता येईना.

मी अस्वस्थपणे दिवाणखान्यात इकडे तिकडे फेऱ्या घालू लागले.

एकदम माझे अंग शहारले. फेऱ्या घालता घालता माझे लक्ष एका चित्राकडे गेले. ते क्रौंचवधाचे चित्र! किती आवडीने मी ते विकत घेतले होते! बाळ गेल्यावर एकसारखे ते डोळ्यांसमोर नको म्हणून खालच्या दिवाणखान्यात मी ते लावायला सांगितले होते.

चित्रांतली ती हताश तरुणी– रक्ताने भरलेल्या निर्जीव पक्ष्याला पोटाशी धरून त्याच्यावर अश्रू गाळणारी ती असहाय तरुणी– तिच्यात मला माझे प्रतिबिंब दिसू लागले.

आता सहा वाजता शेतकऱ्यांची सभा सुरू होईल. काहीतरी कुरापत काढून पोलीस गोळीबार करतील. फाजील राजनिष्ठ पोलीस अधिकारी मुद्दाम दिलीपचा नेम धरून–

त्या चित्राकडे मला पाहवेना. त्या रक्तबंबाळ पक्ष्याच्या जागी मला दिलीप दिसू लागला.

मी भयभीत होऊन तोंड फिरविले.

पण तिथे ते दुष्ट घड्याळ होते.

सहा वाजायला अवघी दहा मिनिटे उरली होती! एखाद्या राक्षसाच्या विक्राळ जबड्याप्रमाणे ते घड्याळ मला दिसू लागले. माझे अंग शहारले. मी डोळे मिटून

घेतले.

आता घड्याळ टिक-टिक करीत नव्हते. त्याच्यातून बंदुकीच्या गोळ्या निघत होत्या. सूं- सूं-

मी दोन्ही कानांत गच्च बोटे घातली.

माझे अंग घामाने निथळून गेले. घशाला कोरड पडली. पाय लटपट कापू लागले. किती वाजले हे पाहण्याकरिता मी डोळे उघडले. पण मला घड्याळाकडे पाहवेना.

दिवाणखान्यातल्या कोपऱ्याकडे मी पाहू लागले. तिथे सतार उभी करून ठेवली होती. लग्न झाल्यावर मला न सांगताच ही उंची सतार भगवंतरावांनी मुद्दाम आणली होती. मी मधूनमधून ती वाजवावी असे त्यांना वाटे. पण मी मात्र तिला कधीच हात लावला नव्हता. एकदा त्यांनी वाजवण्याचा फार आग्रह केला तेव्हा मी म्हटले होते, 'आज नाही वाजवणार मी ती!'

'मग केव्हा?' त्यांनी हसत विचारले होते.

'तुमचं नि माझं मोठं भांडण होईल तेव्हा–!'

'म्हणजे तू आता कधीच सतार वाजवणार नाहीस म्हणायचं!'

त्यांच्या प्रीतीचा तो आत्मविश्वास पाहून मीसुद्धा मनात म्हणाले होते,

'खरंच! आमचं दोघांचं कधी कधी भांडणच होणार नाही! मग सतार वाजवायची पाळी माझ्यावर येतेय कशाला?'

मात्र त्यांना अडविण्याकरिता मी म्हणाले होते, 'असंच नाही काही! आपला बाळ मोठा डॉक्टर होऊन दूरदूर जाईल, आपली लाडकी लेक लग्न होऊन आपल्याला सोडून सासरी जाईल आणि तुम्ही नि मी दोघेच घरात राहू– तेव्हा मी या सतारीला हात लावीन!'

स्वप्नात स्वप्न पडावे तसे होते हे माझे बोलणे!

किती गोड होती ती स्वप्ने! कुठे विरून गेली ती? फुलांचा सुगंध जातो तिथे? संगीताचे सूर जातात तिथे?

माझ्या डोक्यात वादळ घोंगावू लागले. पलीकडे घड्याळातून सूं- सं– असा आवाज निघत होता. हे सारे सारे विसरण्याकरिता–

मी सतारीची गवसणी काढली. तिच्या तारा जुळविता मनातला सारा गोंधळ नाहीसा होईल अशी माझी कल्पना होती.

पण माझा हात आता माझा राहिला नव्हता!

एकदम एक तार तुटली. तिच्या त्या करुण क्रंदनाचा प्रतिध्वनी माझ्याही मनात तितक्याच तीव्रतेने उमटला.

मघाशी दिलीपकडे पाठविलेला नोकर धावतच दारात आला व म्हणाला,

'साहेब आलेत!'

साहेब आलेत?

भगवंतराव मध्येच कसे आले? दिलीपला गोळी लागली हे मला सांगायला?

मी झटकन पुढे होऊन पाहिले.

फाटकापाशी सायकल ठेवून दिलीप घाईघाईने बंगल्यात शिरत होता.

अजून मी त्याला दिसले नव्हते.

आनंदाच्या झोल्यावर बसून माझ्या मनाने किती उंच उंच झोका घेतला पण– दुसऱ्याच क्षणी तो झोका तुटला. माझे मन एकदम एका दरीत कोसळले.

मी दिलीपला फार आजारी आहे असा निरोप पाठविला होता. ज्याच्या छातीत भयंकर कळा येताहेत ते माणूस दिवाणखान्यात फेऱ्या घालीत राहील की अंथरुणावर पडून राहील?

मी धावतच माझ्या वरच्या खोलीत गेले. माझे आजारपणाचे नाटक दिलीपला कळले तर–

आल्या पावली तो निघून परत जाईल.

काहीही करून घटका दोन घटका माझ्यापाशी बसेल असे करायला हवे!

घाईघाईने खोलीचे दार लोटून मी अंथरुणावर येऊन पडले.

दिलीप हळूच दार उघडून आत आला. तो दार उघडेच ठेवीत होता. मी कण्हत म्हटले, 'उजेडाचा त्रास होतोय रे मला! दार झाक ते!'

दार लोटून तो पुढे आला– अगदी माझ्याजवळ आला.

मी डोळे मिटून घेतले.

किंचित वाकून कापऱ्या स्वराने त्याने हाक मारली, 'सुलू.'

त्याच्या स्वरातल्या त्या कंपाची जाणीव होताच माझ्या अंगावर रोमांच उभे राहिले. तो कंप त्याच्या हृदयाच्या तारांचा होता, भीतीने व्याकुळ झालेली प्रीती जणू काही त्या तारांतून आपले मनोगत व्यक्त करीत होती.

'सुलू'– दोन अक्षरी साधा शब्द! लहानपणापासून लाखो वेळा तो माझ्या कानात पडला होता. पण या शब्दात किती मधुर रस भरला आहे याची मला कल्पना आली.

एकदम डोळे उघडावे नि दिलीपला घट्ट मिठी मारून खूप खूप रडावे असे माझ्या मनात आले. पण डोळे उघडले की माझे आजारपणाचे सोंग बाहेर पडण्याचा संभव होता. आजाऱ्याचे डोळे नेहमीच निराळे दिसतात! माझे तसे कसे दिसतील?

नि मग– मी आजारी नाही असे वाटून दिलीप रागाने चालता झाला तर?

छे!

मी हालचाल न करता तशीच पडून राहिले.

माझ्या उजव्या गालावर एकदम दोन उष्ण थेंब पडले.

दिलीपच्या डोळ्यांत अश्रू?

नि ते माझ्या गालावर पडताहेत!

छे! मी स्वप्नात असावी!

मोठ्या कष्टाने हात वर करून मी तो उजव्या गालाकडे नेला.

अश्रूच होते ते !

अन दिलीपचे!

माझ्यासाठी त्याच्या डोळ्यांतून आलेले अश्रू. ते हृदयातच जपून ठेवायला हवेत. स्वातीच्या पावसाच्या वेळी समुद्रातल्या शिंपल्यांची तोंडे उघडतात म्हणे! तशा माझ्या सर्व भावना–

मी चटकन डोळे उघडले.

दिलीप माझ्याकडे किती व्याकुळ दृष्टीने पाहत होता. तान्ह्या मुलाला आईची आठवण व्हावी पण ती त्याला कुठे दिसू नये! अशा स्थितीत त्याच्या डोळ्यांत जो असहाय करुण भाव उभा राहतो, तो दिलीपच्या नजरेतही...

त्याचे ते डोळे अजून जस्सेच्या तस्से माझ्या डोळ्यांपुढे उभे आहेत. चित्रपटात माणसाची मुद्रा हवी तेवढी मोठी दिसते तसा त्याचा अश्रुपूर्ण चेहरा मला अजून दिसतोय.

ते लिहायला लागले की हातच थांबतो!

एखादे वेळी खूप उकडते, आभाळ ढगांनी काळेकुट्ट होऊन जाते, पण पाऊस मात्र काही केल्या पडत नाही! तसे झाले आहे माझे. डोक्यात विचारांचे वादळ सुरू आहे, हृदयात भावनांचे तुफान माजले आहे. पण–

रामगडहून येथे आले तेव्हा स्वत:ची कहाणी लिहिणे हे कादंबरी लिहिण्याइतके सोपे आहे असे वाटत होते मला. पण लिहिता लिहिता एक गोष्ट मला पुरी कळून चुकली– मनुष्य शंभर सुंदर कादंबऱ्या लिहील. पण आत्मचरित्र एकदाच लिहायचे असले तरी त्याच्या हातून ते पार पडणार नाही.

सौंदर्याइतकी सत्याची उपासना सोपी नाही.

प्रत्येकाचे आत्मचरित्र ही एक कादंबरीच असते! पण कादंबरी ज्याची त्याला लिहिता येत नाही– नि दुसऱ्याला तिच्यातले किती तरी प्रसंग कधीच कळत नाहीत.

किती किती तयारी करून मी लिहायला बसले होते. स्त्रीजीवनावरल्या किती तरी नावाजलेल्या कादंबऱ्या माझ्यापुढे पडल्या आहेत. पण लक्षात कोण घेतो? मायेचा बाजार, सुशिलेचा देव, दौलत, विधवाकुमारी, सुकलेले फूल, उल्का, भंगलेले देऊळ–

या साऱ्या कादंबऱ्यांतल्या नायिका पहिल्या-पहिल्यांदा अगदी जवळच्या वाटत

होत्या. माझ्या नि त्यांच्या आयुष्यात फार साम्य आहे अशी माझी कल्पना होती. यमुना, पद्मा, सुशीला, निर्मला, मथू, कृष्णा, उल्का, अनू– माझ्याप्रमाणे याही साऱ्याजणी पिंजऱ्यात होत्या. त्यांच्या पिंजऱ्याच्या लोखंडी गजांच्या आकारात थोडाफार फरक असेल. एकीच्या पिंजऱ्याचे दार रूढीने बंद केले असेल, दुसरीच्या पिंजऱ्याचे दार व्यसनी नवऱ्याने अडवले असेल, तिसरीच्या पिंजऱ्यात परिस्थितीने कोंडमारा केला असेल! पण या साऱ्या जणींची धडपड नि तडफड एकाच गोष्टीसाठी होती. आपापल्या पिंजऱ्यातून बाहेर पडण्यासाठी!

त्यांच्यासारखी मी पिंजऱ्यात आहे असे मला परवापरवापर्यंत वाटत होतं. माझी कहाणीही त्यांच्यासारखी आहे अशी मी कल्पना करून घेतली होती. पण आज–

आज मला स्पष्ट दिसतंय! मी स्वतंत्र आहे, पिंजऱ्याबाहेर आहे. पण–

माझे लग्न काही जुन्या पद्धतीने झालेले नाही. दिलीपवर माझे प्रेम आहे असे सांगून मला भगवंतरावांपाशी घटस्फोट मागता येईल. त्या दिवशी सभेच्या वेळी चिथावणी द्यायला दिलीप सभेतच नव्हता. त्या वेळी तो आमच्या बंगल्यात माझ्या खोलीत, अगदी माझ्या बाहुपाशात होता ही खरीखुरी गोष्ट सांगून मला त्याला सोडविता येईल–

पण हे सांगायचा धीर मला होईल का?

मी पिंजऱ्याबाहेर खरी! पण मी बाहेर पिंजऱ्यापाशीच घुटमळत पडले आहे. माझे पंख कापले आहेत. मला उडावंसं वाटतंय! पण उडता येत नाही. आभाळाचा निळा रंग मला हाक मारतोय, रानातली हिरवीगार झाडे हात हलवून मला बोलवताहेत. पण–

माझे पंख कापलेले आहेत.

ते कुणी कापले हे मला ठाऊक नाही, ते कधी कापले हे मला आठवत नाही.

पण मला उडता येत नाही– पंखसुद्धा फडफडवता येत नाहीत.

दिलीप, तू अस्मानात भराऱ्या घेणारा गरुड आहेस. पंख कापलेल्या माझ्यासारख्या पक्षिणीला तुझ्यावर प्रेम करायचा काय अधिकार आहे? काय म्हणालास? 'कापलेले पंख वाढतात!'

ही फडक्यांची 'दौलत'– ही खांडेकरांची 'हिरवा चाफा'– ही–

साऱ्या कादंबऱ्यांचा मला खूप उपयोग होईल असे वाटले होते. कुणाची भाषेची लकब, कुणाची उपमा, कुणाचे दुसरे काही मी लिहिता लिहिता उचलले असेल, पण–

आता हा शेवटचा प्रसंग लिहिताना माझ्या या साऱ्या आवडत्या कादंबऱ्या मला खोट्या वाटू लागल्या आहेत. ही फडक्यांची निर्मला– ही खांडेकरांची– सुलभा–

त्यांचे प्रेम सफल झाले. माझ्यासारखा विचित्र प्रसंग आला नाही त्यांच्या

आयुष्यात!

श्रीमंत धनंजयाला सोडून अविनाशकडे ओढ घेणारी निर्मला आणि जहागिरदार होणाऱ्या विजयला झिडकारून गरीब मुकुंदावर एकनिष्ठ प्रेम करणारी सुलभा या घरोघर आढळणाऱ्या मुली आहेत का?

तसे असते तर मीसुद्धा भगवंतरावांच्या मागणीला नकार देऊन दिलीपचा शोध करायला उत्तर हिंदुस्थानात निघून गेले असते. मोठी छान कादंबरी झाली असती ती! काश्मीरचे चार पाने सुंदर वर्णन आले असते तिच्यात?

पण–

दिलीपकडे मन ओढ घेत असूनही मी भगवंतरावांची पत्नी झाले. मला दिलीप हवा होता– मात्र त्याचे दारिद्र्य नको होते– त्याचे अनिश्चित जीवन नको होते.

आणि आता? आज?

मला भगवंतराव हवेत. पण त्यांचे गुलामगिरीचे जीवन नकोय! आपल्या बुद्धिमत्तेचा जगाच्या बाजारात लिलाव मांडणारा मनुष्य? छे–! तो मनुष्य नाही!

जगाच्या दृष्टीने मी भगवंतरावांची आहे. मनाने मी दिलीपची आहे.

नाही. मी नुसत्या भगवंतरावांची नाही, एकट्या दिलीपचीही नाही. मी माझ्या बाळाची आहे.

दिलीपची सुटका व्हावी म्हणून मी आताच्या आता रामगडला धावत गेले, त्या दिवशीची सारी हकीगत राजेसाहेबांना सांगितली तर–

जगाच्या दृष्टीने मी कलंकित ठरेन. भगवंतराव पुन्हा माझे तोंडही पाहणार नाहीत. उद्या माझ्या पोटी येणाऱ्या बाळाला आपली आई कलंकित आहे असे कुठून तरी कळेल तेव्हा त्याला काय वाटेल?

छे!

माझ्याशिवाय ज्याचे अस्तित्व कुणालाही ठाऊक नाही, त्या या पोटातल्या बाळजीवासाठी मला गप्प बसायला हवे– भगवंतरावांची धर्मपत्नी म्हणून जगात जगायला हवे.

पण मी तोंडाला कुलूप घातले तर दिलीपची सुटका कशी होणार? भगवंतरावांनी या बाबतीत मौन धरले आणि सभेच्या वेळी आपण दुसरीकडे होतो एवढेसुद्धा दिलीपने कोर्टात सांगितले नाही.

दिलीप, माझ्या अब्रूसाठी तू हसत स्वतःचा बळी देणार? नको रे! त्या वेळी तू कुठे होतास हे तू कोर्टात सांगितलं नाहीस? अब्रू– प्रतिष्ठा– लोक काय म्हणतील– या बागुलबोवांना भिऊन मी दिलीपचा बळी देऊ? देवा–

उल्केला मी दुबळी म्हणत होते, पण ही कसोटीची वेळ येताच मी तिच्याहून दुबळी ठरू लागले आहे. मला दिलीप हवा आहे. पण त्याच्यावर माझे प्रेम आहे

हे लोकांत कबूल करायला मात्र मी तयार नाही.

किती ढोंगी आहे मी!

देवाने स्त्रीजातीला दुबळेपणाचा शापच दिला आहे का?

कुठल्याही स्त्रीला आपले खरेखुरे आत्मचरित्र लिहिता येणार नाही हेच खरे. शरीराने ती एकाची होते. पण तिचे मन दुसऱ्याकडे ओढ घेत असते. तिचे अंत:करण अनेक द्वंद्वांच्या रक्ताने न्हाऊन निघावे, असाच निसर्गाचा संकेत आहे का? शारीरिक प्रेम आणि मानसिक प्रेम, प्रीती आणि व्यक्तित्व, वात्सल्य व ध्येयवाद, सौंदर्य आणि सत्य, सुख नि त्याग–

नदीच्या प्रवाहातले मोठमोठे भोवरे पाहून पोहायला पडलेल्या माणसाचे हातपाय गळून जावेत! अगदी तसंच वाटतंय मला!

जवळजवळ महिनाभर या आठवणी लिहितेय मी! पण एकदा लिहिलेले पुन्हा वाचून पाहण्याचासुद्धा धीर होत नाही मला!

तापात वायू झाला म्हणजे मनुष्य तेच तेच बडबडू लागतो ना? मीही तसेच काही तरी लिहीत बसले आहे की काय कुणाला ठाऊक!

वाटते, इथेच थांबावे. एखाद्या वेळी मनात येते, हे सारे लिहिलेले फाडून टाकावे.

पण–

तो शेवटचा प्रसंग अजून लिहायचा राहिलाच आहे की!

दिलीपच्या डोळ्यांतले अश्रू माझ्या गालावर पडले, मी चटकन डोळे उघडले.

तो मला क्षणभर भेटण्याकरिता म्हणून मुद्दाम आला होता. सभेत गोळीबार होणार ही बातमी त्यालाही कळली होती. मी इतकी आजारी असून भगवंतराव बाहेर कसे गेले याबद्दल मध्येच त्याने आश्चर्य व्यक्त केले. तो मला धीर देत होता. सभा संपल्यावर पुन्हा येऊन जाईन म्हणून सांगत होता. भगवंतरावांना निरोप पाठवू का म्हणून विचारीत होता. मी मात्र 'हं' आणि 'अंहं' यापलीकडे तोंडातून दुसरा उद्‌गार बाहेर पडणार नाही याची दक्षता घेत होते.

कर्र–कर्र–कर्रर्र–

बाहेर एकदम मोटार थांबली. दिलीपचे मित्र त्याला सभेकडे नेण्याकरिता घाईघाईने आले असावेत अशी माझी खात्री झाली. त्यालाही तसेच वाटले.

जिन्यावर पावले वाजू लागली. माझ्या हृदयातील धडधड वाढू लागली.

काही झाले तरी दिलीपला जाऊ द्यायचे नाही असा मी मनाशी निश्चय केला. पावलांचा आवाज जवळजवळ येऊ लागला.

'अग आई गं' म्हणून छाती दोन्ही हातांनी घट्ट दाबून धरीत मी अगदी अस्फूट

स्वरात किंचाळले.

दिलीप एकदम माझ्याकडे वळला.

त्याने जाऊ नये म्हणून मी वेदनांनी व्याकुळ झाल्याचे सोंग करीत त्याचे दोन्ही हात माझ्या हातात घट्ट धरून ठेवले.

दार एकदम उघडले.

भगवंतराव दारात उभे होते.

'अग आई ग!' कुणी तरी गळा दाबावा अशा विचित्र स्वरात मी मोठ्याने ओरडले आणि दिलीपच्या गळ्यात घट्ट मिठी मारली.

पुढे काय झाले ते मला कळलेच नाही.

मी डोळे उघडले तेव्हा दिलीप माझ्यापाशी बसला होता. त्याच्या घड्याळात साडेसहा वाजून गेले होते. भगवंतराव दार बाहेरून लावून केव्हाच निघून गेले होते.

मी शुद्धीवर येताच दोन्ही हातांनी तोंड झाकून घेऊन दिलीप सद्‌गदित स्वराने उद्‌गारला, 'सुलू, प्रीती ही कर्तव्याची वैरीण आहे हे पुस्तकात पुष्कळदा वाचलं होतं मी! पण आज ते अनुभवानं समजलं मला!'

त्याचा हात माझ्या हातात होता. तो झटकन सोडवून घेत तो म्हणाला, 'सुलू, केवढा घात केलास तू माझा!'

पायात एकदम काचेचा तुकडा शिरावा तसे ते शब्द त्या वेळी माझे काळीज कापीत गेले.

पण ते अक्षरश: खरे होते!

माझ्यापुढे पडलेली ही तार– नाही. या तारेतले ते शब्द पुन्हा वाचण्याचा धीरच होत नाही मनाला!

पण अशुभ वाचले नाही म्हणून ते टळते थोडेच!

दिलीपला फाशीची शिक्षा झाली!

काळोख– काळोख– काळोख–

या काळोखात आशेचा एकच किरण! पण तोही किती अंधूक! राजेसाहेब दिलीपचे म्हणणे पुन्हा एकदा ऐकून घेणार आहेत. पण गेल्या सबंध महिन्यात ज्या दिलीपने 'मी निरपराधी आहे.' या तीन शब्दांपलीकडे एक अक्षरही उच्चारले नाही, तो त्यांच्यापुढे आपली कैफियत कसली देणार? उद्या राजेसाहेबांच्या न्यायप्रियतेचा नगारा वर्तमानपत्रांत वाजू लागेल.

आणि एके दिवशी सकाळी– रामगडच्या त्या तुरुंगात– माझा दिलीप–

काय लिहू?

डोळे भरून आल्यामुळे लिहायला दिसत नाही.

दिलीप, प्रेम पातकी होत असेल! पण कल्पान्तीही ते घातकी होणार नाही. तुझी ती मिठाची पुडी अजून माझ्याजवळ आहे– तू दिलेला हा गांधींचा फोटो माझ्यापुढे अजून हसत आहे. या फोटोविषयी त्या मुलाने तुला विचारलेल्या प्रश्नाची उत्तरे मला अजून सुचली नाहीत. पण–

दादा सतार वाजविताहेत. यांची ती आवडती चीज– 'इस तनधनकी कोन बढाई–'

दादा आज असे भेसूर का वाजवताहेत? ते म्हातारे होऊ लागले आहेत म्हणून की–

दिलीपने दिलेले हे खलिल गिब्रानचे पुस्तक,– 'वेडा!'

हे एकसष्टावे पान. या वाक्याखाली तांबड्या पेन्सिलीने दिलीपने खूण केली आहे.

'Then we left that sea to seek the Greater Sea' – 'हा संकुचित समुद्र सोडून महासागराचा शोध करण्याला आम्ही निघालो.'

दिलीप, तू महासागराकडे चालला आहेस!

आणि मी!

■

३

✳✳✳✳✳

आणि मी?

त्या प्रश्नचिन्हाकडे एक मोठा शाईचा डाग पडला होता. त्याच्यापुढे–

दादासाहेबांनी भराभर वहीची पुढली पाने चाळून पाहिली. सारी कोरी होती. सुलूने 'आणि मी?' या शब्दापुढे एक अक्षरही लिहिले नव्हते.

दादासाहेब त्या प्रश्नचिन्हाकडे किती तरी वेळ पाहत राहिले. चित्रपटात अगदी लहान दिसणारी आकृती जवळ येता येता जशी मोठी होऊ लागते तसे ते प्रश्नचिन्ह मोठे मोठे होत जात आहे असा त्यांना भास झाला. कोयत्यासारखी दिसणारी त्याची ती आकृती त्यांना पाहवेना. त्यांनी डोळे मिटून घेतले.

त्यांच्या मिटलेल्या डोळ्यांपुढे लगेच दुसरा प्रश्न उभा राहिला– सुलू कुठे गेली असेल?

रामगडला?

कशाला? दिनकरची सुटका करायला? पण त्याची मुक्तता करता करता पोरगी स्वत:च्या गळ्याला फास लावून घेईल. सभेच्या वेळी दिनकरबरोबर एकांतात होते असे तिने जाहीर रीतीने कबूल करणे म्हणजे स्वत:च्या संसार-सुखावर निखारा ठेवण्यासारखे होते.

छे! असला अविचार ती करायला लागली तर तिला आवरणे हे आपले कर्तव्य नाही का?

अविचार?

एक निरपराधी मनुष्याचे प्राण वाचविण्याकरिता सत्य सांगणे हा अविचार की विचार?

दादांचे बुद्धिवादी मन या कृतीला अविचार म्हणायला तयार होईना.

मात्र ते कुरकुरत होते– सुलूने दिनकरवर प्रेमच केले नसते तर हा सारा

ब्रह्मघोटाळा टळला असता!

लगेच तेच मन उद्‌गारले– एखाद्यावर प्रेम करणे किंवा न करणे काही माणसाच्या हातातली गोष्ट नाही. प्रेम हे काव्यासारखे आहे. ते करून होत नाही. बाराव्या वर्षापासून सतराव्या वर्षापर्यंत दिनकरच्या सहवासात सुलू वाढली! त्या सहवासाचे संस्कार तिच्या मनावर झाले यात अस्वाभाविक असे काय आहे? दिनकर तिच्या आयुष्यात पुन्हा आला नसता तर तिला त्याची कदाचित आठवणही झाली नसती! आणि झालीच असती तर आयुष्यातले एक गोड स्वप्न यापलीकडे त्या स्मृतीला तिने महत्त्व दिले नसते!

काय झाले असते, यापेक्षा काय होणार आहे याचाच विचार आधी केला पाहिजे असे विषण्ण मनाने स्वतःला बजावीत ते खुर्चीवरून उठले. पण त्यांना पुढे पाऊल टाकावेसे वाटेना. अगदी गळून गेल्यासारखे झाले होते त्यांना!

त्यांनी घड्याळाकडे पाहिले, कॉलेजला जायची वेळ होत आली होती. अजून आपण साडेसातचा चहासुद्धा घेतला नाही याची त्यांना आता कुठे आठवण झाली. बहुधा बाबू आठ-साडेआठ वाजता चहा घेऊन आला असेल– पण आपण वाचण्यात अगदी गढून गेलो असे पाहून तो मुकाट्याने परत गेला असावा.

टेबलावर सुलूची ती जाडजूड वही उघडीच पडली होती. तिच्यातले ते शेवटले प्रश्नचिन्ह दादासाहेबांकडे टवकारून पाहत होते.

त्यांनी विचित्र दृष्टीने त्या वहीकडे पाहिले. स्मृतिभ्रंश झालेल्या मनुष्यासारखी त्यांची नजर दिसत होती. त्या वहीतल्या पानांतून बोलणारी सुलोचना– छे! तिची ओळखच पटत नव्हती त्यांना! ज्या गोष्टी ती सत्य म्हणून सांगत होती त्या त्यांना एखाद्या कादंबरीसारख्या वाटत होत्या. त्यांनी लहानाची मोठी केलेली त्यांची सुलू, त्यांना गेली पंचवीस वर्षे ठाऊक असलेली बुद्धिवादी सुलोचना या वहीतल्या सुलूपेक्षा अगदीच निराळी होती. तिच्या डोक्यात असले वेड कधी काळी येईल हे–

वाऱ्याने त्या वहीची पाने फडफडू लागली. जणू काही सुलूच म्हणत होती– दादा ज्वालामुखीच्या पृष्ठभागावर द्राक्षांचे मळे दिसत असले तरी त्याच्या पोटात आग भडकत असते! माणसाचं आयुष्यही असंच आहे. बाहेरच्या जगाला ज्याचा पत्तासुद्धा नसतो अशी अनंत सुखं, स्वप्न आणि आशा त्याच्या अंतरंगात फुलत असतात आणि अगणित दुःखं नि निराशा त्याच्या हृदयात जळत असतात.

वहीच्या पानांची ती फडफड दादासाहेबांना अत्यंत कर्णकटू वाटली. जणू काही कावळ्यांची कावकावच.

किंचित ओणवून त्यांनी ती वही मिटून टाकली.

वहीच्या पलीकडे टेबलावर मिठाची पुडी उघडी पडली होती. तिच्यावर त्यांची दृष्टी खिळून राहिली! दिनकरने बारा वर्षांपूर्वी शिरोड्याहून आणलेले ते चिमूटभर

मीठ! पण सुलूने किती आस्थेने जपून ठेवले होते ते! ते मिठाचे कण चमकत होते. काय म्हणत होते ते?

बुद्धीचा बडिवार मांडणाऱ्या आपल्या मनाचा जणू काही ते उपहासच करीत आहेत असे दादासाहेबांना वाटले.

त्यांना एकदम सुलूने लिहिलेल्या वाक्याची आठवण झाली. हे मी जन्मभर जपून ठेवीन असे तिने दिनकरला वचन दिले होते. मग ही पुडी इथेच टाकून ती कुठे निघून गेली? आत्महत्येचा विचार पक्का झाल्यावर तर ती–

बाहेर घंटा खणखणली पण जागेवरून हलण्याची त्यांना इच्छाच होईना.

बाबू तारेचा लिफाफा घेऊन आत आला. दादासाहेबांना तारेचा नंबर लवकर सापडेना. शेवटी त्यांनी कागदावर कशीबशी सही करून तो बाबूकडे दिला. बाबू तो घेऊन बाहेर गेला.

तार फोडावी की न फोडावी या विचारात ते स्तब्ध राहिले. त्यांचा चेहरा अधिकच चिंतातुर झाला! शेवटी कापऱ्या हाताने त्यांनी तो लिफाफा उघडला.

तार भगवंतरावांची होती. त्यांनी लिहिले होते– 'सुलोचना अजून आली नाही. मी फार आजारी आहे. तिला घेऊन ताबडतोब या!'

वाहत्या जखमेला जोराचा धक्का लागावा तशी दादासाहेबांच्या मनाची स्थिती झाली. ते अगदी गोंधळून गेले.

भगवंतराव फार आजारी आहेत. म्हणजे आताच्या आता आपल्याला रामगडला जायला हवे. पण सुलूवाचून तिथे जाऊन आपण काय करणार? ती कुठे आहे म्हणून भगवंतराव विचारतील तेव्हा त्यांना आपण काय उत्तर देणार?

भगवंतराव कशाने आजारी आहेत? आपण आजारी आहो असे इतके दिवस त्यांनी सुलूला किंवा आपल्याला का कळविले नाही?

सुलूला कदाचित कळविलेही असेल. त्या वेड्या पोरीने आपल्यापासून ते चोरून ठेवले असावे.

टेबलावर पडलेल्या त्या वहीतला शेवटचा भाग दादासाहेबांच्या डोळ्यांसमोर उभा राहिला. त्या सभेच्या दिवशी सुलूने आजाराचे सोंग करून दिनकरला आपल्या बंगल्यावर बोलावले. बंगल्याबाहेर घाईघाईने मोटार थांबली तेव्हा दिनकरला नेण्याकरिता त्याचे मित्र आले असावेत अशी तिची समजूत झाली. भगवंतरावांनी खोलीचे दार उघडले तेव्हा तिने दिनकरचे दोन्ही हात आपल्या हातात घट्ट धरून ठेवले होते आणि भगवंतराव दिसताच घाबरून तिने त्याच्या गळ्यात मिठी मारली–

छे! छे!

तो चित्रपट दादासाहेबांना पाहवेना. ते संतापून गेले.

लहानपणीसुद्धा त्यांनी सुलूला मारले नव्हते. एकदा काही महत्त्वाच्या टिपणावर

शाई सांडल्याबद्दल त्यांनी तिच्या गालावर जोराने चापट दिली होती. पण त्या नाजूक गालावर उमटलेली स्वत:ची बोटे पुढे किती तरी वेळा त्यांना स्वप्नांत दिसली. खून करणाऱ्या माणसाला रक्ताने भरलेला स्वत:चा हात वारंवार दिसू लागावा तसा तो भास त्यांना पुन्हा पुन्हा होई. त्यानंतर त्यांनी कधीही सुलूच्या अंगाला हात लावला नव्हता.

आता मात्र त्यांचे बेभान झालेले मन म्हणत होते– सुलू समोर असती तर आधी फाडफाड चार मुस्कटात दिल्या असत्या तिच्या! आईने स्वत:च्या पोटाला चिमटा घेऊन मुलीसाठी जरीची साडी विकत आणावी नि त्या अवखळ कार्टीने लगेच विस्तवाशी खेळून तिला भोके पाडावीत! अगदी तश्शी सुलू वागली! आईवेगळी पोर म्हणून लहानपणापासून आपल्याला तिच्याविषयी किती काळजी वाटत होती. भगवंतरावांच्याशी तिचे लग्न ठरले तेव्हा आपल्या एका डोळ्यात वियोगाचे, पण दुसऱ्या डोळ्यात आनंदाचे अश्रू कसे उभे राहिले, सुलू सुखात आहे या एकाच कल्पनेच्या बळावर आपला एकटेपणा आणि वार्धक्याची छाया पडल्यामुळे येऊ लागलेला दुबळेपणा विसरून जायला आपण कसे शिकलो–

पण–

आपल्या सुखाचा तो बंगला– तो संगमरवरी आहे असे आपल्याला वाटत होते. आज– आज तो पत्त्यांचा बंगला ठरला!

भगवंतरावांनी या बाबतीत आपल्यापाशी कधी कधी चकार शब्दसुद्धा कसा काढला नाही? तो बिचारा काय सांगणार?

दिनकरला मिठी मारणाऱ्या सुलूला पाहून भगवंतरावांना काय वाटले असेल? त्यांनी ही गोष्ट मनाला फार लावून घेतली असावी! त्यांचे आजारपण या जीव घेणाऱ्या कोंडमाऱ्यातूनच उत्पन्न झाले असावे!

भगवंतराव तिकडे इतके आजारी असताना इकडे ही पोरटी आपल्या आयुष्याची कहाणी लिहीत बसली होती– दिनकरच्या चुंबनाचा मोह आपल्याला कसा झाला याचे तिखटमीठ लावून वर्णन करीत होती!

छे! पोरीने आपल्या तोंडाला अगदी काळे फासले. दारिद्र्याशी, संकटाशी, मृत्यूशी आणि निर्बुद्ध जगाशी आपण आजपर्यंत झगडत आलो– साऱ्या झगड्यात आपण नेहमी मान ताठ ठेवली. ती मान आता आपल्याला खाली घालावी लागणार. दिनकरला वाचविण्यास सुलू निघून गेली असावी. या वहीत लिहून ठेवलेल्या साऱ्या गोष्टी ती उद्या राजरोस राजेसाहेबांना सांगणार– त्या गोष्टी जगजाहीर होणार आणि मग कुटाळ जग कावळ्याच्या दृष्टीने आपल्याकडे पाहणार!

या विचारांनी दादासाहेब विलक्षण अस्वस्थ होऊन गेले. सुलू म्हणून आपल्याला एक मुलगी आहे हे विसरून जायचे नि शांत मनाने आपल्या दररोजच्या कामाला

लागायचे असा निर्धार करून ते खोलीबाहेर आले.

स्वत:च्या खोलीत येऊन 'मला कॉलेजला यायला उशीर होईल' अशी चिठ्ठी त्यांनी लिहिली, नि ती प्रिन्सिपॉलसाहेबांना देण्याविषयी बाबूला सांगितले.

बाबू चिठ्ठी घेऊन गेला. दादासाहेब दारातून मागे वळले. किती वाजले हे पाहण्याकरिता त्यांनी घड्याळाकडे पाहिले. त्यांचे लक्ष घड्याळाऐवजी त्यांच्या शेजारीच असलेल्या पत्नीच्या फोटोकडे गेले. तिच्या ओठांची ठेवण–

त्यांच्या मनात आले– सुलूचे ओठही थेट असेच आहेत. ती अगदी आईसारखीच हसते.

खोलीची सारी दारे बंद केली तरी फटीतून वारा यावा तसा सुलूविषयीचा हा विचार दादासाहेबांना वाटला. तिला विसरून जायचे असे पुन्हा मनाशी घोकीत ते टेबलाजवळ आले.

ते विचार करू लागले– आजचा कॉलेजातला तास– त्यांनी उत्तरराम उचलले. खूण दिसत होती ते पान चटकन उघडून ते वाचू लागले–

मा निषाद प्रतिष्ठां त्वमगमः शाश्वतीः समः।
यत्क्रौञ्चमिथुनादेकमवधीः काममोहितम् ।।

तो क्रौंचवधाचा श्लोक!

त्यांनी हातातले पुस्तक एकदम मिटले नि दूर फेकून दिले. हा श्लोकच त्यांना वर्गात शिकवायचा होता हे खरे! पण तो वाचता वाचता त्यांच्यापुढे दिनकर आणि सुलोचना यांच्या आकृत्या उभ्या राहिल्या.

सुलू आपल्या करुण दृष्टीने म्हणत होती– 'दादा, दादा, माझ्या दिलीपवर कुणी तरी दुष्ट मनुष्य बाण सोडीत आहे. दिलीपला वाचवा– त्या दुष्टाला अडवा– त्याचा हात धरा–'

पुन्हा सुलूची आठवण! सावलीप्रमाणे ती दादासाहेबांचा पाठलाग करू लागली होती.

खोलीत चिमणीने बांधलेल्या घरट्यातून गवताच्या काड्या, कापूस नि केर अंगावर पडू लागला म्हणजे माणूस जसा चिडून जातो, तशी दादासाहेबांची स्थिती झाली.

मनाची ग्लानी दूर करण्याकरिता आयुष्यात अनेकदा त्यांनी गीतेचा आधार घेतला होता. विद्यार्थीदशेत अर्धपोटी राहून अभ्यास करताना गीतेतील श्लोक गुणगुणूनच त्यांनी आपल्या मनाला धीर दिला होता. पत्नीच्या मृत्यूच्या वेळीही गीतेनेच त्यांच्या मनाची शांती ढळू दिली नव्हती. आताही तीच गीता आपला सारा अस्वस्थपणा नाहीसा करील या कल्पनेने त्यांनी हात लांब करून शेल्फवरले एक

पुस्तक उचलले.

ती गीताच होती. त्यांनी स्वतःच संपादलेली. त्यांच्या विद्वत्तेचा लौकिक एकूण एका गुजराथी धनिकाने भरपूर मोबदला देऊन हे संपादनाचे काम त्यांच्याकडे सोपविले होते.

तो गुजराती धनिक आपल्याला पहिल्यांदा भेटायला आला त्याच दिवशी दिनकर आपल्याकडे राहायला यायचा होता. पण त्या दिवशी तो आला नाही. एक दिवस उशीर झाला त्याला. त्याची आई आजारी होती म्हणून—

दिनकर– सुलूचा दिलीप– सुलू–

गीतेचे पुस्तक जागच्या जागी ठेवून दादासाहेब आपल्या सतारीकडे वळले. दुःख विसरण्याकरिता व्यसनी माणसे जशी दारू पीत सुटतात त्याप्रमाणे आपणही आज सतारीच्या रसाचा आस्वाद भरपूर घ्यायचा. त्या स्वरलहरींत स्वतःला अगदी बुडवून टाकायचे असा त्यांनी मनाशी निश्चय केला.

सतारीच्या तारांवरून त्यांची बोटे फिरू लागली– किण– किण– किण–

एकदम त्यांची नजर दाराकडे वळली. सतारीचे स्वर कानात पडल्याबरोबर याच दारातून छोटी सुलू लुटू लुटू लुटू धावत येत असे. ती पापा देईनाशी झाली म्हणजे तिला फसवून तो घेण्याकरिता आपण अशीच सतार वाजवीत असू.

भगवंतरावांनी सुलूला मागणी घातली, त्या दिवशीचा प्रसंगही त्यांच्या डोळ्यांपुढे उभा राहिला. भगवंतराव म्हणाले होते, 'सुलू सासरी गेल्यावर तुम्हाला काही दिवस चैन पडणार नाही.' आपण उत्तर दिले होते, 'माझी दुसरी मुलगी आहे ना?' 'कुठली?' त्यांनी हसत प्रश्न केला होता. आपण काही न बोलता उठून सतार घेतली नि ती वाजवायला सुरुवात केली.

या आठवणींनी त्यांच्या डोळ्यांत अश्रू उभे राहिले. मोठ्या कष्टाने ते सतारीच्या तारांवरून आपली बोटे फिरवू लागले. आपण काय वाजवीत आहोत हे त्यांचे त्यांनाच कळत नव्हते. एकच एक करुण स्वरांची मालिका तिच्यातून उमटत होती. जणू काही ती सतार आक्रंदून म्हणत होती, 'माझी बहीण कुठे आहे ते सांगा मला. इथं काय बसलात? चला, तिला शोधून आणा. ती आली म्हणजे मी तुम्हाला गोड गोड गाणं म्हणून दाखवीन. आधी नाही.'

दादासाहेब सतार खाली ठेवून उठले. अजून त्यांची आंघोळ व्हायची होती. आज मालक फार अस्वस्थ आहेत हे ओळखून स्वयंपाकीही जेवण तयार असल्याची वर्दी द्यायला आला नव्हता.

दादासाहेबांनी आपल्या पत्नीच्या फोटोकडे पाहिले. तीही म्हणत होती, 'सुलूला शोधून आणा आधी, शेवटच्या आजारात सुलूसाठी माझ्या जिवाची तडफड होई, त्या वेळी तुम्ही माझं समाधान करीत होता. तिचे सारे अपराध पोटात घालीन असं

वचन दिलंय तुम्ही मला. चला सुलूला शोधून आणा आधी!'

दादासाहेब पुन्हा सुलूच्या खोलीत परत गेले, सुलूच्या त्या जाडजूड वहीजवळ भगवंतरावांची तार पडली होती. त्यांनी ती उचलून घेतली व पुन्हा वाचली.

त्यांचे मन एकदम चरकले.

भगवंतराव फार आजारी आहेत. सुलूही त्यांच्यापाशी नाही. अशा वेळी आपण त्यांच्या समाचाराला जायलाच हवे. दुपारी दोनची गाडी आहे. रामगडला साडेनवाला पोचते ती. पोचेना! त्या गाडीनेच आपण निघायचे. ही सुलूची कहाणीही आपल्याबरोबर असू दे. कदाचित भगवंतरावांना ती दाखवावी लागेल.

टेबलावरली वही उचलता उचलता त्यांचे लक्ष पलीकडे असलेल्या गांधींच्या फोटोकडे गेले. त्या फोटोतले ते हास्य– जणू काही गांधी हसून त्यांना म्हणत होते– प्रोफेसरसाहेब, उगीच दुःख का करून घेता? थोडी प्रार्थना करा. हं म्हणा– 'वैष्णव जन तो तेणे कहिये–'

दादासाहेबांनी गांधींना प्रत्यक्ष कधीच पहिले नव्हते. त्यांच्या चरख्यावर नि चळवळीवर त्यांनी असहकारितेच्या आणि कायदेभंगाच्या आमदानीत खूप टीका मात्र केली होती.

पण आता त्या फोटोकडे पाहता पाहता त्यांना वाटले– गांधींच्या या हास्यात काही तरी जादू आहे. आपण एकदा तरी त्यांना पाहायला हवे– त्यांच्याशी थोडा वेळ तरी संभाषण करायला हवे.

सुलूच्या कहाणीतले ते चार प्रश्न– दिनकरने गांधींच्याविषयी विचारलेले– ते जसेच्या तसे त्यांना आठवले.

गांधीमहाराज म्हातारे आहेत का?

ते का हसताहेत?

त्यांची बाग आहे का?

त्यांनी सदरा का घातला नाही?

दादासाहेब स्वतःशी हसत म्हणाले, 'महाभारतातल्या यक्षप्रश्नांसारखेच आहेत हे!'

दादासाहेब कॉलेजात गेले तेव्हा प्रिन्सिपॉल आपल्या खोलीतच होते. दादासाहेब आत येताच ते हसत म्हणाले, 'आजचा दिवस स्वस्थ पडून का राहिला नाहीत?'

आजारीपणामुळे आपण आज उशिराची चिठ्ठी पाठविली होती नि थोडे बरे वाटू लागताच आपण कॉलेजात आलो अशी प्रिन्सिपॉलसाहेबांची समजूत झालेली पाहून दादासाहेबांना आनंद झाल्यावाचून राहिला नाही. ते मनापासून हसले.

प्रिन्सिपॉल त्यांच्याकडे आदराने पाहत म्हणाले, 'दादासाहेब, तुमच्यासारखे सहकारी मिळाले म्हणूनच गेल्या वीस वर्षांत आपल्या कॉलेजची कीर्ती मला

टिकविता आली. टिळकांच्या नंतर महाराष्ट्र मागं पडला म्हणून ओरडणाऱ्या लोकांनी आमचं कॉलेज बहुधा पाहिलेलं नसतं नि दादासाहेब दातारांना तर मुळीच पाहिलेलं नसतं! होय की नाही?'

ही स्तुती ऐकून दादासाहेबांना किंचित लाजल्यासारखे झाले. मातृपद प्राप्त झालेल्या तरुणीला एकीकडे आपले बाळ सर्वांना दाखविण्याची हौस असते, पण दुसरीकडे ते दाखविण्याची लाज वाटते. स्तुतीच्या बाबतीत प्रौढ मनुष्याची अशीच स्थिती होते.

प्रिन्सिपॉलसाहेबांच्या टेबलावरच्या काचेच्या गोळ्यातल्या नाजूक फुलांकडे पाहत दादासाहेब म्हणाले, 'मी, आजारी नव्हतो!'

'कुणी पाहुणेबिहुणे आले होते वाटतं?'

'अंहं! रामगडला जायची तयारी करीत होतो मी!'

'रामगडला?'

'हं. भगवंतराव फार आजारी आहेत!'

सहानुभूतीपूर्ण स्वराने प्रिन्सिपॉलसाहेबांनी विचारले, 'कशाने?'

'तारेत फार आजारी आहे एवढंच लिहिलंय त्यांनी!'

'सुलू तिकडेच गेली असेल! काल आज टेनिसकोर्टावर कुठे दिसली नाही खरी!'

दादासाहेब खाली मान घालून रजेची मागणी करणारे पत्र लिहू लागले.

प्रिन्सिपॉलसाहेब पुढे म्हणाले, 'भगवंतराव बरे होईपर्यंत तुम्ही खुशाल रामगडला राहा, कॉलेजच्या कामाची उगीच काळजी करू नका.'

पत्र प्रिन्सिपॉलांच्या हातात देऊन दादासाहेब जाण्याकरिता उठले. प्रिन्सिपॉल त्यांना पोचविण्याकरिता दारापर्यंत आले. दारात ते एक एक शब्द उच्चारीत दादासाहेबांना म्हणाले, 'रामगडला यायचा मीसुद्धा विचार करतोय!'

दादासाहेबांनी आश्चर्याने विचारले, 'केव्हा?'

प्रिन्सिपॉल रुक्ष स्वरात उद्‌गारले, 'जमलं तर आज रात्री. नाही तर केव्हाच नाही!'

लगेच स्वर किंचित मंदावून ते म्हणाले, 'दिनकर सरदेसायाच्या बाबतीत राजेसाहेबांकडे शब्द टाकावा की काय–'

वाटेत अचानक साप दिसल्याबरोबर एखाद्या मनुष्याने पाऊल मागे घ्यावे तसे ते थांबले. क्षणभराने ते म्हणाले, 'त्या दिनकराने तुमच्याविषयी किती सुंदर लिहिलं आहे म्हणता!'

'कुठं?'

'तुम्ही यंदा रिटायर होणार म्हणून कॉलेज मॅगेझिनचा खास अंक काढण्याचे

आम्ही ठरविले ना? त्याच्यासाठी तुमच्या आठवणी पाठविण्याविषयी माजी विद्यार्थ्यांना मी जाहीर विनंती केली होती. आतापर्यंत आलेल्या साऱ्या आठवणी काल रात्री मी वाचून काढल्या. त्या दिनकराने इतकं छान लिहिलंय म्हणता तुमच्याविषयी–'

कुणी तरी आपले काळीज कुरतडत आहे असा क्षणभर दादासाहेबांना भास झाला.

प्रिन्सिपॉल खाकरून म्हणाले, 'या दिनकरविषयी केवढ्या आशा होत्या मला! पण आज– या संस्थानी राजकारणात पडावे की नाही याचा कालपासून एक सारखा विचार करतोय मी! दिनकर त्या सभेला हजर नव्हता हे रामगडातल्या अनेक लोकांना ठाऊक आहे. आज तिथले एक मास्तर आले होते. ते सांगत होते मला. पण पोलिसांना भिऊन खरे सांगायला कुणीच पुढे येत नाही. दिनकर तर 'मी निरपराधी आहे' यांपेक्षा एक शब्दही अधिक बोलायला तयार नाही. असला बुद्धिवान, तरुण मुलगा फुकट बळी जाणार हे पाहून–'

प्रिन्सिपॉल मध्येच दुसरीकडेच पाहू लागले.

थोड्या वेळाने ते म्हणाले, 'माझं मन सारखं मागंपुढं होतंय! त्याची रदबदली करायला मी गेलो नि राजेसाहेबांनी रागावून व्हाइस चेअरमनशिपचा राजीनामा दिला तर– राजेसाहेबांनी राजीनामा दिला की सरकारची ग्रँटसुद्धा–' त्यांनी सहज मागे वळून पाहिले, दादासाहेबांची दृष्टीही ते बघत होते तिकडे गेली. त्या भिंतीवर एक कॅलेंडर होते. त्या कॅलेंडरवरले ते चित्र–

एक रिकामा पिंजरा– त्या पिंजऱ्याबाहेर एक पक्षी! दूरदूर निळे निळे आभाळ नि हिरवीगार झाडे–

त्या झाडांकडे पाठ करून तो पक्षी खुरडत खुरडत त्या पिंजऱ्यात पुन्हा शिरत होता. आतल्या फळांच्या फोडीकडे अधाशीपणाने तो पाहत होता.

त्या पक्ष्याचे पंख कापलेले होते.

दोघांनी एकमेकांकडे पाहिले. दोघांचीही दृष्टी जमिनीकडे वळली.

संध्याकाळचा गार वारा सुटला होता. पण दादासाहेबांना खिडकी लावावयाचे भानच राहिले नव्हते.

हळूहळू अंधार पडला.

पण दादासाहेब डब्यातला दिवा लावायलासुद्धा उठले नाहीत.

इंटरच्या डब्यात आणखी दोन-तीन उतारू होते. पण ते मघाशीच उतरले होते. आता डब्यात त्यांच्याशिवाय दुसरे कुणीही नव्हते.

अंधारात गाडी धावत होती. त्यांचे मनही तसेच अंधकारमय भविष्याकडे धाव घेत होते.

दुपारी प्रिन्सिपॉलसाहेबांशी संभाषण झाल्यापासून त्यांचे मन एकसारखे दिनकरविषयीचा विचार करीत होते.

त्याला फाशीची शिक्षा देणारी बिचारी रामगडची न्यायदेवता! राजेसाहेबांच्या नेत्रकटाक्षावर ज्याचा महिन्याचा तनखा अवलंबून आहे असला न्यायाधीश दुसरा कसला न्याय देणार?

'कायदा गाढव आहे' ही इंग्रजीतली म्हण दादासाहेबांना आठवली. लगेच त्यांना वाटले– कायदा नुसता गाढव नाही– कधी कधी त्याच्या अंगात लांडग्याचाही संचार होतो!

त्यांचे मन हळूहळू म्हणत होते– दिनकर निरपराधी असून फाशी जाणार– त्याला वाचवायची इच्छा असली तरी त्याच्याबद्दल रदबदली करण्याचा धीर प्रिन्सिपॉलसाहेबांना होणार नाही. सत्यापेक्षा संस्थेची किंमत अधिक मानल्याशिवाय त्यांना गत्यंतरच नाही!

ते गुलाम आहेत! आपणही गुलाम आहोत. गुलाम इतरांची सुटका करू शकत नाहीत. पण सुलू? ती सुद्धा गुलामच आहे! नीतीच्या आणि पातिव्रत्याच्या प्रचलित कल्पनांविरुद्ध तिचे वर्तन झाले आहे. तिची बंडखोरी स्वाभाविक असेल. पण ती जाहीर झाली तर सारा जन्म तिला कुठे तरी कोपऱ्यात तोंड दडवून काढावा लागेल. व्यभिचारिणी आणि कलंकिता या शब्दांनीच लोक तिचा उल्लेख करतील. मनुष्य दयाळू आहे; पण माणसे क्रूर आहेत असे रवींद्रांनी म्हटले आहे. किती खरे वाटते अशा वेळी!

तसे पाहिले तर सुलूच्या वर्तनात विचित्र किंवा विसंगत असे काय आहे? ज्या दिवशी जगात स्त्रीचे व्यक्तित्व जागृत झाले, त्याच दिवशी पातिव्रत्याच्या जुन्यापुराण्या कल्पना मागे पडल्या. पुरुष जसा नुसत्या स्त्रीच्या सौंदर्यावर जन्मभर प्रेम करू शकत नाही, त्याप्रमाणे स्त्रीही केवळ त्याच्या पराक्रमावर लुब्ध होऊन राहू शकत नाही. पतिपत्नींच्या मनांचे मीलन झाल्याशिवाय आयुष्यातल्या रसांचा आस्वाद घेण्याची त्यांची दृष्टी एकरूप झाल्याशिवाय, यापुढे संसार सुखाचे होणार नाहीत.

पण मनाच्या मीलनातही शरीरसुखाची ओढ असतेच असते. दिनकरचे एकदा तरी चुंबन घ्यावे अशी सुलूला वारंवार झालेली इच्छा काय केवळ बेछूट रंगेलपणाची होती?

कुणीही तसे म्हणू शकणार नाही. ज्यावर आपले मनापासून प्रेम आहे त्याला एकांतात स्पर्शसुद्धा करावयाचा नाही असा निग्रह मोठमोठी माणसेसुद्धा करू शकणार नाहीत. मग यौवनाच्या उंबरठ्यावर उभ्या असलेल्या सुलूला तो कसा साधावा?

राम-सीतांचा तो पौराणिक काळ सर्व दृष्टींनी किती साधा होता. त्या वेळच्या

पराक्रमाचे विषय सोपे होते. राक्षसांशीच लढायचे होते रामाला. आज माणसाला माणसाशी लढावे लागते आहे! त्या वेळच्या प्रीतीचा मार्ग सरळ होता. सीतेच्या आयुष्यात फक्त रावण आला. रामाहूनही सद्गुणी असा दुसरा पुरुष आला असता तर?

छे! सुधारणेने मनुष्याचे आयुष्य विलक्षण गुंतागुंतीचे करून टाकले आहे. एखाद्या वस्त्राला गाठीवर गाठी मारल्या म्हणजे शोभा म्हणून किंवा थंडीपासून संरक्षण करण्याचे साधन म्हणून जसे ते निरुपयोगी होते तशी आज मानवी जीवनाची स्थिती झाली आहे.

रामगड जवळ येईपर्यंत दादासाहेबांच्या डोक्यात अशा कितीतरी विचारांनी गोंधळ मांडला होता. शेवटी ते स्वत:शी खेदाने म्हणाले, 'कालिदासानं जीवन विकृत आहे असं म्हटलं, त्यात किती खोल अर्थ भरला आहे!'

स्टेशनावर भगवंतरावांची गाडी त्यांना न्यायला आली नव्हती. तार पोचल्याबरोबर आपण निघू अशा खात्रीने भगवंतराव स्टेशनावर मोटार पाठवितील अशी कल्पना प्रवासात त्यांच्या मनात दोनतीनदा तरळून गेली होती. त्यामुळे स्टेशनावर उतरल्यावर गाडी नाही असे पाहताच क्षणभर त्यांना कसेसेच वाटले. पण लगेच त्यांच्या मनात आले– भगवंतराव अगदी अंथरुणावर पडून असतील. असल्या गोष्टी सुचायला नि त्या नोकरांकडून करून घ्यायला मनुष्य बरा असावा लागतो.

टांग्यातून भगवंतरावांच्या बंगल्याकडे येताना ते त्यांच्या आजाराचाच विचार करीत होते. माणसांना आकस्मिकपणे होणाऱ्या अनेक रोगांची त्यांना आठवण झाली. कॉलेजातल्या सायन्सच्या प्रोफेसराच्या मुलीला गेल्या नोव्हेंबरमध्ये एकदम घटसर्प झाला होता हे त्यांना आठवले. पोरीचे तोंड आले असेल म्हणून तिला गिळता येत नाही अशा समजुतीने तिच्या आईने थोडी चालढकल केली. पण त्याचा परिणाम– मृत्यू त्या गोड पोरीला हातोहात घेऊन गेला!

मृत्यू!

या शब्दाच्या नकळत झालेल्या उच्चारानेच दादासाहेबांच्या अंगावर काटा उभा राहिला.

एक विचित्र कल्पना एकदम त्यांच्या मनात चमकून गेली– आयुष्य म्हणजे दुसरे काही नाही– माणसाचा मृत्यूशी चाललेला लपंडाव! मृत्यूच्या हाती लागू नये म्हणून धडपड करण्यातच सारी शक्ती नेहमी खर्च होते! आणि शेवटी– मृत्यूला हजार डोळे असतात. कोण कुठे लपून बसले आहे हे त्याला चटकन दिसते. तो हां हां म्हणता हवे त्याला शोधून काढतो. तसे नसते तर दिनकर, भगवंतराव आणि सुलू यांच्यावर इतक्या तरुण वयात मृत्यूची सावली एकदम कशी पडली असती?

भगवंतराव अतिशय आजारी आहेत, दिनकर फाशी नि सुलूने आत्महत्या केली की काय–

कदाचित याच तलावात तिचे–

याचवेळी त्यांचा टांगा भगवंतरावांच्या बंगल्यासमोर येऊन उभा राहिला म्हणून बरे! नाही तर या उदास विचारांनी दादासाहेबांना अधिकच अस्वस्थ करून सोडले असते.

टांगा थांबल्याचा आवाज झाल्याबरोबर व्हरांड्यातला दिवा लागला. गडी धावत बाहेर आला.

टांगेवाल्याचे पैसे देऊन दादासाहेब बंगल्यात शिरले. भगवंतरावांची कुठेच जागमाग नव्हती. ते तिसऱ्या मजल्यावरल्या खोलीत पडून असतील असे त्यांना वाटले. पण ते दिवाणखान्याशी आले मात्र–

त्यांचे पाऊल जागच्या जागी थबकले. काकणांचा आवाज एकदम त्यांच्या कानांवर पडला होता.

आनंदाने त्यांचे मन फुलून गेले. त्यांना वाटले– भगवंतरावांनी आपल्याला तार केल्यानंतर सुलू आली असावी. त्यांच्या मनावरले एक मोठे ओझे उतरले.

आता ते दिवाणखान्याच्या खिडकीपाशी आले होते. आतल्या निळसर मंद प्रकाशात एक अर्धवट पाठमोरी उभी असलेली तरुणी भगवंतरावांचे कपाळ दाबीत आहे असे त्यांना दिसले.

त्यांचे मन आनंदाने म्हणाले– सुलूच आहे ती. इतक्या प्रेमाने त्यांची शुश्रूषा कोण करणार?

पण लगेच ते गोंधळून गेले. ते स्वत:शी म्हणत होते– सुलू चांगली उंच आहे. ही बाई थोडी ठेंगणी वाटते. हां हां! कपाळ दाबण्याकरता वाकल्यामुळे कदाचित सुलू अशी निराळी दिसत असेल!

ते हसतच पुढे झाले. त्यांची चाहूल लागताच भगवंतरावांनी मागे हात करून दिवाणखान्यात दुसरा दिवा लावला. पांढरा स्वच्छ प्रकाश पसरला.

ती तरुणी चटकन दूर झाली. तिने दरवाजाकडे वळून पाहिले.

आपल्या हृदयावर कुणी खूपखूप बर्फ ठेवले आहे असा विचित्र भास दादासाहेबांना झाला. ती सुलू नव्हती. दुसरी कुणी तरी विधवा तरुणी–

भगवंतरावांची बहीणबिहीण?

छे! ते जगात अगदी एकटे होते. नात्यागोत्यातले कुणीच नव्हते त्यांना! इतक्या वर्षांत ते कुणा नातेवाईकाकडे गेले नव्हते नि नात्यातले कुणी माणूस त्यांच्या घरी आले नव्हते!

मग ही तरुणी कोण असावी? अगदी घरच्यासारखी वागणारी– बायकोला अगर

बहिणीला शोभेल अशी भगवंतरावांच्याशी सलगी करणारी–

एखादी नर्सबिर्स असेल ही!

पण तिची ही सलगी–

विषवृक्ष लावावे लागत नाहीत. ते आपोआपच वाढतात. संशयाचेही तसेच आहे. दादासाहेब विचार करू लागले.

ती तरुणी त्यांच्याकडे रुक्ष दृष्टीने पाहत आत निघून गेली. भगवंतरावांनी 'या' म्हणून स्वागत केले. पण त्यांच्या स्वरात नेहमीचा उत्साह नव्हता.

एखाद्या चित्रातले रंग एकदम फिक्कट व्हावेत तसे भगवंतरावांच्या चेहऱ्यावरले तेज लोप पावले होते.

दादासाहेब त्यांच्या समोरच्याच कोचावर बसले. 'सुलू कुठं आहे?' हा प्रश्न भगवंतराव आपल्याला आता विचारणार! त्याचे उत्तर काय द्यावे, या विवंचनेत ते पडले होते. पण भगवंतराव एखाद्या पुतळ्याप्रमाणे किती तरी वेळ स्वस्थ होते. आता दादासाहेबांना तरी बोलणे भागच होते.

त्यांनी विचारले, 'काय होतंय तुम्हांला?'

'काही नाही!' भगवंतराव उद्गारले. आपल्या उत्तराने दादासाहेब गोंधळलेले पाहून ते पुढे म्हणाले, 'आम्ही डॉक्टर लोक आजार शरीराचेच असतात असं नेहमी गृहीत धरून चालतो. पण–'

ते एकदम थांबले. पुढे काय बोलावे ते दादासाहेबांना कळेना. भिंतीवरले चित्र पाहण्याचे ढोंग करणे बरे असे त्यांना वाटले.

ते चित्र क्रौंचवधाचे होते. भिल्लाने मारलेल्या पक्ष्याला पोटाशी धरून अश्रू गाळणारी चित्रातली ती तरुणी–

भगवंतरावांनी नेमके त्याच चित्राखाली बसावे हा काही–

दादासाहेबांनी मुद्दाम दुसरीकडे दृष्टी वळवली. कोपऱ्यात उभी करून ठेवलेली सतार त्यांना दिसली. काही तरी बोलले पाहिजे म्हणून त्यांनी विचारले, 'सतार कोण वाजवितं?'

'कुणी नाही!'

'मग?'

'सुलूनं वाजवावी म्हणून ती हौसेने आणली होती मी! पण तिनं कधी हातसुद्धा लावला नाही हिला! तुमचं नि माझं भांडण होईल त्या दिवशी मी या सतारीला हात लावीन असं ती थट्टेनं म्हणे. आमचं भांडण झालं, खूप मोठं भांडण झालं; पण पण या सतारीला हात न लावता सुलू निघून गेली!'

बोलताना भगवंतराव आपल्या आवाजातली आर्तता लपवू पाहत होते. पण जखम झालेला मनुष्य कितीही शूर असला तरी वेदनांची छाया त्याच्या मुद्रेवर थोडी

ना थोडी उमटतेच. भगवंतरावांच्या स्वरातून त्यांच्या अंत:करणातले दु:ख असेच डोकावून पाहत होते.

आत गेलेली ती तरुणी जेवायला बोलवायला आली तेव्हा दादासाहेबांनाही बरे वाटले. दोन माणसांच्या भांडणापेक्षा त्यांचे मौनच अधिक दु:सह असते. याचा अनुभव त्यांना मघापासून एकसारखा येत होता. एखाद्या कोड्यात पडल्यासारखे झाले होते त्यांना इतका वेळ!

जेवतानाही भगवंतराव घुमेच राहिले.

ती तरुणी आता दादासाहेबांना अगदी न्याहाळून पाहता आली. तिच्या कपाळाला कुंकू नव्हते एवढेच. बाकी ती सुंदर फुले असलेले एक पातळ नेसली होती. बिनबाह्यांच्या ब्लाऊजमुळे बाहेर दिसणाऱ्या आपल्या गौर बाहूंकडे उगीच मधून मधून पाहत होती नि विशेष आश्चर्याची गोष्ट म्हणजे– तिने केसांत मोगरीची वेणीही घातली होती.

दादासाहेबांच्या मनात तिच्याविषयी नाही नाही ते कुतर्क येऊ लागले.

ती भगवंतरावांना एकसारखा आग्रह करीत होती. पण त्यांचे जेवणावर मुळीच लक्ष नव्हते. तिने आग्रहाने वाढलेल्या पदार्थांकडे बोट दाखवीत, 'हे सारे मी टाकणार आहे!' असे ते म्हणाले; तेव्हा ती हसत उद्‌गारली, 'खुशाल टाका. मी घेईन ते!' भगवंतरावांच्या ताटातले उष्टे पदार्थ घेण्याची तिची ही कल्पना नि आपल्यासमोर ती बोलून दाखविण्याचा तिने केलेला धीर– या साऱ्या गोष्टींचा अर्थ काय?

या तरुणीचे नि भगवंतरावांचे काही तरी विचित्र रहस्य आहे असा संशय दादासाहेबांच्या मनात अगदी दृढमूल झाला.

दिवाणखान्याच्या उजव्या बाजूच्या खोलीत दादासाहेबांची झोपण्याची व्यवस्था केली होती. डाव्या बाजूची खोली त्या तरुणीची असावी हे तिच्यातल्या सामानावरून उघड दिसत होते.

दादासाहेबांना सुपारी दिल्यानंतर भगवंतराव म्हणाले, 'प्रवासाचा फार शीण झाला असेल तुम्हाला! पण–'

'छे! छे! तसं नाही काही! तास दोन तास गप्पा मारीत बसायला तयारी आहे माझी!'

'मी तुम्हाला एक पत्र वाचायला देणार आहे!' एवढे म्हणून भगवंतराव तिसऱ्या मजल्यावरल्या खोलीकडे गेले.

भगवंतराव आपल्याला पत्र देणार आहेत! कुणाचे?

दुसऱ्या कुणाचे असणार? सुलूचेच असेल ते! पोरीने आत्महत्या करण्यापूर्वी ते भगवंतरावांच्या नावाने पाठवून दिले असेल!

सुलू कुठे आहे म्हणून आल्यापासून त्यांनी एका शब्दानेही विचारले नाही, याचे कारण दुसरे काय असणार?

सुलू आता या जगात नाही अशी त्यांची खात्री झाली आहे. त्यांचा आजार तो हाच. आपला आजार मनाचा आहे असे मघाशी त्यांनी आपल्याला सुचविले ते काही उगीच नाही. कुठल्याही तरुणीला त्यांनी आजपर्यंत आपल्या भोवती लुडबुडू दिले नव्हते. पण सुलूच्या या वर्तनाने त्यांना जबर धक्का बसला असावा! पाण्यात बुडणारा मनुष्य गवताच्या काडीचासुद्धा आधार घेऊ लागतो. दुःखाने खचलेला मनुष्य तशीच धडपड करतो. त्याला धीर द्यायला कुणी तरी माणूस हवे असते! ही तरुण विधवा बहुधा भगवंतरावांच्या हाताखालची एखादी नर्स असावी! सुलू असेपर्यंत तिला या घरात नि त्यांच्या मनात प्रवेश मिळाला नसेल. पण आज–

भगवंतराव एक लखोटा घेऊन परत आले. लखोटा चांगलाच जाड दिसत होता.

दादासाहेबांनी तो हातात घेतला. बंदच होता तो.

त्यांनी निरखून पाहिले. कुणी तरी हा उघडून पुन्हा बंद केला असावा अशी शंका त्यांच्या मनात येऊन गेली.

त्यांनी लखोट्यावरचे नाव वाचले– 'ती. दादासाहेब दातार!'

तीर्थरूप?

आपल्याला सुलू कधीच तीर्थरूप लिहीत नाही. शिवाय हे अक्षर–

ते त्यांना ओळखीचे वाटले. कुणाचे हे–

एकदम त्यांच्या मनात आले– ते दिनकरचे तर नसेल ना?

त्यांनी घाईघाईने तो लखोटा उघडला. लांबलचक पत्राचे शेवटचे पान त्यांनी मोठ्या आतुरतेने पाहिले. खाली सही–

दिनकरचे पत्र होते ते!

तुमचा नावडता शिष्य,
दिनकर सरदेसाई

या ओळींवरून त्यांनी नजर फिरविली मात्र! त्यांचे डोळे पाणावले.

अंधुक झालेल्या दृष्टीने त्या नावाच्या वर आलेल्या काही ओळी ते वाचू लागले–

'...केव्हा सांगू! पुढली जन्मी!

माझा पुनर्जन्मावर विश्वास आहे. सुलूचा मुलगा म्हणून तिच्याच पोटी जन्माला यायची फार फार इच्छा आहे मला! आणि मी जन्माला येईन तेव्हा आपला प्रिय भारत स्वतंत्र झालेला असेल, हिमालयाप्रमाणे उंच मान करून तो जगातल्या राष्ट्रांकडे स्वाभिमानाने पाहू लागलेला असेल. आजचा अडाणी अर्धपोटी राहणारा

शेतकरी आपल्या मायभूमीचा सुखी सेवक आणि शूर सैनिक झालेला असेल!

माझे हे शेवटचे स्वप्न खरे होवो अथवा न होवो! पण मनुष्य आयुष्यभर स्वप्नांवर जगतो. इतकेच नव्हे तर मृत्यूच्या मांडीवरसुद्धा नव्या नव्या स्वप्नांत गुंग होऊन तो झोपी जातो.

वंदे मातरम्!

तुमचा नावडता शिष्य
दिनकर सरदेसाई'

दादासाहेबांच्या डोळ्यांतल्या पाण्यांचे थेंब पत्रावर पडू लागले. त्यांनी दृष्टी वर करून पाहिले. भगवंतराव केव्हाच निघून गेले होते.

दादासाहेब दिवाणखान्यातून आपल्या झोपायच्या खोलीत आले.

दार लोटून त्यांनी टेबलावरचा दिवा लावला, पलंगापाशी असलेली आरामखुर्ची टेबलाजवळ ओढली आणि ते दिनकरचे पत्र वाचू लागले.

'ती. दादासाहेब दातार यांना शि. सा. नमस्कार.

दादासाहेब, मी चार वर्षे तुमच्या सहवासात काढली. तुम्ही माझ्यावर स्वतःच्या मुलाप्रमाणे प्रेम केलेत. मी परीक्षेत वरचा वर्ग मिळवू शकलो नाही म्हणून तुम्ही माझ्यावर खूपखूप रागावलात. पण राग ही प्रेमाचीच दुसरी बाजू आहे. नाही का? म्हणून तुम्हालाच आज मी हे शेवटचे पत्र लिहीत आहे.

लहानपणापासून पत्रे लिहायचा फार कंटाळा आहे मला! सुलूची नि माझी इतक्या वर्षांची दाट मैत्री. पण आतापर्यंत तिला मी दहा-वीस तरी पत्रे पाठविली असतील की नाही याची शंकाच आहे. नि जी पाठविली तीसुद्धा किती त्रोटक होती!

पण आज मात्र खूपखूप लांब पत्र लिहिणार आहे मी! आयुष्यातले पहिले नि शेवटचे लांब पत्र!

रामगडच्या न्यायदेवतेने मला फाशीची शिक्षा दिली. राजेसाहेबांनी पुन्हा माझे म्हणणे ऐकून घ्यायचे ठरविले. पण न्यायाच्या विडंबनाचे नाटक कितीही वेळा केले तरी त्यातून गंभीर असे काय निष्पन्न होणार? म्हणून मी राजेसाहेबांपुढे पुन्हा कैफियत देण्याचे नाकारले. मॅजिस्ट्रेट व तुरुंगाचे मुख्य अधिकारी डॉ. शहाणे माझ्याकडे आले. माझी फाशीची शिक्षा कायम झाल्याचे त्यांनी मला सांगितले. परवाच्या दिवशी मला फाशी देण्यात येईल असेही ते म्हणाले.

दादासाहेबांनी चमकून पत्राची वरची तारीख पाहिली. तारीख कालची होती.

म्हणजे? दिनकरला उद्या सकाळी फाशी देणार आहेत? भगवंतरावांनी एका

शब्दानेसुद्धा आपल्याला याची जाणीव दिली नाही.

ते कशाला देतील? दिनकरविषयी त्यांच्या मनात द्वेषाशिवाय दुसरे काय असणार? धडधडत्या अंत:करणाने दादासाहेब पुढे वाचू लागले...

'... फाशीची शिक्षा अंमलात आणण्यापूर्वी आरोपीला 'तुझी शेवटची इच्छा काय आहे' अशी पृच्छा करतात. भगवंतरावांनी सहज तसा सूचक प्रश्न केला आहे. मी एकदम उत्तरलो. 'मला एक पत्र लिहायचंय!'

'कुणाला?' त्यांनी गोंधळून विचारले.

मॅजिस्ट्रेट समोरच उभे होते. त्यांच्यासमोर मी सुलूचे नाव घेईन अशी भगवंतरावांना भीती वाटली असावी.

सुलूचे नाव घेऊन कोर्टात मला माझा जीवसुद्धा वाचवता आला असता. कदाचित ते मी केलेही असते.

पण केव्हा?

सुलूवर माझे प्रेम नसते तर!

आणि त्याग हाच प्रेमाचा आत्मा आहे या भावनेवर माझी श्रद्धा नसती तर!

मी तुम्हाला पत्र लिहायचे आहे म्हणून सांगितले तेव्हा भगवंतरावांना बरे वाटले. ते पत्र जसेच्या तसे तुम्हाला पोचते करण्याचे त्यांनी मला वचन दिले आहे.

दादासाहेब, तुम्हाला हे पत्र लिहायचे कारण–

पत्र हे दोन हृदयांचे संभाषण असते! आणि ज्याच्यापाशी माझे हृदय मला मनमोकळेपणाने उघडून दाखविता येईल अशी माणसे दोनच आहेत. एक सुलू नि दुसरे तुम्ही!

माझी आई– मला पकडल्याचे समजताच तिने प्राण सोडला.

सुटली बिचारी!

माझी आक्का!

ती इथल्या एका बड्या सावकाराची बायको आहे. भाऊबीजेला तिने मला अनेकदा ओवाळले आहे. मीही तिला ओवाळणी घातली आहे. पण खरं सांगू ! माझासारख्या भावाची बहीण म्हणवून घेण्यात तिला अपमान वाटतो. मी कंगाल आहे! मी राजेसाहेबांच्या रोषाला पात्र झालो आहे! मी अडाणी माणसांत मिसळून खेडवळ बनलो आहे. तिच्या दृष्टीने ही सारी वेडाची लक्षणे आहेत. परवा मी फाशी जाईन तेव्हा तिचे बहिणीचे आतडे पिळवटेल, कदाचित तिच्या डोळ्यांत पाणीही उभे राहील. पण दुसऱ्याच दिवशी ती आपल्या ऐश्वर्यात नि थाटामाटात हे दु:ख विसरून जाईल.

आजची मानवजातीची सुधारणा म्हणजे भावनांची स्मशानभूमी आहे असे मला

वाटायला लागले ते आपल्या अनुभवांवरूनच! आजच्या माणसाचे काळीज डाव्या बाजूला छातीआड दडलेले नाही. ते उजव्या बाजूच्या आतल्या खिशातून वर डोकावून पाहत आहे.

माझे मेहुणे? त्यांच्यासारख्या संपन्न सावकाराला माझ्यासारख्या चळवळ्याचे वागणे मूर्खपणाचे वाटावे, यात नवल कसले?

मात्र त्यांचे एका गोष्टीतले उपकार मी कधीच विसरलो नाही. त्यांच्यामुळे मला तुमचा सहवास लाभला– माझ्या आयुष्यात सुलू आली.

तो दिवस अजून माझ्या डोळ्यांपुढे उभा आहे– आपल्या कॉलेजाला सायन्सकरिता आणखी एक नवी इमारत बांधावयाची होती. त्या इमारतीसाठी देणग्या मिळवायला तुम्ही रामगडला आला होता. राजेसाहेब तुमच्या संस्थेचे व्हाइस चेअरमन असल्यामुळे त्यांना खूष करण्यासाठी गावातले बडेबडे लोक तुम्हाला भराभर पैसे देत होते. तुम्ही माझ्या मेव्हण्यांकडे उतरला होता त्या वेळी!

आक्काला आईचा काही तरी निरोप सांगायला मी माझ्या मेव्हण्यांच्या घरी आलो. तुम्ही मला हसत विचारले, 'काय शिकतोस रे?' मी उत्तर दिले, परवाच मी मॅट्रिक झालोय! 'कुठल्या कॉलेजात जाणार आहेस?' मी रुक्ष स्वराने उत्तर दिले, 'मी कारकून होणार आहे!'

तुम्ही माझ्या मेहुण्यांकडे पाहिलेत. त्यांच्याइतक्या श्रीमंत मनुष्याच्या मेव्हण्याने कॉलेजात का जाऊ नये, हा तुम्हाला प्रश्न पडला होता. माझे मेव्हणे तुम्हाला म्हणाले, 'मग सांगेन मी तुम्हाला सारं!'

त्यांनी तुम्हाला काय सांगितलं असावं याची मला पूर्ण कल्पना आहे. माझे वडील फौजदार असले तरी भयंकर आहेत. त्यांना खूप कर्ज आहे. त्यामुळे मुलाच्या कॉलेजच्या खर्चाची व्यवस्था त्यांच्याकडून होण्यासारखी नाही, वगैरे वगैरे–

हे सांगणे अक्षरश: सत्य होते. पण आणखी एक गोष्ट मात्र माझ्या मेव्हण्यांना ठाऊक नव्हती. माझ्या आईचे हाल मला बघवत नव्हते. ती थोडीफार सुखी असती तर वार लावूनसुद्धा कॉलेजचे शिक्षण पार पाडायला मी तयार झालो असतो! पण माझ्या वडिलांच्या दारूबाजीमुळे तिचे जे हाल होत होते– प्रसंगी देवाला जायलासुद्धा झुळझुळीत लुगडे अंगावर नाही अशी जी तिची स्थिती झाली होती–

तिच्यासाठी मॅट्रिक होताच मी कारकून व्हायचे ठरविले होते. दरमहा वीस रुपये मला मिळणार होते. पण पहिल्याच महिन्याच्या पगारातून आईला कुठल्या दुकानातून कुठले सुंदर दिसणारे लुगडे आणून द्यायचे, हेसुद्धा मी निश्चित केले होते.

पण ब्रह्मदेवाच्या मनात– छे! तुमच्या मनात मी कारकून व्हावे असे नव्हते.

तुम्ही दुपारी मला मुद्दाम बोलावून नेलेत. मॅट्रिकमध्ये माझा नंबर खूप वर आला आहे हे माझ्या मेव्हण्यांनी तुम्हाला सांगितले होते. माझे संस्कृत चांगले आहे आणि

माझी शंकरशेट फार थोड्या मार्कांनी गेली हे कळल्याबरोबर तुम्ही मला म्हणालात, 'दिनकर, मला ज्योतिष चांगलं कळतं. तू कोण होणार आहेस हे मी तुझ्या तोंडावरून सांगतो!'

मी हटवादीपणाने म्हणालो, 'मी कारकून होणार आहे!'

तुम्ही हसून म्हणालात, 'अं हं! तू कवी होणार आहेस! माझ्यासारखा प्रोफेसर होणार आहेस!'

दादासाहेब , तुमचं दुसरं भविष्य खरं ठरलं नाही.

पण पहिलं?

कवी दोन प्रकारचे असतात. कविता लिहिणारे नि न लिहिणारे! रवींद्र हे पहिल्या वर्गातले मोठे कवी होते.

मी कविता कधीच केल्या नाहीत. पण मला वाटते– दुसऱ्या वर्गातला मी एक छोटासा कवी आहे आणि या वर्गातला उभ्या जगातला आजचा महाकवी म्हणून ज्या व्यक्तीकडे मी आदराने पाहतो तिचे नाव सांगू? महात्मा गांधी.

गांधी वाल्मीकीइतकेच महाकवी आहेत, हे तुम्हाला पटणार नाही; पण त्यांचा अहिंसावादाचा आग्रह कशातून निर्माण झाला आहे? अत्यंत कोमल भावातूनच ना?

वाल्मीकीलाही आपले पहिले काव्य असेच स्फुरले नाही का? त्याचा क्रौंचवधाविषयीचा श्लोक– सुलूच्या घरी या प्रसंगाचे एक सुंदर चित्र आहे हं! तुम्ही पाहिलेच असेल ते!'

दादासाहेबांनी डोळे मिटून घेतले.

ते दिवाणखान्यातले चित्र! दिनकर सुंदर म्हणून त्याची स्तुती करीत होता. पण ते चित्र भीषण आहे असे आता दादासाहेबांना वाटू लागले. त्यातला रक्तबंबाळ पक्षी आणि उद्या फाशी जाणारा दिनकर–

मृत्यूचे पाश गळ्याभोवती पडले असतानासुद्धा दिनकर त्या चित्रातले सौंदर्य पाहू शकतो? ही स्थितप्रज्ञता त्याने कुठून आणली? जन्मभर गीतेचा अभ्यास करून जे आपल्याला साधले नाही, ते या चळवळ्या पोराने कुठे मिळविले?

दिनकरचे पत्र पुढे वाचण्याकरिता त्यांचे मन अतिशय अधीर झाले! त्यांनी डोळे उघडले.

'... थोडासा वाहवलो मी! नाही?

भगवंतरावांच्या कृपेमुळे मला खूप मेणबत्त्या मिळाल्या आहेत. सारी रात्र लिहीत बसलो तरी चालेल!

काय बरे सांगत होतो मी?

हो, शेवटी तुमच्या आग्रहामुळे मी कॉलेजात जायला तयार झालो. तुम्ही स्वत:च्या घरी मला ठेवून घ्यायचे कबूल केलेत. पैशापेक्षा नि रक्तापेक्षा माणुसकी ही फार मोठी गोष्ट आहे याचा आयुष्यात पहिल्यांदा अनुभव आला. मी आईला म्हणालोदेखील . 'आई, तुझ्या देवावर माझा विश्वास बसत नाही. पण माणसाच्या रूपानं जगात देव वावरत असतो हे मात्र खरं!'

अगदी लहानपणी माझा देवावरचा विश्वास कसा उडून गेला याचे तुम्हाला नवल वाटेल.

ते असे झाले.

माझ्या बरोबरची मुले शाळेतून परत येताना वाटेतल्या दत्ताला तीन प्रदक्षिणा घालीत, परीक्षेच्या वेळेस मारुतीला खडीसाखरेचे नवस करीत, वहीवर 'राम' म्हणून दररोज शंभर वेळा लिहीत आणि कुणी कुणी शनिमाहात्म्यसुद्धा वाचीत. मी कधीही यातले काही केले नाही.

तसे पाहिले तर माझी आई फार देवभोळी. तिच्या देव्हाऱ्यात लहानमोठे मिळून पन्नास तरी देव असतील. त्या सर्वांची यथासांग पूजा केल्याशिवाय ती तोंडात पाणीसुद्धा घालीत नसे. मला अगदी लहानपणीची पहिली आठवण आहे तिच्यात आई आणि तिचे देवही आहेत.

किती गोड चित्र वाटते ते अजून!

दिवेलागण झाली होती. आईने देवापाशी दिवा लावून मला नि ताईला 'शुभं करोति' म्हणायला सांगितले. ती मागच्या दारी जाऊन तुळशीपाशी निरांजन ठेवून आली. मग आम्हा दोघांनाही तिने देवघरात देवापुढे बसविले. ती करुणाष्टके म्हणू लागली– 'अनुदिनिं अनुतापें तापलों रामराया...' तिने कुठलीही एक ओळ म्हणून थांबायचे नि मग आम्ही बहीणभावांनी ती म्हणायची असा क्रम असे. ताई माझ्याहून पाच-सहा वर्षांनी मोठी होती. तिने ती ओळ स्वच्छ म्हटली. मी मात्र 'तापलो लामलाया' असे म्हणालो. त्याबरोबर ताई 'बोबडकांदा बोबडकांदा' म्हणून मला चिडवू लागली. मी रडकुंडीला आलो. पण आईने मला पोटाशी धरले नि ताईला म्हणाली, 'असू दे माझा बोबडकांदा. तोच मला जन्मभर सोबत देणार आहे. तू लवंगी मिरची काय? आक्का नि माई गेल्या तशी उद्या नवऱ्याच्या घरी पळशील नि हां हां म्हणता मला विसरून जाशील!'

आईच्या मांडीवर बसून ताईकडे मी तुच्छतेने पाहू लागलो.

आक्काचे लग्न माझ्या जन्मापूर्वीच झाले होते, माईचे मी रांगत असताना झाले म्हणे. केव्हा तरी चार दोन दिवस त्या माहेरी यायच्या. यामुळे त्या दोघींचा मुळीच लळा नव्हता मला. ताईचा लागायचा खरा; पण एक तर ती मोठेपणाचा आव आणून मला उगीच चिडवायची नि दुसरे ती अगदी किती भागुबाई होती. तिचा

भित्रटपणा मला मुळीच आवडत नसे. फौजदाराचा मुलगा म्हणून जिथे तिथे धीटपणा दाखविण्यात मला मोठा आनंद वाटे. कितीही उंचावर कैऱ्या लटकत असल्या तरी आंब्यावर भराभर चढून त्या काढण्यात नि आबंट तोंड करीत सोबत्यांबरोबर त्या खाण्यात माझा पहिला नंबर होता. खेळताना भिरभिरत येणारी विटी मी एका हाताने झेलीत असे. मुले घेऊन नदीकाठच्या मळीत कोवळ्या फणसांवर स्वारी करण्यातही आमची स्वारी पटाईत होती. फौजदाराचा मुलगा म्हणून बिचारा मालक माझ्या अंगाला हात लावत नसे. मला मात्र वाटे– तो माझ्या शौर्याला भितोय!

एकदा एका मुलाने एक विचित्र कल्पना काढली. जिन्याच्या तळाशी बादली ठेवली नि जिन्यावरून गडगडत खाली गेले, तर बादलीत मनुष्य कसा पडेल? डोके खाली करून की वर करून? त्याचे म्हणणे होते– गडगडत जाणाराचे डोके खाली जाईल. मी जिन्याच्या पायऱ्या मनातल्या मनात मोजून हिशेब केला. नि ठरविले की त्याचे डोके वरच होईल.

तो आपले म्हणणे सोडीना. मीही हट्टाला पेटलो. माझी बाजू खरी आहे हे बाकीच्या पोरांना पटविण्याकरिता मीच तो खाली गडगडत जाण्याचा प्रयोग केला. मी कोलांटी घ्यायच्या आधीच भित्रट ताई किंचाळत पळत गेली. मी माझे अंग वरच्या पायरीवरून सोडून दिले. फुटबॉलप्रमाणे पायऱ्यावरून उड्या खातच मी खाली आलो. प्रत्येक पायरीवर माझे शरीर ठेचाळत होते. सारे अंग वरवंट्याने चेचल्यासारखे वाटत होते. पण शेवटी बादलीत माझे पायच गेले हे मला पाहून 'जिंकलं, जिंकलं' म्हणून मी आनंदाची मोठी आरोळी ठोकली! पुढे काय झाले ते मात्र मला कळले नाही.

डोळे उघडले तेव्हा माझ्या अंगाला रक्तचंदन, वेखंड वगैरेचा लेप लावून आई माझ्या उशाशी बसली होती. मी डोळे उघडताच 'दिनू, दिनू' म्हणून तिने मला हाका मारल्या. तिच्या हाका ऐकताच पलीकडच्या खोलीतून बाबा आले. त्यांनी 'दिनू' म्हणून हाक मारताच मी ओ दिली. आईकडे पाहून ते म्हणाले, 'उगीच डोळे का पुसतेस? दगडासारखा घट्ट आहे तो. उद्या बरा होईल. पोरटं विलक्षण धीट आहे यात शंका नाही! मी साधा फौजदार झालो; पण आपला दिनू पोलीस सुपरिंटेंडेंट झाल्याशिवाय राहायचा नाही! होय की नाही दिनोबा?'

शेवटचे वाक्य उच्चारताना ते मोठ्या प्रेमाने माझ्याजवळ आले. खाली बसले नि तोंड अगदी तोंडाजवळ नेऊन 'होय की नाही दिनोबा?' हा प्रश्न त्यांनी मला केला.

मी आनंदाने मान डोलावून होय म्हणणार होतो. पण बाबांच्या तोंडाची अशी वसकन घाण आली मला! मी तोंड फिरविले, आवंढा गिळला नि आईकडे पाहात

म्हणालो, 'आई, मी पोलिस सुपरिंटेंडेंट होणार हं!'

पुढे किती तरी दिवस मी आईच्या देवापाशी दोन गोष्टींची मागणी करीत होतो– एक मी मोठ्या झाल्यावर मला सुपरिंटेंडेंट कर नि दुसरी बाबांच्या तोंडाला असली भयंकर घाण येऊ देऊ नकोस.

पण आईच्या देवाला काही काही करता येत नाही अशी माझी लवकरच खात्री पटली.

मी मराठी चौथीत किंवा इंग्रजी पहिलीत होतो, हे नक्की आठवत नाही मला! बहुधा इंग्रजी पहिलीतच असेन!

एके दिवशी रात्री आईची किंकाळी ऐकून मी घाबरून जागा झालो. पहिल्यांदा मला वाटले– ती किंकाळी आपण स्वप्नात ऐकली. पलीकडे आईचे पांघरूण होते. तिथे मी चाचपून पाहिले. आई तिथे नव्हती.

'पाया पडते मी तुमच्या' तिचे रडवे शब्द मला कुठून तरी ऐकू आले. त्यांचा अर्थच कळेना मला!

माझ्या मनात शंका आली– घरात चोरबीर तर आले नसतील ना? आईला बांधून ठेवून ते तिचे दागदागिने काढून घेत असतील!

खोलीत अंधारच होता; पण धिटाईने उठलो. कोपऱ्यातली एक काठी घेतली नि हळूहळू पुढे आलो.

आईचे रडणे आता अधिक ऐकू येऊ लागले.

ती बाबांच्या खोलीत रडत होती! मला वाटले. चोरांनी तिला बाबांच्या खोलीत कोंडून ठेवले आहे. बाबांना कामामुळे पुष्कळ वेळा रात्री-अपरात्री घराबाहेर राहावे लागते असे आईच्या तोंडून मी ऐकून घेतले होते. ते घरी नाहीत असे पाहूनच ते बदमाष आमच्या घरात शिरले असावेत. पण त्यांना ठाऊक नाही– पुढे पोलिस सुपरिंटेंडेंट होणारा फौजदारांचा मुलगा घरात आहे. तो चोरांची हड्डी नरम केल्याशिवाय राहणार नाही.

असले काही तरी विचार मनात घोळवत नि कापऱ्या पायांना कसाबसा धीर देत मी खोलीच्या दारापाशी गेलो. दारात आतून कडी असेल म्हणून मी त्याच्यावर लाथ मारली.

पण दाराला कडी नव्हती.

ते खाडकन् उघडले नि आत जे दृश्य मला दिसले–

आत बाबा नि आई ही दोघेच होती. बाबा उजव्या हाताने आईच्या फडाफड मुस्कटात मारीत होते नि डाव्या हातातली बाटली पुढे करून 'पी, पी' असे म्हणत होते. ते तिला काय प्यायला सांगताहेत याची बरोबर कल्पना मला त्या वेळी आली नाही; पण आईला पुन्हा मारण्याकरिता त्यांनी हात वर केलेला पाहिल्यावर मी बेभान

झालो. मी पुढे गेलो नि हातातली काठी त्यांच्या मनगटावर मारली.

ते एकदम नरमले. त्यांचा हात क्षणभर लुळा पडला. पण दुसऱ्याच क्षणी माझ्या अंगावर वसकन येऊन ते ओरडले, 'कारट्या, मला मारतोस? तुझ्या बापाला मारतोस– फौजदाराला मारतोस– तुझा जीव घेतला नाही तर नावाचा–'

त्यांनी मला मारण्याकरिता हात उगारला. पण आई मध्ये पडल्यामुळे तो मारही तिलाच बसला!

तिने मला ओढतच खोलीबाहेर आणले.

त्या रात्री मला कुशीत घेऊन किती तरी वेळ ती एकसारखी रडत होती. मी तिच्या डोळ्यांवरून हात फिरविला म्हणजे थोडा वेळ तिचे रडे थांबे. पण पुन्हा माझ्या कुठल्या तरी प्रश्नाने ते सुरू होई.

मी म्हटले, 'बाबा फार वाईट आहेत!'

ती म्हणाली, 'असं बोलू नये बाळ! ते वाईट नाहीत. आपलं नशीबच वाईट आहे.'

'नशीब कुणाच्या हातात असतं?'

'देवाच्या!'

'पण तुझा देव आपलं नशीब बदलून का देत नाही?'

ती गप्प बसली. मी पुन्हा तोच प्रश्न विचारला तेव्हा आई म्हणाली,

'दिनू, देवाला नशीब बदलता येत असतं तर रामाला वनवास घडला नसता!'

मी स्वस्थ झोपावे म्हणून ती मला थोपटू लागली. तिच्या समाधानासाठी मी झोपेचे सोंग केले; पण माझ्या मनात दोन गोष्टी सारख्या घोळत होत्या.

आपले वडील फौजदार आहेत. ते आईला मारतात. पोलीस सुपरिंटेंडेंट हा फौजदारापेक्षा फार मोठा. तेव्हा तो आपल्या बायकोला गोळी घालूनच मारीत असेल. तेव्हा काही झाले तरी आपण पोलीस सुपरिंटेंडेंट व्हायचे नाही.

आणि आई कितीही रागावली तरी तिच्या देवाला नमस्कार करायचा नाही. त्याच्या पाया पडायचे नाही. तो नुसता नैवेद्य खाणारा देव आहे!

आईला मारल्याबद्दल दुसऱ्या दिवशी बाबांना काही तरी शिक्षा करायची असे मी मनात ठरविले, तेव्हा कुठे मला झोप लागली.

दुसऱ्या दिवशी संध्याकाळी शाळेतून परत येताना मी माझ्या पिशवीत तीन-चार अणकुचीदार दगड रस्त्यावरून वेचून घातले. बाबांनी पुन्हा आईच्या अंगाला हात लावला की पिशवीतला दगड काढून त्यांना खोक पाडायची चांगली, असा मनात निश्चय केला.

पिशवी खुंटीला अडकवून 'आई खायला' असे म्हणत मी स्वयंपाकघराच्या दाराशीच गेलो. आई अजून सोवळ्यातच आहे हे पाहून मला फार आश्चर्य वाटले.

मी विचारले, ‘तू जेवली नाहीस अजून?’

तिने उत्तर दिले, ‘अं हं!’

तो बुधवार होता. आई सोमवार नि शनिवार करीत असे. तेव्हा आज तिचा उपवास नव्हता हे उघड होते. मग ती अजून जेवली का नाही?

मी म्हणालो, ‘आधी जेव तू आई नि मग खायला दे!’

‘मला जेवायला वेळ आहे रे अजून!’

‘का?’

‘ते उपाशी आहेत कचेरीत. कसला तरी मोठ्ठा खटला चाललाय म्हणे! ते उपाशी असताना मी कशी जेवू बाबा?’

काल रात्री बाबांनी आईला खूप मारले होते! ते सारे विसरून ती त्यांची वाट पाहत पाच वाजेपर्यंत उपाशी राहिली होती. माझे मन आईविषयीच्या भक्तीने भरून आले.

तिची प्रकृती फारशी चांगली नव्हती. तशातही ती नेहमी उपासतापास करी नि त्यांत पुन्हा बाबांकरिता असे उपाशी राहायचे! त्यांचे जेवण झाल्यावाचून जेवायचे नाही!

मी म्हटले, ‘तू जेवलीस तरी बाबा रागवणार नाहीत!’

‘त्यांच्या आधी मी जेवत नाही म्हणूनच ते रागावतात. पण–’

‘पण काय?’

‘मी जेवले तर माझा धर्म बुडेल दिनू!’

अर्धांगवायू झालेल्या मनुष्याचे चलनवलन विजेच्या साहाय्याने सुरू व्हावे तशी माझ्या मनाची स्थिती झाली. आपल्या सुखापेक्षा, अहंकारापेक्षा, किंबहुना जीवनाला अत्यंत आवश्यक असलेल्या अन्नापेक्षाही मनुष्यात अधिक मोलाची अशी भावना असू शकते याची जाणीव त्या दिवशी मला पहिल्यांदा झाली. त्या भावनेला ‘माझा धर्म’ असे आई म्हणत होती. अशा आईच्या पोटी येऊन मी बाबांचा सूड घेणार? लपूनछपून त्यांच्यावर दगड फेकणार?

छे! ते शक्य नव्हते. मी बाहेर गेलो. पिशवीतले दगड काढले नि ते रस्त्यावर फेकून देणार तोच–

माझ्यासाठी दहीपोहे घेऊन आई बाहेर आली. तिने विचारले, ‘कुठले रे दगड हे बाबा?’

मी उत्तर दिले, ‘आमच्या वर्गात एक वात्रट मुलगा आहे. तो प्रत्येकाच्या पिशवीत असे दगड भरून ठेवतो.’

आई आपला धर्म पाळीत होती. पण मला मात्र माझा धर्म काय आहे ते कळेना. या साऱ्या प्रकाराने अभ्यासावरले माझे लक्ष उडाले. आपले बाबा दारूबाज आहेत

हे मला पुरे पुरे कळून चुकले. गावात तर त्यांच्याविषयी कुणीही फारसे चांगले बोलत नसे. शाळेत माझे उत्तर चुकले की मास्तर मला टोमणा मारीत, 'तुला अभ्यास करून काय करायचं? फौजदाराच्या मुलाला पुंडपणाच हवा!'

याच वेळी ताईचे लग्न होऊन ती सासरी गेली. आता घरात आम्ही इन मीन तीन माणसे राहिलो. बाबा, आई नि मी! बाबा रात्री-बेरात्री केव्हांही परत येत, पुष्कळदा ते शुद्धीवरही नसत. माझ्या अभ्यासाची तर ते कधीच वास्तपुस्त करीत नसत. त्यांच्याशी बोलायचे मी जवळजवळ सोडूनच दिले.

घराच्या कामातून नि देवाच्या पूजेतून आईचे डोकेच वर होत नसे. तिने नुसता पाठीवरून किंवा तोंडावरून हात फिरविला की मला मूठभर मास चढे; पण माझ्याशी खूप खूप बोलत बसायला तिला क्वचितच वेळ मिळे. एखाद्या आदितवारी दुपारी मी तिच्या खनपटीला बसून काही विचारायला लागलोच तर ती म्हणे, 'तू बाबा इंग्रजी शिकायला लागलास! मी काय तुझ्या प्रश्नाला उत्तर देणार?'

अभ्यासात लक्ष नाही नि घरात खेळायला बरोबरीचे कुणी नाही. शेवटी वेळ जावा म्हणून मी पुस्तके वाचायला लागलो. वाचनात माझे मन हां हां म्हणता रमले. रामायण, महाभारत, हरिभाऊ आपट्यांच्या कादंबऱ्या, सुदाम्याचे पोहे, खाडिलकर-गडकऱ्यांची नाटके, जे जे हाताला सापडेल ते ते पुस्तक वाचून काढले. वाचता वाचता मी विचारही करायला लागलो.

वृत्राचा पराभव करण्याकरिता दधीची ऋषीने आपली हाडे देऊन वज्र कसे निर्माण केले ही कथा मी अनेकदा वाचली. त्या कथेत न लिहिलेल्या गोष्टीसुद्धा मला दिसू लागल्या– दधीचीची बायकामुले 'प्राणत्याग करू नका' म्हणून त्याला विनंती करीत आहेत. पण तो हसून त्यांना म्हणत आहे, 'हा माझा धर्म आहे.'

खाडिलकरांच्या भाऊबंदकी नाटकातला रामशास्त्री– राघोबादादाला देन्हात प्रायश्चित सुनावणारा तो रामशास्त्री– मला फार फार आवडला. माणूस अन्नासाठी जगत नाही, तो धर्मासाठी जगतो, ही जाणीव मला तीव्रतेने होऊ लागली.

याचवेळी मिळतील त्या चरित्रांचा मी फडशा पाडून टाकला. त्यातली किती तरी अजून आठवतात मला. राणा प्रताप, लोकमान्य टिळक, आल्फ्रेड दि ग्रेट, लिव्हिंग्स्टन, गौतम बुद्ध, महात्मा गांधी–

या मोठ्या माणसांपैकी गांधी अगदी जवळचे वाटले मला. त्यांची असहकारितेची नि खादीची चळवळ त्या वेळी मोठ्या जोरात चालली होती. रामगडच्या संस्थानी वातावरणात आम्हा विद्यार्थ्यांना तिचे पुसट प्रतिध्वनीच ऐकू येत; पण त्या प्रतिध्वनींनीसुद्धा आमची मने उचंबळून जात.

या नादातच आमच्या वर्गाने एकजात गांधी-टोप्या वापरण्याचा निश्चय केला.

एके दिवशी माझ्या डोक्यावरची गांधी टोपी बाबांच्या दृष्टीस पडली. त्यांनी ती

सरळ उचलली नि रस्त्यावर फेकून दिली. माझ्याकडे रागाने पाहत ते म्हणाले, 'पुन्हा असली पांढरी टोपी घालून नकोस. तू सरकारी नोकराचा मुलगा आहेस!'

त्या दिवशी रात्री या कुशीवरून त्या कुशीवर तळमळत मी मनात म्हणत होतो– सरकारी नोकर हेसुद्धा काही तरी भयंकर प्रकरण दिसतंय! काही झालं तरी आपण सरकारी नोकर व्हायचं नाही.

दुसरी टोपी घालून शाळेला जायचे माझ्या जिवावर आले. पण आईनेच एक तोड काढली. तिने मला दुसरी गांधी टोपी विकत आणायला सांगितले. ती मी शाळेत घालायची नि एरवी साधी टोपी वापरायची असे तिच्या मुरवतीसाठी मी कबूल केले, आयुष्याच्या लढाईत नको असलेले अनेक तह माणसाला करावे लागतात. माझा हा पहिला तह होता.

मात्र बाबांच्या भित्रेपणाचे शल्य माझ्या मनाला एकसारखे टोचीत होते. बाबा सरकारी नोकर असतील! पण त्यांच्या मुलाने गांधी टोपी वापरली म्हणून सरकारचे काय जाते? नि सरकारने काय वाटेल ते सांगितले म्हणून बाबांनी ते का ऐकावे?

एकदा मी हे सारे आईपाशी बोलून दाखविले, तेव्हा ती म्हणाली, 'तुझे वडील भित्रे नाहीत. फार शूर आहेत.'

'कशावरनं?'

'आक्काच्या जन्माच्या वेळची गोष्ट आहे. नदीच्या पुरात एक महाराचं मूल बुडत होतं. यांनी उडी टाकून त्याला वाचविलं.'

मला माझ्या बाबांचा अभिमान वाटू लागला. पण एवढे साहस अंगी असलेल्या माणसाने य:कश्चित बाबतीत सरकारला का भ्यावे हे मला कळेना.

मी माझी शंका पुन्हा आईला विचारली. ती म्हणाली, 'नोकरी जाईल म्हणून भीती वाटते त्यांना!'

'गेली तरी गेली!' मी म्हटले.

आई म्हणाली, 'तू लहान आहेस बाबा अजून. त्यांची नोकरी गेली तर दुपारची भ्रांत पडेल आपल्याला. आक्का चांगल्या स्थळी पडावी म्हणून भलता हुंडा दिलाय त्यांनी! ते फौजदार आहेत नि कर्जाचे व्याज वेळेवर देताहेत म्हणून सावकार आपल्या दारात धरणं धरून बसत नाहीत. पण उद्या त्यांची नोकरी गेली की–' आवंढा गिळून ती पुढे बोलू लागली, 'तू मोठा होईपर्यंत त्यांना नोकरी करायलाच हवी!'

'पण सरकारी नोकरीचा नि गांधी टोपीचा काय संबंध आहे?'

बिचारी आई निरुत्तर झाली. शेवटी ती उद्गारली, 'ते मलासुद्धा कळत नाही बाबा! गांधी-टोपी राजेसाहेबांना आवडत नाही असं ते म्हणत होते.' किंचित थांबून माझ्या पाठीवरून हात फिरवीत ती म्हणाली, 'दिनू, तू लहान आहेस अजून! उगीच

डोकं पिकवून घेऊ नकोस असं! नीट अभ्यास कर, परीक्षेत वर ये नि चांगला वकील होऊन खोऱ्याने पैसे मिळव– आणि मग सावकाश या गोष्टीचा विचार करीत बस. माझी दुसरी काहीही इच्छा नाही बाबा! तू एकदा मिळवता झालास की मी सुखानं डोळे मिटीन!'

पुढे तिला बोलवेना. तिच्या डोळ्यांतले अश्रू माझ्या गालांवर पडले. मी मनाशी निश्चय केला– बाबांना व्यसन आहे, शिवाय कर्ज आहे. तेव्हा आईला सुखी करायचे असेल तर आपण चांगला अभ्यास करून भराभर परीक्षा दिल्या पाहिजेत, नि खूप खूप पैसा मिळवून–

मला अभ्यासाशिवाय दुसरे काही सुचेनासे झाले. माझ्यापुढे दोन, तीन वर्षे असलेला एक हुशार विद्यार्थी होता आमच्या शाळेत! नेहमी पहिला स्कॉलर असे तो आपल्या वर्गात. ज्याच्या त्याच्या तोंडी त्याचे नाव होते. ते नाव– भगवंत शहाणे.

घरचा अगदी गरीब होता तो. पण प्रत्येक वर्षी बक्षीस समारंभात साऱ्या विषयांची बक्षिसे त्यालाच मिळत. त्याच्यासारखे व्हायचे मी ठरविले. भगवंत शहाण्यावर खुद्द राजेसाहेबांचे लक्ष होते. पुढे त्याला कॉलेजमध्येच काय पण विलायतेलासुद्धा ते पाठविणार आहेत, अशा गोष्टी गावातले लोक नेहमी बोलत. शहाण्याप्रमाणे आपणही स्कॉलर व्हायचे आणि राजेसाहेबांची मर्जी संपादन करायची असे ठरवून मी अभ्यासाला लागलो.

दैवाइतके विस्मयाचे धक्के देण्याचे चातुर्य कुठल्याही कादंबरीकाराच्या प्रतिभेत नसेल. ज्या राजेसाहेबांची कृपा संपादन करण्याचे ध्येय मी इंग्रजी चौथी-पाचवीत डोळ्यांपुढे ठेवले होते, त्याच राजेसाहेबांच्या अवकृपेची काडीमात्रही पर्वा न करणे हा पुढे मला माझा धर्म वाटू लागला. ज्या भगवंतराव शहाण्यांना विद्यार्थिदशेत माझा आदर्श मानीत होतो त्यांनी आपली बुद्धी जगाच्या बाजारात येईल त्या किमतीला विकलेली पाहून त्यांच्याविषयी माझ्या मनात अनादर उत्पन्न झाला– आणि जी सुलू प्राणापेक्षाही माझ्यावर अधिक प्रेम करीत आली, तिच्या प्रेमामुळेच माझ्यावर प्राणांना मुकण्याची पाळी आली.

आयुष्य ही केवढी अद्‌भुतरम्य कथा आहे!

मात्र या कथेतली माझी त्या वेळची भूमिका फारशी रम्य नव्हती. किचकट उदाहरणे सोडवायची, कोशातून अवघड शब्द काढायचे, क्लिष्ट व्याकरण घोकायचे– एखादे पीठ दळायचे यंत्र असते ना? त्याच्यासारखेच आपण काही तरी करीत आहो असे मधूनमधून मला वाटे. पण आईची आठवण झाली की माझा सारा शीण नाहीसा होई नि मोठ्या उत्साहाने मी माझा कार्यक्रम सुरू करी.

त्या वार्षिक परीक्षेत माझा पहिला नंबर आला. मला तीन रुपयांची स्कॉलरशिप

मिळाली. पहिल्या महिन्याचे ते तीन रुपये मी आईच्या हातात नेऊन दिले, तेव्हा तिचे डोळे आनंदाने भरून आले. जणू काही तिच्या लाडक्या लेकाने त्रिभुवनातली सारी संपत्तीच तिला आणून दिली होती.

अभ्यासाकरिता रात्री जागताना कंटाळा आला, की आईच्या त्या आनंदाने भरलेल्या डोळ्यांची मी आठवण करीत असे, नि ते डोळे तसेच आनंदी राहिले पाहिजेत असे मनाला बजावीत असे.

याच वेळी आमच्या वर्गात जोशी नावाचा एक मुलगा आला. त्याची नि माझी लवकर दोस्ती जमली. आमच्या मैत्रीचे कोडे मात्र कुणालाच सुटले नाही. मी वर्गातला पहिला स्कॉलर तर या स्वारीचा अगदी हुकमी शेवटचा नंबर! मी अंगाने थोडासा हडकुळाच! पण जोशीबुवाचे शरीर तालीम करून चांगले कमावलेले. यामुळे आमचे रहस्य जमले तरी कसे, याचे प्रत्येकाला राहून राहून आश्चर्य वाटे.

पण किती सहजासहजी आम्ही मित्र झालो होतो! जोशीबुवा घरी उदाहरणे कधीच सोडवीत नसत. गणिताचे मास्तर त्यांना या बाबतीत नोटिसा देऊन थकले. शेवटी त्यांनी जोशीबुवांना वर्गातून हाकलून देण्याची धमकी दिली. आज तो प्रयोग आपल्यावर झाल्यशिवाय राहत नाही अशी भीती वाटल्यामुळे जोशीबुवांनी मधल्या सुट्टीत वही मागितली. मी ती मोठ्या आनंदाने त्यांना दिली. त्या दिवशीची गणितातली जोशीबुवांची अचानक प्रगती पाहून मास्तरांना मोठे आश्चर्य वाटले. पण अंदरकी बात मला नि जोश्यालाच काय ती ठाऊक होती!

शाळा सुटल्यावर जोशी मला म्हणाला, 'सरदेसाई, तुझे उपकार मी कधी विसरणार नाही!'

'उपकार रे कसले?' मी हसत उत्तरलो.

'तुला गाणं आवडतं का?' त्याने प्रश्न केला.

देवावरला माझा विश्वास कधीच उडून गेला होता. आई पहाटे ज्या भूपाळ्या म्हणे त्या अंथरुणावर पडल्या पडल्या ऐकण्यात मला नेहमीच मनस्वी आनंद होई.

मी जोशीबुवांना उत्तर दिले, 'मी मनुष्यच आहे!'

माझ्या पाठीवर थाप मारून ओढीतच त्याने मला आपल्या घरी नेले. त्याच्या घरी तंबोरा, तबला वगैरे साहित्य पाहून मी विचारले,

'तू गाणं शिकतोस की काय?'

तो अभिमानाने म्हणाला, 'अबलत! गणितापेक्षा संगीतच सोपं वाटतं मला!'

'कोण शिकवतं तुला?'

'माझा थोरला भाऊ चांगला गवई आहे. इथं दरबारात नुकतीच नोकरी मिळालीय त्याला! म्हणून तर आम्ही इथं राहायला आलो!'

मला चहा दिल्यानंतर तो म्हणाला, 'तुला कसलं गाणं ऐकवू ते सांग मला!'

मी एकदम उद्गारलो, 'आईचं!'

यशवंतांची 'आई' ही कविता त्या वेळी फार लोकप्रिय झाली होती. मी स्वतःशी ती नेहमी गुणगुणत असे. पण जोशीबुवासारख्याच्या गळ्यातून ती अधिक चांगली लागेल अशा समजुतीने मी हे बोलून गेलो.

मी मागितलेला वर ऐकून माझा देव गोंधळात पडला, थोडा वेळ विचार करून जोशीबुवा म्हणाले, 'मला आईची एकच कविता येते! कविता म्हणजे त्या कवितेची पहिली ओळ!– 'आई थोर तुझे उपकार!'

मला हसू आवरेना!

एकदा हरवलेली वस्तू अचानक सापडली म्हणजे माणसाच्या मुद्रेवर जो आनंद चमकू लागतो तो एकदम जोशीबुवांच्या चेहऱ्यावर खेळू लागला. मला त्याचे कारण कळेना.

स्वारी गाण्याच्या पवित्र्यात बसून म्हणाली, 'तुला आईचं गाणं हवं ना? ऐक!' तो 'वंदे मातरम्' म्हणू लागला.

शाळेतल्या संमेलनात नि गावातल्या सभांत हे गीत मी अनेकदा ऐकले होते. पण त्यातले बरेचसे शब्द लोकांच्या कोलाहलामुळे मला पुरेसे कळले नव्हते. जोशी मधुर स्वरांत अगदी स्वच्छ म्हणत होता–

सुजलां सुफलां मलयजशीतलाम्
सस्यश्यामलां मातरम्
वंदे मातरम्

माझ्या डोळ्यांपुढे गंगाजमुनांचे पाणी नाचू लागले, माझ्या डोळ्यांपुढे मोत्यांच्या कणसांची निशाणे नाचविणारी काळीभोर शेते उभी राहिली.

जोशी गात होता–

सप्त-कोटि-कंठ-कलकल-निनाद-कराले
द्विसप्त-कोटि भुजैर्धृत-खर-करवाले

मला संस्कृत चांगले येत होते. माझे मन विचार करू लागले! हे राष्ट्रगीत केव्हा रचले आहे? आपला देश तर निःशस्त्र आहे नि कवी वर्णन करीत आहे की चौदा कोटी हातांत तीक्ष्ण तलवारी तळपत आहेत.

मी गोंधळून गेलो, बंकिमचंद्रांच्या 'आनंदमठ' या ऐतिहासिक कादंबरीत हे गीत आहे याची त्या वेळी मला कल्पना नव्हती!

जोशी गाऊ लागला–

तुमि विद्या तुमि धर्म
तुमि हृदि तुमि मर्म

त्वं हि प्राणाः शरीरे

त्याच्या पुढल्या शब्दांकडे माझे लक्ष राहिलेच नाही. 'तुमि धर्म', 'तुमि धर्म' हेच शब्द माझ्या कानांत घोळू लागले.

तुमि धर्म! तूच धर्म! मातृभूमीची पूजा हाच माणसाचा धर्म! आतापर्यंत आईचे दुःख दूर करणे हाच माझा धर्म आहे असे मी मानीत आलो होतो. पण जोश्याचे हे गीत ऐकता ऐकता मला जाणीव झाली– आपल्या दोन माता आहेत. दोघीही दुःखमग्न आहेत. दोघींनाही सुखी करायचे हाच आपला धर्म आहे.

जोश्याच्या मैत्रीमुळे मला काव्यगायनाची गोडी लावली. मी खूप खूप कविता पाठ करू लागलो. म्हणूनही दाखवू लागलो. कविता करायचीसुद्धा मला हुक्की येई पण अभ्यासाकडे दुर्लक्ष होईल म्हणून तो मोह मी मोठ्या कष्टाने आवरला.

प्रत्येक परीक्षेच्या वेळी होणारी धांदल, निकाल लागेपर्यंत लागणारी हुरहूर, पहिला नंबर आला की होणारा आनंद, बक्षीस समारंभात राजेसाहेबांच्या हातून बक्षीस घेताना लोकांच्या टाळ्या ऐकून मनाला होणाऱ्या गुदगुल्या– या साऱ्या गोष्टींची गोडी मी जन्मभर विसरणार नाही, असे त्या वेळी मला वाटे. पण आज–

सुकून गेलेल्या फुलांसारख्या वाटतात त्या! त्या वेळची एकच गाष्ट मला वारंवार आठवते.

आमच्या इंग्रजीच्या मास्तरांचा हुशारीबद्दल फार लौकिक होता. आपले इंग्रजी उच्चार इंग्लिश माणसासारखे असावेत म्हणून ते नेहमी दक्षता घेत. त्यांच्या घरी निरनिराळे दहा-बारा इंग्रजी कोश आहेत, असे विद्यार्थी एकमेकांना कौतुकाने सांगत असत.

या मास्तरांनी आम्हाला एक इंग्रजी कविता शिकवायला सुरुवात केली. तिचा आरंभ असा होता–

Rule Britania, Britania rules the Waves,
Britons shall never be slaves.

या ओळींचा अर्थ बरोबर सांगून मी खाली बसलो. 'ब्रिटिश लोक कधीही गुलाम होणार नाहीत' या दुसऱ्या ओळीवर मास्तरांनी खूप मोठे व्याख्यान झोडले.

मी उठून उभा राहिलो.

'शंका आहे?' मास्तरांनी विचारले.

'त्या जोश्यालासुद्धा समजलं असेल हे! नि तुला कसली शंका आली?'

'ब्रिटिश लोकांना गुलामगिरीचा तिटकारा आहे असं तुम्ही म्हणालात!'

'मग?'

'कुणाच्या गुलामगिरीचा तिटकारा आहे त्यांना?'

'म्हणजे?'

'त्यांना स्वतःची गुलामगिरी नको असेल! पण इतरांनी गुलाम म्हणून राहावं असंच त्यांना वाटतं!'

मास्तर माझ्याकडे पाहतच राहिले.

मी पुढे म्हणालो, 'त्यांना गुलामगिरीचा खराखुरा तिटकारा असता तर त्यांनी आपल्या देशाला स्वराज्य दिलं नसतं का?'

'शट अप्! सरदेसाई, शाळेत शिकायला येता तुम्ही! राजकारणाची चर्चा करायला नाही! तुम्ही केसरीचे संपादक व्हाल तेव्हा आपली ही विद्वत्ता प्रकट करा! हं, जोशीबुवा, उठा, म्हणा—

Rule Britania, Britania rules the Waves,

Britons shall never be slaves.'

तो सारा दिवस मी अगदी अस्वस्थ होतो. 'आम्ही कधीही गुलाम होणार नाही' या ब्रिटिश लोकांच्या निर्धाराचे कौतुक करणाऱ्या मास्तरांना आपल्या देशाच्या गुलामगिरीची मुळीच खंत वाटू नये याचे मला फार आश्चर्य वाटले. 'हिंदी लोकही गुलाम राहणार नाहीत' अशा अर्थाची दुसरी एखादी कविता रचून ती या कवितेवर त्यांनी आम्हाला शिकवायची, की राजकारणाचा शाळेशी काही संबंध नाही म्हणून मुलांची वीरवृत्ती निस्तेज करून टाकायची? आमचे मास्तर बुद्धिवान होते यात संशय नाही. पण त्यांच्या भावना! त्या गोठून गेल्या होत्या. पोटासाठी ते जी पोपटपंची करीत होते तिच्या पलीकडे त्यांना दुसरे काहीच दिसत नव्हते!

आईवर माझी अधिकच भक्ती जडली. इंग्रजी उच्चार बिनचूक करणाऱ्या या बुद्धिवान मास्तरापेक्षा र ट फ करीत मराठी वाचणारी माझी भोळीभाबडी आई किती तरी श्रेष्ठ आहे अशी माझी खात्री झाली. स्वतःचा म्हणून काही धर्म आहे. त्या धर्माचे आचरण करण्याकरिता कष्ट सहन केले पाहिजे हे तत्त्वज्ञान तिच्या अंगी मुरलेले होते. आयुष्य हा बाजार आहे या कल्पनेने ती जगत नव्हती. आयुष्य हे तिच्या दृष्टीने देवाचे देऊळ होते. मनुष्य मोबदल्यावर जगतो अशी माझ्या आईची श्रद्धा होती.

मी लवकरच मॅट्रिकच्या वर्गात गेलो.

माझ्या मधला काळ सुखाचा गेला होता असे नाही. एकीकडे त्या कवितेचे मला अधिक वेड लागत होते, तर दुसरीकडे वर्तमानपत्रे वाचण्यात मला विलक्षण आनंद होऊ लागला होता. गांधीजींचा एक मोठा उपास त्या काळात झाला. त्या वेळी दररोज सकाळी पोस्टासमोर धावत जाऊन गांधींची प्रकृती कशी आहे हे ताज्या वर्तमानपत्रांतून वाचल्याशिवाय राहवत नसे मला. ज्या दिवशी गांधींचा उपवास सुटला त्या दिवशी खूप खूप आनंद झाला मला. जणू काही माझी आईच जिवावरल्या दुखण्यातून उठली होती!

माझे मॅट्रिकचे वर्ष तर खडतरच गेले. वडील कुठल्याशा भानगडीत सापडून चार-दोन महिने घरीच होते. ते कामावर असत तेव्हा त्यांचा पिण्याचा अड्डा तरी घराबाहेर होता. आता तो घरीच पडला. आईला मनस्वी त्रास होऊ लागला. आपला काही गुन्हा नसताना वरिष्ठ अधिकाऱ्यांनी आकसाने आपल्यावर बालंट घेतले आहे असे बाबांना वाटत होते. त्या अपमानाने चिडून जाऊन ते खूप पीत आणि रात्री घरात जो धांगडधिंगा सुरू होई–

एका प्रसंगाची पक्की आठवण आहे मला! माझ्या खोलीत बाणाच्या कादंबरीतले अच्छोद सरोवराचे वर्णन मी वाचीत होतो. मध्येच एक शब्द नीटसा लागेना. म्हणून मी आपट्यांचा कोश उघडला. इतक्यात 'दिनू, दिनू' म्हणून स्वयंपाकघरातून आईच्या हाका मला ऐकू आल्या. मी धावत गेलो. बाबा जेवायला बसले होते. पण ताटातच भडाभडा ओकत होते. किळसवाणे दृश्य–

रात्री मी आईला वैतागाने म्हटले, 'मी शाळा सोडतो. कुठं तरी दहा-पंधरा रुपयांची नोकरी मिळेल मला! आता या नरकात राहू नकोस तू!'

ती म्हणाली, 'त्यांना सोडून मी कुठ्ठं कुठ्ठं जाणार नाही!'

'का?'

'त्यांची सेवा करणं हाच माझा धर्म आहे!'

मी आईशी खूप वादविवाद केला. पण माझ्या साऱ्या प्रश्नांची उत्तरे तिने तोंडाने दिली नाहीत, तर डोळ्यांनी! तिच्या डोळ्यांतून पाझरणाऱ्या भावनेपुढे माझ्या बुद्धीचे सारे चातुर्य फिक्के पडले. जणू काही तिचे ते विशाल स्नेहाळ डोळे म्हणत होते, 'मनुष्य सुखावर जगत नाही. तो धर्मावर जगतो!'

मग मीही मनात निश्चय केला, जसा आईला धर्म आहे तसा मुलालाही आहे. मॅट्रिक झाल्यानंतर पुढे शिकायचे नाही. मिळेल ती नोकरी करायची आणि आईला शक्य तितके सुख द्यायचे!

मॅट्रिक झाल्यानंतर कॉलेजात जाण्याची मी मुळीच खटपट केली नाही. उलट कारकुनीच्या शोधाला लागलो आणि दादासाहेब, तुम्ही आयुष्यात आला नसता तर हा दिनकर आज कुठे तरी खर्डेघाशी करीत बसला असता! त्याचे आयुष्य वाढले असते पण त्याचे कर्तृत्व मात्र मुळातच खुंटले असते. कारकून म्हणून आणखी पन्नास वर्षे मी जगलो असतो तरी त्याचा जगाला काय उपयोग होणार होता? उलट परवा मला येणारे मरण–

ते मानाचे मरण आहे. ज्या मरणातून शेकडो लोकांना चैतन्य मिळेल असे ते मरण आहे. झाडाच्या फांद्या तोडल्या की ते अधिक झपाट्याने वाढू लागते ना? आमची चळवळही माझ्या मरणाने तशीच फोफावेल.'

स्वत:च्या मृत्यूकडे शांतपणे पाहण्याची दिनकरची ही दृष्टी दादासाहेबांना विलक्षण तेजस्वी वाटली. वाघाने पकडलेले बकरे त्याच्या फुललेल्या निखाऱ्याप्रमाणे दिसणाऱ्या डोळ्यांकडे जसे पाहू शकत नाहीत, तसा मृत्यूच्या पाशात सापडलेला मनुष्य प्रलयाग्नीने रसरसणाऱ्या त्याच्या नजरेला नजर भिडवू शकत नाही, याचे अनेक अनुभव त्यांनी घेतले होते. एरवी शांतगंभीर असणारे त्यांचे प्रिन्सिपॉलसाहेब! दोन वर्षांपूर्वी त्यांना दररोज संध्याकाळी थोडा ताप येऊ लागताच किती गडबडून गेले होते ते! आपण समाचाराला गेलो तेव्हा 'दादासाहेब आणखी दहा वर्षं तरी मला जगावंसं वाटतं' असे आपल्याशी उद्‌गार काढताना त्यांच्या डोळ्यांत अश्रू उभे राहिले होते.

असली चार-पाच उदाहरणे दादासाहेबांना आठवताच मृत्यूचे आनंदाने स्वागत करणाऱ्या दिनकरविषयी त्यांच्या मनात विलक्षण आदर उत्पन्न झाला. पलीकडे ठेवलेल्या तांब्यातले थोडे पाणी पिऊन ते वाचू लागले–

'दादासाहेब, माझ्या पुढल्या चार-पाच वर्षांतल्या आठवणी किती गोड आहेत! नि त्या काही थोड्या-थोडक्या नाहीत! आकाशात नक्षत्रांचा सडा पडावा किंवा जाईजुईच्या वेलींना बहर यावा तसे त्या चार-पाच वर्षांतले दिवस वाटतात मला!

सुलूची नि माझी किती लवकर गट्टी जमली. तिचे डोळे मी पाहिले मात्र, माझी आई लहानपणी अशीच दिसत असेल असे मला वाटले. माझ्या बहिणी मोठ्या होत्या, मला कळू लागायच्या आधीच त्या सासरी गेल्या होत्या. त्यामुळे माझी बहिणीच्या मायेची भूक अतृप्तच राहिली होती.

सुलूकडे माझे मन ओढू लागले! आणि भाऊ नसल्यामुळेच की काय तिलाही माझ्याशिवाय करमेनासे झाले. स्त्रीचे प्रेम हे हस्ताच्या पावसासारखे असते की काय कुणाला ठाऊक! पण त्या वेळी तिच्या मायेने मी अगदी बेजार होऊन गेलो. कुठे पेढा मिळाला तर त्यातला निम्मा ती मला आणून द्यायची, मी नको म्हटले तरी तोंडात घालायची. वेणीतली फुले काढून माझ्या पुस्तकांवर आणून ठेवायची नि गुलाबाचे फूल असले तरी ते कोटाला लावायची! तिला शिकविण्यात, तिच्याबरोबर फिरण्यात, तिला गोष्टी सांगण्यात, तिला कविता म्हणून दाखविण्यात मला फार आनंद होई. मी कॉलेजात गेलो तेव्हा ती अकरा वर्षांची होती म्हणून बरे. थोडी लहान असती तर माझ्या पाठीवर बसून तिने मला घोडा बनविले असते नि तिचा घोडा होऊन नाचण्यात मलाही मजा वाटली असती.

माया किती आंधळी असते! आपला दिनकर हा कुणी तरी फार मोठा मनुष्य होणार आहे असे सुलूला उगीचच वाटायचे! मी तिला रघूचा दुसरा सर्ग शिकवीत होतो त्या वेळी! एके दिवशी ती मला म्हणाली, 'आजपासून मी तुला 'दिलीप'

म्हणणार!'

दिलीप! कामधेनूचे प्राण वाचविण्याकरिता आपल्या प्राणांचा बळी द्यायला तयार झालेला दिलीप राजा! सुलूनं ते नाव मला ठेवले नसते, एकसारखी त्या नावाने मला हाक मारली नसती तर–

कुणाला ठाऊक काय झाले असते, पण पुढे रामगडच्या तुरुंगातून सुटल्यावर काय करायचे याचा मी विचार करीत होतो. त्याच दिवशी सुलू मला भेटली. 'दिलीप' ही तिची गोड हाक किती तरी वर्षांनी माझ्या कानांवर पुन्हा पडली.   मी मनात म्हटले, 'कामधेनूचे संरक्षण हेच दिलीपचे कर्तव्य आहे. आपली कामधेनू–' एकदम माझ्या डोळ्यांपुढे अर्धपोटी राहणारे आमच्या संस्थानातले हजारो शेतकरी उभे राहिले.

दादासाहेब, सुलूने माझ्या भावना प्रफुल्लित केल्या तशी तुम्ही माझी बुद्धी विकसित केलीत. तुमच्या संग्रहातली निवडक पुस्तके वाचता वाचता माझे किती तरी पूर्वग्रह दूर झाले. ज्याला जगात सुधारणा करायची आहे त्याने बुद्धिवादाचा आश्रय घेतला पाहिजे याची मला पुरेपूर जाणीव झाली.

तुमची विद्वत्ता– तुमचे चारित्र्य– कॉलेजातली तुमची लोकप्रियता– प्रिन्सिपॉलसुद्धा तुम्हाला वचकून असायचे– या साऱ्या गोष्टींचा मला मोठा अभिमान वाटायचा! गांधींच्या चरख्यावर नि प्रार्थनेवर तुम्ही कठोर टीका करू लागलात म्हणजे माझ्या मनात यायचे– दादासाहेब राजकारणात पडले असते तर किती बरे झाले असते!

मात्र तुमच्याविषयीच्या आदराने मन भरून गेले असतानाही तुमची काही काही मते मला पटत नसत. वर्तमानपत्राकडे तुम्ही नेहमी तुच्छतेने पाहत होता. मला ते कसेसेच वाटे. बहुजनसमाजाच्या राजकीय व सामाजिक जीवनाचे पोषण आजची वर्तमानपत्रेच करीत आहेत असे माझ्या मनात येई. तुम्हाला त्या जीवनाबद्दल का आस्था वाटत नाही हे मला कळत नसे.

शेवटी एके दिवशी मला हे कोडे उलगडले. मोठा अशुभ होता तो दिवस!

सुलूची आई त्या दिवशी तिला, तुम्हाला नि मला सोडून गेली! स्वतःची आई गेल्याइतके दुःख झाले मला. माझ्या डोळ्यांतील पाणी काही केल्या खळेना.

पण तुम्ही मात्र सुलूला पोटाशी धरून तिचे सांत्वन करण्यापेक्षा, तिच्या अश्रूंत अश्रू मिसळून तिचे समाधान करण्याऐवजी, तुम्ही गीता वाचीत बसलात.

भावनांचे प्रदर्शन ही काहीतरी लाजिरवाणी गोष्ट आहे असे तुम्हाला वाटत असावे.

दादासाहेब, क्षमा करा. तुमच्या पत्नीवर तुमचे उत्कट प्रेम होते हे मला माहीत आहे. पुढे सुलूला तुम्ही अगदी फुलासारखी वाढविलीत हेही मला मान्य आहे. पण त्या दिवशी तुम्ही गीता वाचीत बसायला नको होते. एका हाताने ओक्साबोक्सी

रडणाऱ्या सुलूला जवळ ओढून, दुसऱ्या हाताने मूक अश्रू गाळणाऱ्या दिनूला जवळ घेऊन तुम्ही त्यांच्या मस्तकांवर आपल्या डोळ्यांतल्या गंगा-यमुनांचा अभिषेक करायला हवा होता!

पण तुमच्या बुद्धिवादी मनाला ते कसे पटावे?

त्या रात्री सुलूचे सांत्वन मीच केले.

दुसऱ्या दिवशी कॉलेजमध्ये तुमच्या धैर्याची विद्यार्थ्यांमध्ये खूप स्तुती झाली. पण ती मला आवडली नाही. मला वाटले– दादासाहेब उत्तरराम उत्तम शिकवितात पण भवभूती अजून त्यांना कळलाच नाही. नुसता रुक्ष बुद्धिवाद म्हणजे जीवन नव्हे. दवाखान्यातल्या माणसांच्या सांगाड्याला कुणी मनुष्य म्हणेल का? तसा हा त्यांचा बुद्धिवाद आहे.

भवभूती तुमचा आवडता कवी. त्याने सीतेसाठी केलेला शोक तुम्ही अनेकदा वर्गात तन्मयतेने शिकविला असेल नि तुम्ही मात्र पत्नीचा मृत्यू डोळ्यांनी पाहून शांत राहिलात!

बुद्धीची पूजा म्हणजे भावनेचा कोंडमारा! निदान तुमच्या आयुष्यात तरी असे झाले होते खरे!

गांधींची दांडीयात्रा सुरू झाली तेव्हा तर ही गोष्ट मला पुरी कळून चुकली, अडाणी हमाल नि टांगेवालासुद्धा त्या राष्ट्रीय आंदोलनाशी एकात्म झाले होते. पण तुमची बुद्धी गांधींवर चुरचुरीत टीका करण्यात धन्यता मानीत होती. सारा देश वादळी समुद्रासारखा प्रक्षुब्ध झाला होता. पण तुम्ही त्या रत्नाकराकडे पाठ फिरवून वाळवंटात वाळूचे किल्ले बांधण्यात गुंग झाला होता! कॉलेज व्यवस्थित कसे चालेल याची काळजी पडली होती तुम्हाला!

पुढे शिरोड्यातले स्वातंत्र्य-मीठ घेऊन मी जूनमध्ये आलो. दसऱ्याचे सोने देतात ना? तसे ते मीठ तुम्हाला द्यावे अशी अनेकदा माझ्या मनात तीव्र इच्छा उत्पन्न झाली. पण प्रत्येक वेळी मी मन आवरले. मला भय वाटले– तुम्ही ते मीठ पाहून तुच्छतेने हसाल, कदाचित तुम्ही ते फेकून द्याल नि म्हणाल, 'दिनकर, राजकारण ही तिखट-मिठाची चळवळ नाही. राजकारण कळायला अर्थशास्त्र कळायला हवं, आंतरराष्ट्रीय घडामोडींचा अभ्यास असायला हवा. हिंदुस्थानच्या राज्यघटनेतली गुंतागुंत लक्षात घ्यायला हवी!'

तुमचे ते ठराविक व्याख्यान ऐकण्याचा कंटाळा आला होता मला! मी मोठ्या भावनेने तुम्हाला ते मीठ द्यायला जावे, तुम्ही त्या भावनेची थट्टा करून ते फेकून नि हा अपमान सहन झाला नाही म्हणजे मी तुम्हाला काही तरी टाकून बोलावे. आपल्या उपकारकर्त्याचा उपमर्द आपल्या हातून होऊ नये म्हणून मी नेहमी जपत होतो. त्यामुळे तुम्हाला ते मीठ देण्याच्या भानगडीत मी कधीच पडलो नाही.

पण जी गोष्ट मी टाळीत होतो तीच अचूक माझ्या हातून घडली.

सत्याग्रहाची चळवळ सुरूच होती. मुंबईला पोलिसांनी या चळवळीतली एक मिरवणूक अडवली. मिरवणुकीतल्या लोकांना तास न् तास पावसात भिजत उभे राहावे लागले. पंडित मालवीयांसारखे वयोवृद्ध पूज्य पुढारी त्या मिरवणुकीत होते. ही बातमी कळताच आमच्या कॉलेजातले विद्यार्थी चिडून गेले. त्यांनी हरताळ पाडला. आमचे मन वळवण्याकरिता प्रिन्सिपॉलनी तुम्हाला पुढे केले. विद्यार्थ्यांची दंगल पाहून तुम्ही एकदम बोलून गेलात, 'कॉलेज हे सरस्वतीचं मंदिर आहे. हा आठवड्याचा बाजार नाही!'

चाबकाचा आवाज कानी पडल्याबरोबर सर्कशीतल्या सिंहाने मुकाट्याने पिंजऱ्यात जावे तसा विद्यार्थ्यांचा तो अफाट समाज एकदम गप्प झाला. कुणी काहीच बोलेना.

ती शांतता मला असह्य झाली. तुमचे बुद्धिचातुर्य तुमच्यावर सहज उलटण्यासारखे होते. मी ओरडलो, 'आठवड्याचा बाजार भरतो म्हणून सर्व लोकांना जेवायला मिळतं. मंदिरात फक्त पुजाऱ्यांना नैवेद्य मिळतो. बाकीचे लोक उपाशीच राहतात!'

पोरांनी एकदम टाळ्यांचा कडकडाट केला. क्षणार्धात तुमचा पराभव झाला. पुढे तुमचा शब्दसुद्धा मुलांनी ऐकून घेतला नाही. तुमच्या या अपमानाचे तुम्हाला झाले नसेल इतके दुःख मला झाले. तुमच्याविरुद्ध बोलण्याचा तो प्रसंग माझ्यावर यायला नको होता!

पण–

तुमच्या नि माझ्यात एका पिढीचे अंतर होते!

त्या दिवसापासून एका नव्या प्रश्नाने माझा पिच्छा पुरविला. आमच्या शाळा नि कॉलेज खरोखरच सरस्वतीची मंदिरे आहेत काय? उपनिषदे रचणाऱ्या आर्य ऋषींप्रमाणे किंवा हल्लीच्या पाश्चात्त्य संशोधकांप्रमाणे ज्ञानाच्या अखंड उपासनेकरिता आयुष्य वेचणारे विद्यार्थी या मंदिरांतून बाहेर पडतात काय? या मंदिरांत ज्या देवाची थाटामाटाने पूजा होत असते, ते जागृत दैवत आहे की नुसती सुंदर संगमरवरी मूर्ती आहे?

रात्री अंथरुणावर पडल्यावर एक एक दोन दोन वाजेपर्यंत मी याच गोष्टींचा विचार करीत असे. काही दिवस माझी झोप अगदी उडून गेली होती म्हणानात!

शेवटी माझी खात्री झाली. धर्माप्रमाणे ज्ञानाचेही आपल्या देशात विडंबन होत आहे. दादासाहेब, तुमच्या विद्वत्तेचा जास्तीत जास्त उपयोग काय झाला? आपल्या कॉलेजचे संस्कृतचे थोडे विद्यार्थी बी.ए.ला नि एम.ए.ला पहिल्या वर्गात आले असतील, त्यातले काही प्रोफेसरही झाले असतील. त्यांचे संसार सुखाने चालले असतील. युनिव्हर्सिटीच्या परीक्षा आणि त्या परीक्षांना लागणाऱ्या पुस्तकांच्या नोट्स यांच्या जिवावर त्यांनी मोठमोठे बंगलेसुद्धा बांधले असतील!

पण आमच्या चाळीस कोटी पोटच्या गोळ्यांसाठी भारतमातेला जे मंदिर बांधायचे आहे, ज्या मंदिराचा पाया दादाभाई, रानडे, विवेकानंद, टिळक, लजपतराय, आगरकर, सुरेन्द्रनाथ वगैरे शेकडो पुढाऱ्यांनी आपले जीवनसर्वस्व वेचून भरून काढला आहे, त्या मंदिराच्या उभारणीला या बुद्धिवान शिष्यांनी काडीचा तरी हातभार लावला आहे का? भारतमातेचे जीर्ण मंदिर दररोज कोसळून पडत आहे. त्या मातीच्या ढिगाऱ्यात हजारो देशबांधव गडप होऊन जात आहेत; पण त्यांच्या किंकाळ्या तुमच्या शिष्य प्रशिष्यांना ऐकू आल्या आहेत का?

समाजवादी लोक धर्म ही अफू आहे असे म्हणतात, पण मला वाटते, बुद्धी हीसुद्धा अफू होऊ शकते.

या अफूचे भयंकर परिणाम आपण आज भोगीत आहोत. आपले मोठमोठे प्रोफेसर घ्या, डॉक्टर घ्या, लेखक घ्या, जगाच्या दृष्टीने त्यांची काय किंमत आहे? तुमच्यासारख्या प्रोफेसरांनी जन्मभर जुन्या काव्यांची पोपटपंची करीत बसावे, हुशार डॉक्टरांनी परदेशी औषधांची दलाली करीत नि मोटार उडवीत आयुष्य काढावे आणि प्रतिभासंपन्न लेखकांनी माणसांतल्या पोपटमैनांच्या प्रणयचेष्टा रंगविण्यात किंवा आयुष्यातला क्षुद्र विदूषकीपणा शोधून काढून तो भडक करून दाखविण्यात चातुर्य खर्च करावे, यापेक्षा बुद्धीचा अधिक अपव्यय–

भगवंतरावांचेच उदाहरण घेतो म्हणून रागावू नका! त्यांच्याइतकी तीव्र बुद्धिमत्ता लाखांत एखाद्यालाच लाभत असेल. परदेशातल्या परीक्षेत त्यांनी जे यश मिळविले ते ऐकून मला किती अभिमान वाटला होता त्यांचा! आम्ही एकाच शाळेचे विद्यार्थी. त्यातून ज्याचा आदर्श मी लहानपणी पुढे ठेविला होता, त्याने हे अलौकिक यश मिळविले होते. माझ्याप्रमाणे रामगड संस्थानातल्या प्रत्येक मनुष्याने त्या वेळी भगवंतरावांचे कौतुक केले असेल. पण आपल्या बुद्धीचे आणि आपल्या ज्ञानाचे भगवंतरावांनी काय चीज केले? ते रामगडचे दरबार सर्जन झाले! पुढे काय? संस्थानातल्या शेकडो खेड्यांना छळणाऱ्या नि शेतकऱ्यांना जीव नकोसा करून टाकणाऱ्या मलेरियाचे निर्मूलन करण्याकरिता त्यांनी काही केले नाही; कुठल्याही संशोधनात लक्ष घातले नाही; ज्या लोकांच्या पैशातून त्यांना एवढा लठ्ठ पगार मिळतो त्या दीन-दुबळ्यांची सेवासुद्धा त्यांनी केली नाही. रामगडात कॉलऱ्याने कहर मांडला, लोक पटापट मरत होते नि भगवंतराव राजेसाहेबांच्याबरोबर मुंबई-दिल्लीच्या वाऱ्या करीत फिरत होते.

आजचा आमचा बुद्धिवाद हे सुखवादाचे गोंडस नाव आहे हेच खरे. बुद्धिवादी म्हणविणारा वर्ग गांधींच्या चळवळीपासून नेहमी अलिप्त राहिला याचे कारण हेच आहे. गांधींच्या तत्त्वज्ञानात सुखवादाला जागा नाही.

इतरांची गोष्ट कशाला हवी? मी इंटरमध्ये होतो तेव्हा सत्याग्रहाची चळवळ

जोरात होती. तिच्या अंतरंगात शिरण्याचा तुम्ही कधी प्रयत्न केलात का? पुढे भगतसिंग फाशी गेला! 'एका अविचारी माथेफिरू मुलगा!' एवढे उद्गार काढून तुम्ही त्याला विसरून गेलात.

पण माझ्यासारख्या हजारो तरुणांना अद्यापि त्याची विस्मृती झालेली नाही. त्याचे अत्याचाराचे धोरण चुकीचे असेल! पण त्याची देशभक्ती? ती बावनकशी होती हे कुणालाही कबूल करावे लागेल. सती जाऊन चिरकाल पतीचा सहवास मिळण्याची कल्पना भ्रामक आहे. पण मृत पतीचे मस्तक मांडीवर घेऊन हसतमुखाने स्वत:ला जाळून घेण्याला निराळीच शक्ती लागते. त्या शक्तीचे नाव भक्ती– उत्कट भावना.

भक्ती, श्रद्धा, भावना या सर्वांचे बुद्धिवादाशी वाकडे आहे, अशी समजूत करून जे लोक जीवनाकडे पाहतात ते शेवटी सुखवादी होतात.

त्या वर्षी इंटरच्या परीक्षेत मी पहिल्या वर्गात येऊ शकलो नाही याबद्दल तुम्हाला फार फार वाईट वाटले. पण त्या वर्षी माझ्या मनात असल्या विचारांचा झगडा एकसारखा सुरू होता. गणिताची वही घेऊन अभ्यासाला बसलो, की मला भगतसिंगाच्या साहसाची आठवण होई नि मग वहीवर आकृती काढण्यापेक्षा भ–भ– असे काही तरी लिहीत बसलो म्हणजे मनाला बरे वाटे. बाणाच्या कादंबरीपेक्षा दररोजच्या वर्तमानपत्रात अधिक काव्य आहे असा त्या वेळी मला अनुभव येत होता. तुम्हाला त्याची मुळीच कल्पना नव्हती. मी कसाबसा दुसऱ्या वर्गात आलो हे पाहून तुम्ही रागाने म्हणालात, 'आता बी.ए.ला तरी पहिला वर्ग मिळव! नाही तर जन्मभर मास्तरकी करीत बसावं लागेल. प्रोफेसरकीची आशासुद्धा करायला नको!'

कृतज्ञतेमुळे तुमचे असले बोलणे मी मुकाट्याने ऐकून घेत होतो. पण ते ऐकताना मी मनातल्या मनात हसून म्हणत असे– इथे कुणा लेकाला प्रोफेसर व्हायचेय? जुन्या पडक्या इमारतीचा कळस होण्यापेक्षा नव्या मंदिराच्या पायातला दगड होणे किती तरी चांगले!

पुढे काय करायचे ते मात्र मला कळत नव्हते. पण ज्युनिअरच्या वर्षात मी बाहेर खूप वाचन केले. सुलूचे व माझे पूर्वीप्रमाणे सख्य होते. मात्र माझ्या नव्या वृत्तीशी समरस होणे दिवसेंदिवस तिला कठीण होते. त्या वेळी माझ्या मनात होणारा बदल माझा मलासुद्धा पुरा कळत नव्हता. त्यामुळे मधून मधून तिचे नि माझे उगीचच खटके होत.

त्यातला एक गंमतीदार खटका अजून आठवतो मला. एक साडी घ्यायला ती दुकानात गेली होती. मीही तिच्याबरोबर होतोच. दोन चार साड्या निवडून घेऊन ती माझ्याकडे आली नि म्हणाली, 'यांतली कुठली घेऊ?'

मी म्हटले, 'तुला आवडेल ती घे!'

आपले मोठे डोळे अधिकच मोठे करीत ती म्हणाली, 'तुझं मत हवंय मला!'

'माझं? ते का बुवा? मला काही साडी नेसायची नाही!'

'पण ती पाहायची तरी आहे की नाही? मला हवी ती साडी मी घेतली नि तू ती पाहून डोळे मिटून घ्यायला लागलास तर माझा अभ्यास बुडेल ना?'

तिच्या बोलण्याचे कौतुक करीत मी त्यातली हिरवी साडी पसंत केली.

अस्मानी साडी माझ्यापुढे करीत ती म्हणाली, 'ही बघ!'

मी दुरूनच म्हटले, 'अं हं! माझं मत हिरवीला!'

ती अस्मानी साडी उघडून दाखवीत ती अजीजीने म्हणाली, 'कसा छान आभाळी रंग आहे पाहा!'

'आपण काही आभाळात राहत नाही सुलू! आपण जमिनीवर राहणारी माणसं! जो गवताचा रंग तोच आपला रंग!'

ती अस्मानी साडीसुद्धा सुरेख होती. पण मी हिरवीची बाजू घेऊन चुकलो होतो!

माझ्यावर चरफडत सुलूने शेवटी ती हिरवी साडी घेतली.

पुढे ज्युनिअरचे वर्ष संपले. आम्ही काही विद्यार्थ्यांनी सुट्टीत खेडोपाडी फिरायचे ठरविले होते. त्या वेळी चळवळ ठिकठिकाणी धुमसत होती. एका खेड्यात एक मनुष्य पकडला गेला. त्याची जागा घ्यायला दुसरा कुणी पुढे येईना. मी ते काम केले. लवकरच माझी तुरुंगात रवानगी झाली.

तुरुंगातले ते वर्ष– पहिल्या पहिल्यांदा मला आईची, सुलूची नि तुमची फार आठवण होई. एखादे वेळी दिवसा कराव्या लागलेल्या कामाने अंग फार दुखे. मग रात्री काही केल्या झोप येत नसे. खाण्याचेही हालच होत होते.

पण लवकरच या गोष्टी अंगवळणी पडल्या. मी त्या नव्या जगात रमून गेलो.

तिथे वाचायला काव्ये नि कादंबऱ्या मिळत नव्हत्या! पण तिथे प्रत्येक मनुष्य हे एक जिवंत काव्य होते– प्रत्येकाची जीवनकथा ही एक हृदय हलवून सोडणारी नवलकथा होती. भवभूतीने वर्णन करावा असा करुणरस तिथे कोठडी– कोठडीत भरलेला होता. व्हिक्टर ह्यूगो किंवा शरचंद्र यांनाच ज्यांचे स्वभाव यथार्थ रेखाटता येतील अशी विलक्षण माणसे तिथे होती. भावाला वाचविण्याकरिता स्वत:वर खुनाचा आरोप ओढवून घेणारा निरपराधी भाऊ मला तिथेच भेटला. पोरांची उपासमार बघवेना म्हणून पंढरीच्या वाऱ्या सोडून देऊन चोऱ्या करायला लागलेला मनुष्यही तिथेच माझा मित्र झाला. संशयपिशाच्चाने पछाडल्यामुळे बायकोचा खून करणारा, पण तिची आठवण म्हणून तुरुंगातल्या त्या कदान्नाचा एक घास नेमाने बाजूला काढून ठेवणारा बेरड मला तिथेच पाहायला मिळाला. शाळेची सोय नसल्यामुळे लहानपणी उनाडक्या करायला शिरलेली पोरे आता मोठी होऊन तुरुंगात आली होती. मोठेपणी पोटापुरते काम न मिळाल्यामुळे बऱ्यावाईट मार्गांनी पोट भरण्याचा प्रयत्न करता करता किती तरी वयस्क माणसांनी या जगात प्रवेश केला

होता.

स्वत:च्या करमणुकीकरता मी नेहमी कविता गुणगुणत असे. त्या ऐकायचा नाद पुष्कळ कैद्यांना लागला. ते सारे माझे सोबती झाले. त्यांच्या हृदयांत मला सहज प्रवेश मिळू लागला, नि मग ध्यानी मनी नसलेले एक सत्य मला स्पष्ट दिसू लागले– मनुष्य स्वभावत: गुन्हेगार नाही. परिस्थितीने तो गुन्हेगार होतो. लहानपणी शिक्षण नाही. थोरपणी काम नाही. पाळण्यापासून सरणापर्यंत अठरा विश्वे दारिद्र्य हात धुवून पाठीला लागलेले! मग काय? उन्हाळ्यात तहानेने व्याकुळ झालेला प्रवासी जसा मिळेल त्या डबक्यातले पाणी पितो, तशी ही माणसेही आयुष्यात मिळतील ते सुखाचे कण लुबाडीत वणवण फिरत असतात. नीति-अनीतीचा विचार करायला त्यांना वेळच मिळत नाही.

अशा अनेक कथा ऐकता ऐकता एके दिवशी रात्री कांबळ्यात तोंड खुपसून मी रडायला लागलो. माझ्या पलीकडे एक पठाण झोपला होता. तो जागा झाला. त्याला वाटले– घरची आठवण होऊन मी रडत आहे. माझ्या पाठीवरून हात फिरवीत तो म्हणाला, 'बच्चा, माकी याद आयी?' मी भावनेने 'हो' म्हटले. माझे दु:ख त्याला कसे सांगायचे तेच मला कळेना.

आईच्या आठवणीने मी व्याकुळ झालो होतो हे खरे! पण ती आई रामगडातली नव्हती! हिमालयाच्या मांडीवर डोके ठेवून मूर्च्छित पडलेली माझी भारतमाता होती ती! दररोज माझ्या मनात येई– तिचे दु:ख दूर करण्याकरिता आम्ही बुद्धिवान लोक काय करीत आहोत?

रामगडातील मोठी मोठी माणसे माझ्या डोळ्यांपुढे उभी राहिली. ती सारी राजेसाहेबांपुढे हांजी हांजी करीत होती; लठ्ठ लठ्ठ पगार लुटीत होती नि आपल्या व आपल्या बायकामुलांच्या चैनीकरिता जगाचा गाडा चालला आहे अशा समजुतीने मर्जीत राहत होती. पैशाच्या गुलामगिरीमुळे देशाची गुलामगिरी त्यांना दिसतसुद्धा नव्हती!

त्यांच्यापेक्षा अधिक श्रेष्ठ अशी माणसे– आपल्या कॉलेजातले सारे प्रोफेसर मला आठवले. त्यांतल्या कित्येकांचा त्याग खरोखरीच वंदनीय होता. पण त्या त्यागाचा उपयोग काय होता? ही बुद्धिवान माणसे देशाला कारकून आणि मास्तर पुरवीत होती आणि अगदी फॅशनने राहणाऱ्या तरुण-तरुणी निर्माण करीत होती–

देशासाठी धडपडणारी माणसे, समाजाच्या सेवेसाठी सर्वस्वाचा त्याग करणारे तरुण त्यांच्यातून क्वचितच निर्माण होत होते! अशी माणसे अधिक निर्माण व्हावी म्हणून कॉलेजातला एक तरी प्रोफेसर धडपडत होता का? नुसत्या बुद्धीला नवे जग निर्माण करता येत नाही याची कुणाला कल्पनाच नव्हती!

कॉलेजातल्या तीन वर्षांनी जी दृष्टी दिली नव्हती, ती तुरुंगातल्या त्या एका

वर्षात मला मिळाली. मला वाटते– आजच्या आपल्या जीवनाची यथार्थ कल्पना आणून देणाऱ्या शाळा देशात दोनच आहेत. एक तुरुंग नि दुसरे खेडे. यांपैकी कुठल्या तरी शाळेत प्रत्येक तरुणाने नि तरुणीने एक वर्ष तरी काढलेच पाहिजे असा कायदा झाला पाहिजे. मला कुणी शिक्षणखात्याचा डायरेक्टर केले तर–

अरे हो! परवा दिवशी मला फाशी जायचे आहे हे विसरलोच होतो मी!'

दादासाहेबांना पुढे वाचवेना. ते डोळे मिटून स्वस्थ पडले. दिनकरने अभ्यासाकडे दुर्लक्ष करून आपले आयुष्य फुकट घालविले, असाच आतापर्यंत त्याच्याविषयी त्यांचा ग्रह होता. पण आता त्यांना वाटू लागले– कुणाचे आयुष्य फुकट गेले? दिनकरचे की आपले?

एखादी चटकदार कादंबरी पुरी केल्याशिवाय राहवत नाही माणसाला. हातातल्या पत्राविषयी दादासाहेबांच्या मनात अशीच अतृप्त उत्कंठा चुळबुळत होती. ते पुढे वाचू लागले.

तुरुंगातून सुटून आल्यावर मी तुमच्या घरी आलो तो दिवस–
तो अजून आठवतो मला. मॅट्रिकचा निकाल लागला होता त्या दिवशी. सुलूला दुसरी शंकरशेट स्कॉलरशिप मिळाली होती. तिच्याकडे पेढे मागायच्याऐवजी तिलाच पेढे द्यायचे म्हणून ते घेऊन मी तुमच्या घरी आलो.

मी आलो तेव्हा सुलू आपल्या खोलीत वेषभूषा करीत होती. माझ्या गांधीटोपीचे प्रतिबिंब आरशात दिसू लागल्यामुळेच की काय तिने चमकून मागे वळून पाहिले.

एकदम एक विचित्र कल्पना माझ्या मनात येऊन गेली– ही सुलू नाही, सुलूची वडील बहीण आहे. ती पोरकट सुलू कुठे गेली? नि तिच्यासारखी दिसणारी ही तरुणी–

खरंच सुलू एकदम किती मोठी दिसू लागली होती! संध्याकाळी पाहिलेली कळी दुसऱ्या दिवशी सकाळी पूर्ण उमलली म्हणजे लहान मूल जसे गोंधळून जाते, तशी तिच्याकडे पाहताना माझी स्थिती झाली. पण तिच्याकडे पाहत राहण्याचा मोह मात्र काही केल्या आवरेना. तिचे सौंदर्य–

मला आवडणारे हिरव्या रंगाचे पातळ नेसून ती आपल्या मैत्रिणीकडे जायला निघाली तेव्हा अप्सरा म्हणून तिची मी स्तुती केली. ती किती किती खरी होती!

तुमच्याकडे पुन्हा राहून मी बी.ए. व्हावे असे ठरले; पण अभ्यासाकडे माझे लक्षच लागेना. सुलूचे सौंदर्य मला एकीकडे हळूच ओढीत होते, आईचे दुःख मला दुसरीकडे जोराने ओढून नेत होते नि तुरुंगातले सारे अनुभव एकसारखे माझ्या कानांत म्हणत होते– आम्हाला विसरू नकोस!

मी एका अभ्यासमंडळात प्रवेश केला, झपाट्याने समाजवादी वाङ्मय वाचू लागलो.

अशा स्थितीत मी तिसऱ्या वर्गात का होईना बी.ए. झालो, याचेच मला नवल वाटले. परीक्षेचा निकाल व्हायच्या आधीच मी रामगडला मास्तरकी पत्करली होती. तसे काही केल्याखेरीज गतीच नव्हती मला. वडिलांना अर्धांगाचा झटका आल्यामुळे ते अंथरुणावर पडून होते. सावकारांनी कर्जाकरिता आईला छळायला सुरुवात केली होती. तेव्हा–

सुलूचा सहवास मला प्रिय होता, समाजवादाचा खूपखूप अभ्यास मला करायचा होता. पण ही सारी मनोराज्ये दूर लोटून मी रामगडला गेलो.

तिथे मी नऊ-दहा महिनेच नोकरी केली असेल. पण त्या दहा महिन्यांनी मला किती तरी गोष्टी शिकविल्या. कदाचित त्या मला कुठल्याही पुस्तकात वाचायला मिळाल्या नसत्या!

संस्थानापाशी पैसा नाही म्हणून शाळेत पंचवीस रुपये पगारावर बी.ए. झालेली माणसे नेमली जात होती, नि याच वेळी राजेसाहेबांच्या थोरल्या मुलीसाठी एक नवा सुंदर बंगला बांधला जात होता.

भगवंतराव राहतात तोच हा बंगला! खास आक्कासाहेबांसाठी तो बांधण्यात आला. त्यांचे नि त्यांच्या सावत्र आईचे पटत नव्हते म्हणे! म्हणून राजेसाहेबांनी आपल्या मुलीची अगदी स्वतंत्र सोय केली. अर्थात गरीब शेतकऱ्यांचे चाळीस-पन्नास हजार रुपये खर्चून!

एक दीड वर्षापूर्वी माझा मित्र जोशी खाजगीकडे कारकून म्हणून लागला असल्याचे मला कळले. मॅट्रिकची उंच उडी स्वारीला झेपली नव्हती. पण वडीलभाऊ दरबारात गवई होता. शिवाय आक्कासाहेबांना गाणे शिकविण्याची कामगिरीही नुकतीच त्याच्याकडे सोपविण्यात आली होती म्हणे. या वशिल्यामुळे त्याला कारकुनी मिळाली यात नवल नाही. पण दरमहा पंधरा रुपयांवर कारकून असलेला हा गृहस्थ वीस रुपये भाड्याच्या घरात राहत असलेला पाहून मी चकित झालो. त्याची एकंदर राहणीसुद्धा ऐटबाज होती. तो मला म्हणाला, 'महामूर्ख आहेस तू दिनू! संस्थानात नोकरी करायची तर ती खाजगीकडील करावी बाबा! वेदवाक्य आहे हे!'

सहा महिन्यांत मला एक गोष्ट कळून चुकली– ज्या गुन्ह्याकरिता गरीब लोक तुरुंगात जातात तेच गुन्हे करून श्रीमंत माणसे महालात मजा मारू शकतात, समाजात ऐटीने मिरवू शकतात.

मी विद्यार्थ्यांशिवाय इतरांशी मिसळेनासा झालो. खाजगी बैठकीत मुले जमली म्हणजे माझ्या मनातली सारी तळमळ मी बोलून दाखवी. गांधीवादापेक्षा समाजवादच

श्रेष्ठ असे पुस्तके वाचता वाचता मला वाटू लागले होते. त्या कोवळ्या मुलांपुढे मी रशियातल्या समाजवादी क्रांतिकारकांची अनेक उदाहरणे रसभरीतपणे वर्णन करून सांगत असे. त्यांचे तरुण रक्त तापले म्हणजे मलाही बरे वाटे.

पण माझ्या या बोलण्यातून एखादा अनर्थ उत्पन्न होईल असे मला कधीच वाटले नव्हते.

मात्र तसे झाले खरे.

रामगडला चार तासांकरिता गव्हर्नर येणार होता.

माझ्या बैठकीत असणाऱ्या काही बेफाम पोरांनी त्याची गाडी उलथून टाकण्याचा डाव रचला होता. त्यांचा प्रयत्न फसला. पकडलेल्या पोरांपैकी दोघे माफीचे साक्षीदार झाले. त्या पोरांनी आपल्या साक्षीत माझे नाव घेतले.

बाबा आता बरे होऊन कामावर रुजू झाले होते. त्यांना ही बातमी लगेच कळली. त्यांनी मला कुठे तरी दूर जाण्याचा सल्ला दिला. आईनेही अगदी गळ घातली. बाबांची नोकरी घालवायची नि तुरुंगात तीन-चार वर्षे खितपत पडायचे! त्यापेक्षा बाहेर जावे असा मीही विचार केला.

दोन-तीन वर्षे मला परदेशी व्हायचे होते.

मी उत्तर हिंदुस्थानात जायचे ठरविले. सुलूला एक पत्र पाठवून परस्पर निघून जावे असे मला पहिल्यांदा वाटले. पण पुन्हा मनात आले– उत्तर हिंदुस्थानातून मी पुन्हा केव्हा परत येईन कुणाला ठाऊक! सुलूला भेटल्याशिवाय जायचे म्हणजे– कदाचित–

त्या भेटीचा अर्थ–

मृत्यूच्या दारात फक्त सत्यच धिटाईने उभे राहू शकते, म्हणून लिहितो. नाही तर–

सुलूविषयी माझ्या मनात प्रेमाची भावना उत्पन्न झाली होती. रामगडला गेल्यावर तिला पत्र पाठविण्याची इच्छा वारंवार होई. पण पत्रातून माझे प्रेम अस्फुटपणे का होईना प्रगट होण्याचा संभव होता. आणि त्या प्रेमाचे सुलूने स्वागत केले तर?

मला माझे ध्येय सोडावे लागले असते. ती पारिजातकाच्या फुलासारखी नाजूक होती. माझा सारा जन्म उन्हातान्हात जाणार हे उघड होते. त्या उन्हाच्या झळा लागून हे फूल कोमेजू नये अशी माझी धारणा होती. प्रेम प्रगट न करण्यानेच माझे प्रेम सफळ होणार होते.

नऊ-दहा महिने या विचाराने मी मन आवरले होते. पण तिची दृष्टभेटसुद्धा न घेता उत्तर हिंदुस्थानात निघून जायचे माझ्या जिवावर आले. तिचा व तुमचा निरोप घेण्याकरिता मी तुमच्याकडे आलो.

ती रात्र–

ती चांदणी रात्र होती. पण माझ्या मनात मात्र काळोख पसरला होता. सुलूच्या दर्शनाने आणि संभाषणाने माझे मन शांत होण्याऐवजी ते अधिकच अतृप्त झाले. 'किती रे वाळलास तू!' म्हणून तिने माझ्या खांद्यावर सहज हात ठेवला होता. पण–

पाहुण्यांच्या खोलीत मी अंथरुणावर पडलो खरा. काही केल्या मला झोप येईना. मनात नाही नाही ते विचार येऊ लागले. सुलूच्या भावी आयुष्याच्या दृष्टीने आपण आपले प्रेम प्रगट करणे इष्ट नसेल. पण आपण तिचे एकदा चुंबन घ्यायला काय हरकत आहे? त्यात कसले पाप आले आहे?

माणसाचे शरीर किती बंडखोर असते याचा तो विचित्र अनुभव मी अजूनही विसरलो नाही.

सुलू स्वतंत्र खोलीत एकटीच झोपली होती. मी तिच्या खोलीत गेलो असतो तर त्याचा कुणालाही पत्ता लागला नसता. मी नुसते तिच्या ओठावर ओठ लावले असते तर कदाचित ती जागीही झाली नसती आणि ती जागी झाली असती तरी माझ्या या धिटाईने घाबरून ओरडलीच असती असेही नाही!

बुद्धी आणि भावना यांचा निकराचा झगडा माझ्या मनात सुरू झाला. बुद्धी माझ्या मोहाचे समर्थन करीत होती. भावना त्यांचे सत्व स्वरूप मला समजावून सांगत होती– चुंबन हे पाप नसेल, सुलू तुझ्यावर प्रेम करीत असण्याचा संभव असल्यामुळे ती कदाचित तुझ्या या साहसाचे कौतुकही करील. मर्यादेचा अतिक्रम ही प्रीतीच्या राज्यात गुन्हा ठरत नाही, गुणच ठरतो. पण एका चुंबनाने तुझी तृप्ती होईल का? एका चुंबनातून अगणित चुंबने निघतील. मोहाची पहिली पायरी चढून गेलास की दुसरी पायरी चढण्याची तीव्र इच्छा तुझ्या मनात उत्पन्न होईल आणि मग सुलूविषयीच्या आजच्या तुझ्या निरपेक्ष प्रीतीचे रूपांतर आसक्तीत होईल. ही आसक्ती तुझ्या ध्येयाच्या आड येईल. प्रीतीसाठी ध्येयाचा त्याग करायला तू तयार झालास तरी सुलूला तू सुखी करू शकणार नाहीस. संसार नुसत्या प्रेमाने होत नाहीत. त्याला पैसाही लागतो. ओठातल्या अमृताची गोडी अवीट असली तरी दुपारची वेळ टळायला त्या अमृताचा आमटीइतकासुद्धा उपयोग होत नाही. सुलू सुखात वाढली आहे, सुखवस्तू कुटुंबातली आईवेगळी एकुलती एक लाडकी लेक आहे ती. तुझा त्याग– तुझी देशभक्ती– तुझ्या खडतर जीवनाच्या कल्पना– तिला कशाशाच वाटतील. फुले घरात पुष्पपात्रात ठेवायची असतात. यज्ञकुंडापाशी ती सुकून जातात.

खिडकीतून खोलीत येणाऱ्या चांदण्यात खाट ओढून घेऊन मी किती तरी वेळ विचार करीत पडलो. जीवनातल्या सत्याचा साक्षात्कार बुद्धीपेक्षा भावनेला लवकर होतो, हा अनुभव त्या दिवशी मी घेतला. सुलू आणि मी चार वर्षे एकत्र वाढलो होतो; सहवासामुळे आम्हा दोघांना एकमेकांचा लळा लागला होता. त्यात आम्ही

यौवनाच्या प्रांतात पदार्पण करीत होतो, पण या चार वर्षांतच आमच्या स्वभावात अंतरही वाढत चालले होते. आमच्या दोघांच्या स्वभावातला फरक मला स्पष्ट जाणवत होता. मात्र त्यावेळी तो मला दुसऱ्याला समजावून सांगता आला नसता!

आज–

पण माझ्या शब्दांपेक्षा सुलूच्या घरी असलेले ते क्रौंचवधाचे चित्रच तुम्हाला तो फरक अधिक स्पष्ट करून सांगेल.

त्या चित्रात क्रौंच पक्षाच्या जोडप्यातल्या नराचा आपल्या बाणाने वध करणारा निषाद आहे ना? जगातला प्रत्येक अन्याय या रानटी भिल्लाच्या रूपाने चित्रकाराने प्रगट केला आहे. त्या निषादापाशी धनुष्यबाण आहेत; प्रत्येक अन्यायाच्या पाठीशी अशीच पाशवी शक्ती उभी असते. ही शक्ती बुद्धीला विचारीत नाही किंवा भावनेला भीक घालीत नाही. संहारक उन्मादाच्या नादात ती तांडवनृत्य करीत सुटते. तिच्या उन्मत्त टाचांखाली चिरडले जाणारे निरपराधी जीव तडपडत चित्कारत असतात. पण त्या चित्कारांनी अन्यायाच्या हृदयाला थोडासुद्धा पाझर फुटत नाही. फुटणार कुठून? विनाशातच त्याला आनंद होत असतो. सौंदर्याची मूर्ती छिन्नविच्छिन्न करण्यातच त्याला पुरुषार्थ वाटतो. पाशवी शक्तीच्या प्रदर्शनातच त्याच्या अहंकाराचे समाधान होते.

त्या भिल्लाच्या बाणाला बळी पडणारा तो क्रौंचनर, नि त्याच्याकरिता व्याकुळ स्वराने टाहो फोडणारी, आपले प्राण धोक्यात आहेत हे विसरून मोठमोठ्याने आक्रोश करणारी क्रौंच मादी ही जगातल्या निरपराधी दीनदुबळ्यांची, निष्पाप दलितांची प्रतीके आहेत. क्रौंच पक्ष्याचे ते गरीब बिचारे जोडपे! त्याचा कुणाला उपद्रव झाला होता? त्याने त्या निषादाला कसला त्रास दिला होता? उडत उडत ते एका झाडावर जाऊन बसते. आपल्या प्रणयचेष्टांना निर्वेध एकांत मिळाला म्हणून ते मनात आनंदित होते.

त्या बिचाऱ्या पाखरांना काय ठाऊक की या जगात निरुपद्रवी जीव निर्भय नाहीत, दुबळ्यांना कुणी वाली नाही; गरीबपणा हा भयंकर गुन्हा आहे आणि पाशवी शक्तीने प्रेरित झालेल्या अन्यायाचे शरसंधान चुकविणे कुणालाच शक्य नाही.

एकच क्षण! वृक्षावरल्या मधुर प्रणयचेष्टांकडे चोरट्या नजरेने पाहणारे खालचे गवत हां हां म्हणता त्या क्रौंच नराच्या रक्ताने न्हाऊन निघते.

ते दृश्य पाहून सारे अरण्य थरथर कापू लागते. पण धनुष्यबाणांनी सज्ज असलेल्या त्या भिल्लाचा निषेध करण्याचा धीर कुणालाच होत नाही.

इतक्यात एक विलक्षण चमत्कार होतो. एक ऋषी त्या पक्ष्यांच्या दुःखाने व्याकुळ होऊन पुढे येतो. संतापाने तो भान विसरून गेलेला असतो.

अन्यायाचा निषेध करणारा बुद्धिवाद चित्रकाराने त्या ऋषीच्या रूपाने चित्रित

केला आहे. तो संतप्त ऋषी त्या भिल्लाला म्हणतो, 'केवढं भयंकर पाप केलंस! या निष्पाप पाखरांना केवढ्या दु:खात लोटलंस तू! तुला कधीही सद्गती मिळणार नाही!'

अन्याय जसा बुद्धिवादाला सहन होत नाही, तसा तो भावनेलाही पाहवत नाही. या चित्रातली ती तरुणी म्हणजे मूर्तिमंत भावना! ती त्या रक्तबंबाळ क्रौंच पक्ष्याला मायेने उचलते, त्याला अगदी पोटाशी धरते, त्याच्या निष्प्राण देहावर अश्रूंचा अभिषेक करते. अश्रू कितीही पवित्र असले तरी गेलेला प्राण परत आणण्याचे सामर्थ्य त्यांच्यामध्ये असत नाही!

त्या ऋषीच्या शापाची त्या क्रूर भिल्लाला शब्दापलीकडे किंमत वाटत नाही आणि निर्दयपणाला निर्ढावलेले त्याचे मन त्या तरुणीच्या अश्रूंची काडीइतकी कदर करत नाही.

तो पुन्हा धनुष्याला बाण लावून दुसऱ्या पाखराची शिकार करायला सज्ज होतो.

दादासाहेब, या दृष्टीने ते चित्र मुद्दाम पाहा तुम्ही.

हे चित्र सुलूला फार फार आवडते, भगवंतरावांशी भांडून प्रदर्शनात विकत घेतलंय ते तिने! तिला ते आवडावे याचे मुळीच नवल वाटत नाही मला. चित्रातल्या तरुणीशी तिचे किती किती साम्य आहे!

हे चित्र मलाही फार आवडते. ज्या ज्या वेळी मी ते सुलूच्या दिवाणखान्यात पाही त्या त्या वेळी माझ्या मनात एक कल्पना हटकून येई. चित्रकाराने हे चित्र मुद्दाम अपुरे ठेवले आहे. त्याला आजचे जग कसे आहे हे दाखवायचे आहे. आजच्या जगात बुद्धी आणि भावना यांच्याकडून अन्यायाला विरोध होतो, नाही असे नाही. पण बुद्धीचा विरोध शाब्दिक आहे. आजच्या जगात बुद्धी शापवाणी उच्चारीत नुसती उभी आहे. आणि भावना? ती तितकी निष्क्रिय नाही हे खरे! पण तिने कितीही उसासे टाकले; केवढाही अश्रुवर्षाव केला; अगदी हळुवारपणे अन्यायाने बळी पडणाऱ्या जिवांना गोंजारले तरी या राक्षसाचे आक्रमण रोखून धरण्याचे सामर्थ्य तिच्याही सहानुभूतीत नाही.

मात्र आजचे हे जग उद्या असेच राहणार नाही!

उद्याच्या जगाचे प्रतिबिंब रेखाटायचे झाले तर या चित्रात मी आणखी एक आकृती दाखवीन. ती एका तरुणाची असेल. तपोवृद्ध ऋषी आणि हळवी तरुणी यांच्याहून हा तरुण अगदीच निराळा दिसेल. त्याच्याही जवळ धनुष्यबाण असतील. पण त्याच्या बाणांचा रोख गरीब पाखरावर असणार नाही. त्या क्रूर भिल्लाचे बाण हवेत मधल्यामधे अचूक उडवून टाकण्याकरिताच तो शरसंधान करील. तो भिल्ल चिडून उलटला तर त्याला पराभूत करून मग झाडावरल्या निष्पाप पाखरांची क्रीडा पाहण्यात तो एखाद्या बालकाप्रमाणे गुंग होऊन जाईल.

कला ही भूतकालाची कन्या, वर्तमानकालाची पत्नी आणि भविष्यकालाची माता असते म्हणे! क्रौंचवधाच्या त्या चित्राची आठवण झाली की या उक्तीची सत्यता माझ्या मनाला नेहमी पटते.

दादासाहेब, त्या दिवशी रात्री हे चित्र माझ्या डोळ्यांसमोर नव्हते हे खरे! पण माझे मन एकसारखे म्हणत होते–

सामाजिक भावना हा विकसनशील मानवी जीवनाचा आत्मा आहे. ही भावना नेहमी तीन प्रकारांनी प्रगट होते– शब्दांनी, अश्रूंनी आणि कृतींनी. काव्य हे या भावनेचे पहिले सुंदर स्वरूप. पण काव्यातील शब्द कितीही सुंदर असले तरी शेवटी ते वाऱ्यावरच विरून जातात. अश्रू हे या भावनेचे दुसरे रमणीय रूप! पण माणसाच्या क्षुब्ध हृदयसागरातून बाहेर येणारे हे मोती शेवटी मातीमोलच ठरतात! डोळ्यांतल्या पाण्याने मनुष्य स्तव:च्या हृदयातली आगसुद्धा शांत करू शकत नाही, मग जगातला वणवा तो काय विझवणार? सभोवतालचे दु:ख पाहून व्याकुळ झालेले माणसाचे मन हलके करण्यापलीकडे शब्द आणि अश्रू यांच्यात सामर्थ्य असत नाही.

या भावनेचे तिसरे स्वरूपच मानवी प्रगतीला उपकारक होऊ शकते. या स्वरूपात ती तोंडाने किंवा डोळ्यांनी बोलत नाही. ती नेहमी हातानेच बोलते. स्वत:चे रक्त शिंपून ती इतरांचे जीवन फुलविते.

शब्द, अश्रू आणि रक्त! तिघांच्या उगमांचे स्थान एकच, पण त्यांची जगे किती भिन्न?

तुम्ही, सुलू व मी एका घरात चार-पाच वर्षे आनंदाने राहिलो होतो. पण आपली तिघांची तीन भिन्न जगे झाली होती. जगातले दु:ख पाहून तुम्ही पहिल्या प्रकाराने आपली भावना व्यक्त करीत होता. सुलू दुसऱ्या प्रकाराने आपल्या हृदयाचा आविष्कार करण्यात आनंद मानीत होती.

आणि मी?

माझी भावना तिसऱ्या प्रकाराने प्रकट होऊ पाहत होती.

सुलूच्या आयुष्यात मला जागा नव्हती; फुलांच्या परडीत गुलाबांच्या बरोबर कुणी दगडधोंडे ठेवीत नाहीत.

त्या दिवशी रात्री माझ्याबरोबर उत्तर हिंदुस्थानात येण्याची तयारी सुलूने दर्शविली. मी चमकलो. नुसता हसलो. थोडा वेळ गप्प बसलो नि मग तिचे बोलणे हसण्यावारीच नेले.

माझे मधले आयुष्य! तुरुंगाप्रमाणे प्रवास हीसुद्धा एक जिवंत शिक्षण देणारी शाळा आहे. तीनचार वर्षांतल्या त्या अनुभवात माझे मीपण पूर्णपणे विसरून गेलो. पोट भरण्याकरिता हमालापासून मास्तरापर्यंत सर्व प्रकारची कामे मी केली. कराचीपासून

कलकत्त्यापर्यंत नि हरद्वारापासून रामेश्वरापर्यंत सर्व ठिकाणी मी फीर फीर फिरलो. या प्रवासात एकच कल्पना माझ्या मनात अधिक अधिक बळावत चालली, 'सुजलां, सुफलां, सस्यशामलाम्' म्हणून ज्या मातृभूमीचे स्तोत्र मी लहानपणापासून भक्तिभावाने गात होतो, तिचे मंदिर हा आज एक मोठा तुरुंग झाला आहे. आपले कोट्यवधी देशबांधव कैद्यांहूनही वाईट असे जिणे कंठीत आहेत. त्यांची जगायचे कशासाठी? कुठल्या आशेवर?

मी काश्मीरमध्ये गेलो तेव्हा तिथले निसर्गाचे वैभव पाहून माझे डोळे दिपून गेले. ती हिमालयाची पांढरी शुभ्र उत्तुंग शिखरे पॉप्लर, आक्रोड, चिनार इत्यादी प्रचंड वृक्षांच्या त्या सुंदर राया, विविध रंगांच्या गुलाबांचे ते नयनमनोहर गालिचे, सिंधू, झेलम, चिनाब यांचे ते मधुरगंभीर गीत–

निसर्गाच्या या संपन्न पार्श्वभूमीवर माणसाचे दारिद्र्य किती भेसूर भासते! मी काश्मीरातून बाहेर पडलो तो प्रक्षुब्ध मनानेच.

ताजमहाल पाहिला त्या दिवशी मात्र मला सुलूची आठवण तीव्रतेने झाली. मला दुसरे काहीच सुचेना. राहून राहून सुलूची मूर्ती डोळ्यांपुढे उभी राहत होती. ती आता बी.ए. झाली असेल, पूर्वीपेक्षाही अधिक सुंदर दिसू लागली असेल–

यानंतर लवकरच एका मित्राबरोबर मी राजपुतान्यात गेलो. भव्य चितोडगडाचे ते भग्न अवशेष पाहताना माझ्या मनात किती तरी कल्पनांची गर्दी उसळली. तांडवनृत्य करणाऱ्या रुद्राच्या प्रचंड पुतळ्याचे कुणी तरी वेड्याने केलेले तुकडे इकडेतिकडे पडलेले असावेत पण प्रत्येक लहान लहान तुकड्यातूनसुद्धा स्फूर्तिदायक चैतन्य रसरसत असलेले दिसावे, तसा भास झाला मला त्या दिवशी! ताजमहाल हे व्यक्तिजीवनातल्या सौंदर्याचे प्रतीक आहे, चितोडगड ही व्यक्तिजीवनातल्या सामर्थ्याची प्रतिमा आहे.

आणि त्या रात्री एका खेडवळ रजपुताच्या तोंडून राणा प्रतापाविषयीचे एक सुंदर गीत जेव्हा मी ऐकले– अजून त्या गीताचे सूर माझ्या कानात घुमत आहेत.

त्या गीतात प्रतापच्या मृत्यूचा प्रसंग वर्णन केला होता!

एका झोपडीत राणा मृत्युशय्येवर पडला आहे. अनेक लढायांतले त्याचे सोबती, त्याचे सहकारी खाली मान घालून त्याच्या शय्येजवळ बसले आहेत. आपल्या शूर नायकाचा आत्मा मृत्यूचे हसतच स्वागत करील अशी त्यांची मनोदेवता त्यांना सांगत आहे. पण प्रतापच्या कंठातून कण्हल्यासारखा आवाज बाहेर पडतो. सरदार रुद्ध कंठाने विचारतात, 'काय हवंय राणाजींना?' प्रताप उत्तरतो, 'वचन!' सरदार प्रश्न करतात, 'कसलं?' 'काही झालं तरी चितोड मोगलांची गुलामगिरी पत्करणार नाही हे!' 'सुखाच्या मागे लागून चितोड स्वातंत्र्य गमावणार नाही हे!' 'डोक्यावर भरजरी मंदील यावा म्हणून चितोड पायात पारतंत्र्याची

बेडी घालून घेणार नाही हे!' सर्व सरदारांनी वचन दिले. प्रात:काळी घरट्यातून गरुडाने बाहेर पडावे, त्याप्रमाणे प्रतापचा आत्मा नश्वर कुडीचा त्याग करून निघून गेला.

हळूहळू मी आईला, सुलूला, तुम्हाला विसरून गेलो. महिन्या-महिन्यांत तुमची आठवण होईनाशी झाली मला! अज्ञान आणि दारिद्र्य यांनी ग्रासलेल्या देशबांधवांची सेवा कशी करायची हा एकच ध्यास मला लागला. रात्री गाढ झोपलेल्या माणसाला खोलीत असलेल्या घड्याळाचे तासांचे ठोकेसुद्धा ऐकू येत नाहीत. पण झोपेच्या अभावी मनुष्याला मात्र त्या घड्याळाची टिकटिकसुद्धा असह्य वाटू लागते. प्रीती, वैभव, विलास इत्यादिकांचे असेच आहे. ज्याला एखाद्या ध्येयाचा ध्यास लागतो त्याला त्यांच्या हाका ऐकूच जात नाहीत!

एकदा सारी तीर्थक्षेत्र पाहण्याकरिता बैराग्यांच्या मेळ्याबरोबर मी तीनचार महिने फिरलो. त्या धर्मवेड्यांच्या सहवासातही मला हाच अनुभव आला.

त्या मेळाव्यातल्या एका म्हाताऱ्या बैराग्याची नि माझी गट्ट जमली. ईश्वरप्राप्तीसाठी त्याने सोसलेली संकटे– भोगलेला देहदंड– चालवत नसतानासुद्धा दर वर्षी सारी तीर्थे करण्याचा अट्टाहास–

त्याचा देव खोटा होता. पण त्याची निष्ठा किती खरी, किती जाज्वल्य होती. प्रत्येकाचा देव निराळा असू शकेल, पण आपल्या देवाविषयी त्या वृद्ध बैराग्याइतकी भक्ती कितीसे लोक दाखवितात?

रामगडहून निघताना माझे मन गांधीवादापेक्षा समाजवादाकडे ओढ घेत होते. पण साऱ्या देशभर फिरून नि निरनिराळ्या खेड्यापाड्यांत महिनोन् महिने राहून मी जेव्हा विचार करू लागलो तेव्हा मला वाटू लागले– समाजवाद आणि गांधीवाद हे बाह्यत: एकमेकांचे प्रतिस्पर्धी भासले तरी अंतरंगात ते एकमेकांचे सहकारीच आहेत. समाजवाद आजच्या जगाकडे पित्याच्या दृष्टीने पाहतो, गांधीवाद त्याच्याकडे आईच्या डोळ्यांनी बघतो. समाजवादाला नवे निर्माण करायचे आहे, पण नव्या माणसाशिवाय नवे जग निर्माण होणार नाही आणि कदाचित झाले तरी नव्या माणसांशिवाय ते फार दिवस टिकणार नाही.

गांधीवादाला नवा मनुष्य निर्माण करायचा आहे. पण जुन्या माणसाचा हृदयपालट यक्षिणीच्या कांडीने होत नाही. तो विविध संस्कारांनीच करावा लागतो. सामान्य मनुष्याच्या संस्कारात सामाजिक संस्कार फार, आध्यात्मिक थोडे! तेव्हा नवा मनुष्य निर्माण व्हायलासुद्धा त्याच्या भोवतालचे जुने जग बदलत राहायलाच हवे!

दादासाहेब, माझी चर्पटपंजरी तुम्हाला कदाचित कंटाळवाणी वाटेल. गांधीवाद प्रतिगामी आहे, तो बुद्धीला मुळीच पटणार नाही, वगैरे तुमची सर्व मते मला ठाऊक आहेत. गांधींनी आतापर्यंत हिमालयाएवढ्या चुका केल्या आहेत हे तुमचे आवडते

वाक्य अजूनही मी विसरलो नाही.

पण हिमालयाएवढ्या चुका करूनही आसेतुहिमाचल पसरलेल्या चाळीस कोटी जनतेच्या हृदयावरले गांधीचे अधिराज्य अजूनही टिकून आहे, याचे कारण एकच आहे. गांधींच्या चुका हिमालयाएवढ्या आहेत पण त्यांची श्रद्धा, त्यांचा त्याग, त्यांचे कर्तृत्व ही सारी हिमालयाहूनही मोठी आहेत. ते रानड्यांसारखे द्रष्टे आहेत, आगरकरांच्यासारखे कडवे सुधारक आहेत. लोकमान्यांसारखे स्वातंत्र्याकरिता प्राण पणाला लावून लढणारे वीरपुरुष आहेत आणि कर्व्यांच्यासारखे समाजसेवेचे निष्ठावंत उपासकही आहेत. या परस्परविरोधी पैलूंमुळेच त्यांचे व्यक्तित्व अत्यंत आकर्षक झाले आहे. पण या विविध पैलूंनीच त्यांच्या तत्त्वज्ञानाविषयी विलक्षण गैरसमज निर्माण केले आहेत.

दादासाहेब, गांधी हे स्वभावत: बुद्ध-नानकांचे नि एकनाथ-तुकारामांचे वारस आहेत. पण हिंदुस्थानात ते अशा वेळी जन्माला आले की राजकीय क्षेत्रात गोखले आणि टिळक यांचे वारसदार होण्याशिवाय त्यांना गत्यंतर नव्हते. गांधी एकच धर्म जाणतात– तो म्हणजे मानवधर्म! पण मानवधर्म हाच राष्ट्रधर्म व्हावा अशी आज जगातल्या कुठल्याच देशाची स्थिती नाही. आपल्या परतंत्र मातृभूमीची तर नाहीच नाही. पण याबद्दल गांधींना दोष देण्यात काय अर्थ आहे?

ते स्वभावत: संत आहेत. त्यांना क्रांती हवी आहे. पण ती नुसती सामाजिक, आर्थिक किंवा राजकीय नको; मानवी मनातच क्रांती व्हायला हवी आहे त्यांना! आज जगात सर्वत्र भोगाची मूल्ये रूढ झाली आहेत. मनुष्याचे मोठेपण त्याच्या सत्तेवर, त्याच्या संपत्तीवर, त्याच्या शक्तीवर मानले जात आहे. आदर्श मानवी जीवनाची अंतिम मूल्ये सेवेवर, त्यागावर आणि भक्तीवर अवलंबून असतात अशी गांधीजींची श्रद्धा आहे. सत्तेची मदांधता आणि संपत्तीची विषमता दूर झाल्याशिवाय मानवधर्माची जगात पूजा होणार नाही, हे ते पूर्णपणे ओळखून आहेत. या दृष्टीने गांधीवादाकडे पाहिले की–

आणि खरं सांगू दादासाहेब? गांधीवादापेक्षाही गांधी श्रेष्ठ आहेत. तुम्ही एकदा जरूर भेटा त्यांना! रामगडला परत येण्यापूर्वी मी त्यांना पाहायला मुद्दाम शेवगावला गेलो. गांधींचे वक्तव्य विजेसारखे आहे असा त्या दिवशी मला अनुभव आला.

मी त्यांना पहिल्यांदा पाहिले ते सकाळी फिरायला जाताना. थंडी मी म्हणत होती. पण म्हातारा किती भराभर चालत होता म्हणता! एखाद्या अचपल, अवखळ मुलासारखा! माझ्या मनात आले– लहान मुलांच्या पळण्याच्या शर्यतीत भाग घेऊन पहिले बक्षीससुद्धा पटकावतील ते! खरा कवी प्रौढपणीसुद्धा आपली बालवृत्ती जागृत ठेवतो. पुढाऱ्यालाही आपले तारुण्य तसेच सांभाळावे लागते. त्याशिवाय त्याला तरुणांशी समरस होता येणार नाही. बहुतेक पुढारी थोडे दिवस चमकून मागे

पडतात याचे कारण एकच आहे, ते हां हां म्हणता म्हातारे होतात.

तिसऱ्या प्रहरी गांधीजींच्या बरोबर दहा मिनिटे बोलण्याची संधी मला मिळाली. त्यांना नमस्कार करून मी खाली बसतो न बसतो तोच त्यांच्या मधुर स्मिताने त्यांनी मला आपलेसे केले. मला वाटते– गांधींचे सारे तत्त्वज्ञान त्यांच्या या स्मितात प्रगट झाले आहे. मानवधर्माची ती उज्ज्वल पताका आहे. ते स्मित म्हणत होते– सारे जग आपले आहे. आपण सारे भाऊभाऊ आहोत.

आम्ही बोलत असतानाच एका लहान मुलगी लाजत लाजत फुले घेऊन ती गांधींना देण्याकरिता आली. फुले देऊन त्यांना बोबड्या शब्दांत ती म्हणाली, 'थंडी खूप पडलीय! बापूजी, तुम्ही सदरा घाला ना!'

गांधी हसून उत्तरले, 'माझ्याजवळ सदरा नाही बाळ!'

'मी आईला द्यायला सांगते हं!' गांधींच्या दर्शनाकरिता आलेल्या कुणी तरी श्रीमंत गृहस्थाची मुलगी होती ती! ती आईकडे जायला निघालीसुद्धा. पण गांधींनी तिला थांबविले.

'मला एक सदरा पुरणार नाही!' ते हसत म्हणाले.

'दोन-तीन-चार– अकरा– सत्तावीस–' ती छोकरी तोंडाला येतील ते आकडे उच्चारीत होती नि गांधीजी एकसारखे मानेने नाही म्हणत होते. ती बुचकळ्यात पडली. मग ते हसून म्हणाले, 'तुझ्या आईला सांग मला चाळीस कोटी सदरे हवेत. दर सहा महिन्यांनी इतके नवे सदरे द्यावे लागतील. ती द्यायला तयार आहे का पाहा!'

ती मुलगी निघून गेल्यावर त्यांचे नि माझे थोडेसेच बोलणे झाले. आश्रमात राहण्याचा माझा विचार होता. पण गांधीजींना ते आवडले नाही. ते हातातल्या फुलांकडे पाहत म्हणाले, 'ही फुलं इथल्या देवाला वाहणं हा माझा धर्म आहे. ती काशीविश्वेश्वराला किंवा डाकोरनाथाला वाहण्याचा हट्ट चुकीचा होईल. होय ना?'

जिथली फुले तिथल्याच देवाला वाहणे हा आपला धर्म आहे. गांधीजींचे ते वाक्य मी कधीच विसरलो नाही

पुढे काशीला रामगडचे एक कारकून भेटले. त्यांच्याकडून वडील वारल्याचे कळले. आईला केव्हा भेटेन असे झाले मला. माझ्यावर अजूनही संस्थानाचे वॉरंट आहे, असे या गृहस्थांनी सांगितले. पण–

काय होईल ते होवो, आईला भेटायला जायचेच असे मी ठरविले.

मी रामगडला आलो. थोडे दिवस तुरुंगात काढले, आणि त्यातून बाहेर पडल्यावर संस्थानातल्या शेतकऱ्यांच्या संघटनेला स्वत:ला वाहून घेतले.

आमची आजची खेडी-जुनी पडकी देवळे असतात ना, तशी वाटतात ती! या पडक्या देवळात समाधानाचा मिणमिणता दिवासुद्धा दिसत नाही. अज्ञान आणि दारिद्र्य यांची भेसूर कोल्हेकुई मात्र त्यांच्याभोवती एकसारखी ऐकू येत आहे.

जीवनातली जुनी निष्ठा उडून गेली, नवी निष्ठा अजून निर्माण झाली नाही! शास्त्रीय दृष्टीने कशाकडेच पाहता येत नाही. कुठल्याही गोष्टीवर अढळ भक्ती नाही! शहरातल्या घटोत्कची मायेची मनाला कल्पना नाही! बिचारा शेतकरी प्रवाहपतित झाला, हताशपणाने आला दिवस काढीत आहे!

हळूहळू संस्थानातल्या शेतकऱ्यांत मी लोकप्रिय होऊ लागलो. पोलिसखात्याची वक्रदृष्टीही माझ्याकडे वाढत्या प्रमाणात वळू लागली. माझ्या वडिलांशी वाकडे असलेले काही लोक त्या खात्यात होतेच. ते अगदी डोळ्यांत तेल घालून माझ्या हालचालींवर पाळत ठेवू लागले.

पण मला सेवा करायची होती. गुप्त कट करायचे नव्हते. मी माझा धर्म पाळण्याकरिता या कामाला वाहून घेतले होते. त्यामुळे माझ्यावर दातओठ खाण्याखेरीज पुष्कळ दिवस पोलिसांना दुसरे काहीच करताच येईना.

मला पुष्कळ सहकारी मिळू लागले. मात्र ही गोष्ट जितकी आनंदाची तितकीच भीतीची होती. चळवळीत पडणाऱ्या माणसांत अनेक प्रकार आढळतात. कुणी हुल्लडबाज असतात, कुणी भावनावश असतात. कुणी वैयक्तिक रागालोभाने प्रेरित झालेले असतात आणि कुणी निरपेक्ष सेवक असतात. कित्येकांचा आपल्या जिभेवर ताबा असत नाही. कित्येकांना आपल्या जबाबदारीची जाणीव असत नाही.

पावसाळ्यात नदीला मिळणारे ओढे तिचे पाणी अधिक अधिक गढूळ करतात ना? तशी आमच्या चळवळीची स्थिती होऊ लागली. गव्हर्नरची गाडी उलथून टाकण्याचा कट करणारे विद्यार्थी तुरुंगातून सुटल्याबरोबर मलाच येऊन मिळाले. ते अशी जहाल भाषणे करत की–

आणि तो जोशी गवई! माझ्या वर्गातल्या जोश्याचा थोरला भाऊ. तोही बरेच दिवस तुरुंगात खितपत पडला होता. बाहेर येताच तो आमचा प्रमुख कार्यकर्ता झाला. खेड्यापाड्यांत त्याच्या गोड आवाजाचा आम्हाला खूप उपयोग होई. पण तो असे भरमसाठ बोलत असे की तो उभा राहिला म्हणजे मी मुकाट्याने खाली मान घालून बसत असे.

असल्या लोकांपासून अलिप्त राहणेही मला शक्य नव्हते. त्यांच्यापेक्षा अधिक चांगली माणसे चळवळीच्या वाऱ्यालासुद्धा उभी राहायला तयार नव्हती.

खेड्यापाड्यांत खूप काम करून आईला भेटायला मी रामगडला आलो की न चुकता मी सुलूच्याही बंगल्यावर जात असे. अंधारात किर्र रानातून जात असताना एखाद्या झोपडीतून येणारा दिव्याचा प्रकाश दिसला म्हणजे वाटसरूला किती धीर वाटतो! सुलूचे डोळे पाहिले की मलाही तसाच आनंद होई.

पण पुढे पुढे तिच्या डोळ्यांत उदासीनपणाची छटा दिसू लागली. ती जाणवली की खलिल गिब्रानची एक छोटी गोष्ट मला हटकून आठवे. एक आई आणि तिची

मुली यांची गोष्ट आहे ती. दोघींनाही झोपेत चालायची सवय होती. एकदा रात्री अशाच झोपेत चालत त्या एका बागेत आल्या. मुलगी दिसताच आई चवताळून ओरडली, 'वैरीण आहेस तू माझी. माझं तारुण्य तुझ्यापायी नाहीसं झालं!' मुलगी तितक्याच त्वेषाने किंचाळली, 'मर जा म्हातारे! माझं स्वातंत्र्य तुझ्यापायी नाहीसं झालं. माझं आयुष्य म्हणजे तुझ्या आयुष्याची नुसती नक्कल आहे!' इतक्यात कोंबडा आरवला. दोघीही जाग्या झाल्या. आई मुलीला मायेने म्हणाली, 'बाळ, तूच का ती?' तिने प्रेमळपणाने उत्तर दिले, 'होय आई! मीच ती! तुझी लाडकी लेक!'

पतिपत्नीचे प्रेमही असेच असते का?

कुणाला ठाऊक!

सुलू नि भगवंतराव यांच्याकडे पाहत पाहत मला ही गोष्ट आठवे हे मात्र खरे!

आता मी फार तर तीस तासांचा सोबती आहे. सुलूची नि माझी भेट होणे शक्य नाही, नाही तर मीच तिला सांगणार होतो– तू भगवंतरावांची धर्मपत्नी आहेस. आपला धर्म तुला पाळलाच पाहिजे. पत्नीचे प्रेम पतीच्या कर्तृत्वाला प्रेरक होते. तू भगवंतरावांना स्फूर्ती देणारी देवता हो. त्यांच्या धर्माची त्यांना जाणीव करून देणारी मार्गदर्शक देवता हो.

माझ्यासाठी उगीच रडत बसू नकोस म्हणूनही सांगा तिला. प्राण वाचविण्याकरिता तिने सभेच्या दिवशी संध्याकाळी केलेली ती धडपड–

आपल्यावर एखाद्याचे प्राणापेक्षाही अधिक प्रेम आहे ही भावनाच मनाला किती शांतिदायक वाटते!

सुलूची ती धडपड यशस्वी झाली नाही ही गोष्ट निराळी!

त्या दिवशी माझी आई अगदी घटका-पळे मोजीत अंथरुणावर पडली होती. दुपारपासून मी तिच्याजवळ होतो. मला एकसारखे वाटत होते– ही बेशुद्ध झाली तर किती बरे होईल! तिचे मन न मोडता मला सभेला जाता येईल.

पण तिची शुद्ध गेली नव्हती. पाच वाजून गेले. मी उठायला लागलो. 'दिनू' अशी केविलवाणी हाक मारून तिने माझा हात आपल्या हातात घट्ट धरून ठेवण्याचा प्रयत्न केला. पण तेवढीसुद्धा शक्ती तिला नव्हती. तिची स्थिती पाहून माझ्या बहिणीने डॉ. शहाण्यांना बोलावणे पाठविले.

मला सभेचा वेध लागला होता. इतक्यात सुलूचा नोकर तिचे पत्र घेऊन घाईघाईने आला. 'छातीत कळा येताहेत, आताच्या आता येऊन भेट' असे तिने लिहिले होते. आधल्याच दिवशी पाणी भराभर चढत असताना ती ओढ्यात मध्येच एखाद्या पुतळ्याप्रमाणे स्तब्ध उभी राहिली होती. तिचे पत्र वाचताना ते गूढ मला उकलले. ओढ्यात उतरल्यावर तिच्या छातीत एकदम कळ आली असावी! तिला हे दुखणे आहे याची मला कल्पनाही नव्हती! छातीतल्या कळा म्हणजे तास अर्ध्या

तासात हृद्रोगाने मृत्यू पावलेल्या माणसांची उदाहरणे मला ऐकून ठाऊक होती. सुलूविषयी मी सचिंत झालो. इकडे आई मृत्युशय्येवर, तिकडे सुलू–

त्यात सभेची काळजी! आजच्या सभेत काही तरी भयंकर प्रकार घडणार अशा अफवा गावात सकाळपासून पसरल्या होत्या.

मी आल्याशिवाय सभा सुरू करू नका म्हणून माझ्या सहकाऱ्यांना निरोप पाठवून मी सुलूकडे जायला निघालो. माझे चित्तच ठिकाणावर नव्हते. सुलूच्या बंगल्याच्या दारात एक गोष्ट माझ्या लक्षात आली. तिचे पत्र मी आईच्या अंथरुणापाशीच विसरलो होतो. ते कुणाच्या हातात पडले तर–

पण परत जायलाही वेळ नव्हता.

मला वाचविण्यासाठी सुलूने आजाराने नाटक केले होते हे कळायला फार वेळ लागला मला. तोपर्यंत सभेच्या जागी जे होऊ नये ते घडले होते. जोशी वगैरे मंडळींनी सभेत आरंभालाच अतिशय जहाल भाषणे सुरू केली. पोलीस त्यांना बोलू देईनात. मारामारी सुरू झाली. शेतकऱ्यांच्या त्या अफाट जमावातून पोलिसांवर दगडधोंडे येऊ लागले. त्या दंगलीत पोलीस इन्स्पेक्टर ठार झाला. तीन-चार पोलिसांनाही लोकांनी बरेच मारले, लगेच पोलिसांनी गोळीबार सुरू केला.

सुलूच्या घरून सभेच्या जागी जायला मला फार उशीर झाला. लगेच मला पकडण्यात आले. मी वेषांतर करून लोकांत मिसळून त्यांना चिथावणी देत होतो असा आरोप माझ्यावर ठेवण्यात आला. मी वेषांतर करून जमावात फिरत होतो हे ज्यांनी डोळ्यांनी पाहिले होते असे साक्षीदारही सरकारला मिळाले! महिनाभर खटला चालून आमच्यातल्या पंधरा-वीस लोकांना लहान-मोठ्या शिक्षा झाल्या. मी पुढारी! तेव्हा फासावर चढण्याचा मान मला मिळाला हे सर्व दृष्टींनी योग्यच झाले.

पण–

दादासाहेब, सुलूची समजूत घाला. कादंबऱ्या वाचूनसुद्धा ती रडू लागते. त्यातले प्रसंग स्वतःच्या आयुष्यात घडले आहेत असे तिला वाटू लागते. म्हणून–

फूल आज ना उद्या सुकायचे असते. मानवी जीवनही तसेच आहे. कोमेजून जाईपर्यंत फुलाने वास दिला की त्याच्या जन्माचे सार्थक झाले.

तुम्ही म्हणाला मरणामरणात फरक असतो. फाशी जाण्याच्या कल्पनेनेच मनुष्याच्या अंगावर काटा उभा राहतो. पण दादासाहेब, खलाशी समुद्रात बुडून मेला तर त्यात तुम्हाला आश्चर्य वाटेल काय? मग देशभक्त फासावर चढला म्हणून–

फासाची मला मुळीच भीती वाटत नाही. मात्र फाशी देताना माझे तोंड झाकू नका असे मी सांगणार आहे. म्हणजे डोळे मिटता मिटता मला माझ्या जन्मभूमीचे शेवटचे दर्शन घेता येईल. अगदी डोळे भरून.

दादासाहेब, आयुष्यात मी इतर सर्व ऋणे फेडण्याचा प्रयत्न केला. पण तुमचे

ऋण तसेच राहिले होते. कध्धी कध्धी तुम्हाला पत्रसुद्धा लिहिले नाही मी! या शेवटच्च्या क्षणी वाटले– तुम्हाला सारे मनमोकळेपणाने लिहावे. आता किती मोकळं मोकळं वाटतंय मला!

सुलूला सांगा– दिनकर मागे उत्तर हिंदुस्थानात गेला होता ना? तसा आताही तो एका फार लांबच्या प्रवासाला जात आहे. त्या दूरदूरच्या प्रदेशातल्या गंमती पाहून तो पुन्हा तुला परत भेटायला येईल. केव्हा सांगू?

पुढल्या जन्मी!

माझा पुनर्जन्मावर विश्वास आहे. सुलूचा मुलगा म्हणून तिच्याच पोटी जन्माला यायची फार फार इच्छा आहे मला आणि मी जन्माला येईन तेव्हा आपला भारत स्वतंत्र झालेला असेल, हिमालयाप्रमाणे उंच मान करून तो जगातल्या राष्ट्रांकडे स्वाभिमानाने पाहू लागलेला असेल. आजचा अडाणी अर्धपोटी राहणारा हिंदी शेतकरी आपल्या मायभूमीचा सुखी सेवक आणि शूर सैनिक झालेला असेल!

माझे हे शेवटचे स्वप्न लवकरच खरे होवो अथवा न होवो! पण मनुष्य आयुष्यभर स्वप्नावर जगतो, इतकेच नव्हे तर मृत्यूच्या मांडीवरसुद्धा नव्या नव्या स्वप्नांत गुंग होऊन तो झोपी जातो.

वंदे मातरम्!

तुमचा नावडता शिष्य,
दिनकर सरदेसाई

■

४

*****

विषमज्वरासारखा ताप उतरला की आजारी मनुष्याला विलक्षण ग्लानी येते. दिनकरच्या पत्रातला मजकूर वाचून संपताच दादासाहेबांच्या मनाची अगदी तश्शी स्थिती झाली. त्यांच्या हातांतून ते पत्र गळून जमिनीवर पडले. पण ते उचलून घेण्याकरितासुद्धा ते आरामखुर्चीतून उठले नाहीत.

त्यांच्या डोळ्यांपुढे पुन्हा पुन्हा तीन शब्द नाचत होते– तुमचा नावडता शिष्य! कालपर्यंत ही गोष्ट अगदी खरी होती. पण आज?

धरणीकंपाच्या धक्क्याने एका रात्रीत मोठमोठी मंदिरे धुळीला मिळतात. माणसाने जन्मभर उराशी कवटाळलेल्या कल्पनाही अनुभवाच्या धक्क्याने हां हां म्हणता ढासळून पडतात. आणि गेल्या चोवीस तासांत मन अगदी गदगदून सोडणारे असे दोन धक्के त्यांना मिळाले होते. सुलूची ती कहाणी आणि दिनकरचे हे पत्र.

त्यांच्या मनात आले. जगात ज्यांना आपण अगदी जवळची मानतो ती माणसेसुद्धा आपल्यापासून किती किती दूर असतात!

छे! प्रत्येकाचे अंतरंग हे एक स्वतंत्र जग आहेच हे खरे!

तापकऱ्याला बाहेरच्या उन्हाचा त्रास व्हावा तसा आता खोलीतला प्रकाश त्यांना असह्य वाटू लागला. त्यांनी चटकन टेबलावरला दिवा मालवला. डोळे मिटून ते स्वस्थ पडले. आपल्या शिणून गेलेल्या मनाला गुंगी येत आहे असा त्यांना भास झाला.

पण किती विचित्र होती ती गुंगी!

त्यांना वाटले एक क्रौंच पक्षी ओरडत आहे– 'Men are not born, they are made.' वाल्मीकी आपल्याकडे रागाने पाहत 'मा निषाद' हा श्लोक म्हणत आहे. सुलू सतारीच्या तारा तोडून त्या आकाशाला जोडीत आहे आणि देवाला टेलिफोन करीत आहे!

त्यांनी चमकून डोळे उघडले.

दिवाणखान्यातल्या घड्याळाचे ठण् ठण् असे ठोके पडत होते. एक– दोन– तीन– चार–

बारा वाजले!

म्हणजे दिलीप फाशी जायला अवघे सहा-सात तास उरले.

या कल्पनेसरशी त्यांच्या हृदयाचा थरकाप झाला.

दिवाणखान्यात जाऊन दिलीपने वर्णन केलेले ते क्रौंचवधाचे चित्र पाहावे अशी एक विचित्र इच्छा त्यांच्या मनात उत्पन्न झाली. ते उठलेदेखील इतक्यात–

ते कान टवकारून ऐकू लागले.

काकणांचाच आवाज होता तो. दिवाणखान्यातूनच तो–

त्यांनी हळूच दार उघडले, त्यांना काही दिसेना. पण सळसळ कुणी तरी दिवाणखान्यातून बाहेर जात होते.

पुन्हा काकणे वाजली.

दादासाहेब कान देऊन ऐकू लागले.

ती व्यक्ती जिना चढत होती.

इतक्या अपरात्री– अंधारात–

मघाशी पाहिलेली ती ऐटबाज विधवा त्यांना आठवली. तीच तिसऱ्या मजल्यावर जात असावी!

म्हणजे?

भगवंतरावांचा या तरुणीशी चोरटा प्रेमसंबंध–

आता त्यांना दारात स्वस्थ उभे राहवेना.

चोरट्या पावलांनी ते खोलीबाहेर आले. अंधारात चाचपडत ते दिवाणखान्याच्या दारातून बाहेर पडले. हळूहळू जिना चढून ते वर गेले. भगवंतराव तिसऱ्या मजल्यावर असावेत. ते पुन्हा जिना चढू लागले. मधल्या वळणावर–

भगवंतरावांचाच आवाज होता तो. त्यांना स्पष्ट शब्द ऐकू आले, 'जा तू खाली!'

'मला तुमची फार फार काळजी वाटते बाई. किती दिवस जगणार तुम्ही असे?' ती तरुणी म्हणत होती.

'आजची शेवटची रात्र आहे!'

'म्हणजे?'

भगवंतराव स्तब्धच राहिले.

'याचा अर्थ काय करायचा बाई माणसानं?' ती तरुणी उद्‌गारली. तरी भगवंतराव काहीच बोलले नाहीत.

'तुमच्यात इतका बदल झाला असेल अशी कल्पना नव्हती हं मला! मेडिकल

कॉलेजमध्ये माझा उष्टा विडा खाल्ला होता तुम्ही! आहे का त्याची आठवण?'

'नसायला काय झालं? मागचं सारं आयुष्यच जिथं डोळ्यांपुढं उभं राहतंय तिथं–'

'मग?'

'त्या वेळचा भगवंतराव–'

'त्या वेळचे भगवंतराव गरीब विद्यार्थी होते. आजचे भगवंतराव रामगड संस्थानाचे दरबार-सर्जन आहेत. सारी सुखं त्यांच्यापुढे हात जोडून उभी आहेत.'

'अं हं!'

'म्हणजे?'

'सारी दु:खं उभी आहेत माझ्यापुढं!'

'असलं काही तरी अभद्र बोलू नये बाई माणसानं!'

भगवंतरावांचे नुसते हसणेच दादासाहेबांना ऐकू आले. थोड्या वेळाने ते म्हणाले, 'यात अभद्र काही नाही कमल. लाडानं मुलं बिघडतात ना? सुखानं माणसंही तशीच नादान होतात. आणि मेडिकल कॉलेजात असताना तुझ्यावर ज्या भगवंतरावांनी प्रेम केलं होतं त्यानं विलायतेला जाताना भूमध्य समुद्रात समाधी घेतली!'

दादासाहेब आश्चर्याने पुढं ऐकू लागले.

पण एक शब्दही त्यांना ऐकू आला नाही. ती स्तब्धता त्यांना असह्य होऊ लागली.

त्यांच्या मनात आले– संभाषण थांबलेले दिसते. पण ही कमल अजून वरच आहे. बहुधा ती आपले मोहपाश भगवंतरावांच्यावर टाकीत असावी. तिने त्यांच्या खांद्यावर हात ठेवला असेल किंवा–

थोड्याशा दरडावणीच्या स्वरात भगवंतराव म्हणाले, 'कमल, तू खाली जा पाहू आधी!'

जिन्यावर पावले वाजू लागली. दादासाहेब वळणावरल्या कोपऱ्यात अंग चोरून कसेबसे उभे राहिले. कमल घुश्श्यातच जिना उतरून खाली गेली. आता आपण काय करावे या विचारात दादासाहेब पडले. वर जावे की–

भगवंतराव जागेच होते. पण त्यांची मन:स्थिती काही ठीक दिसत नव्हती. दिलीप आणि सुलू यांच्याविषयी बोलायचे म्हणजे–

जिन्यावरून कुणी तरी उतरू लागले. भगवंतराव होते ते.

ते खाली आल्यावर दादासाहेबही हळूच खाली उतरले. ते विचार करीत होते– भगवंतराव कुणीकडे जात असावेत? कमलच्या खोलीकडे?

छे! आपल्या खोलीकडे जात असतील ते! आपण खोलीत नाही असे पाहिल्यावर–

पण भगवंतराव आत गेलेच नाहीत. ते थेट पुढच्या दारातून बाहेर पडले. ते

बागेतून पुढे जाऊ लागले. वाळूचा कुर्र– कुर्र– असा बारीक आवाज दादासाहेबांना ऐकू येत होता.

त्यांच्या अंगावर शहारे उभे राहिले. आज भगवंतरावांचे मन ठिकाणावर नाही हे उघड दिसत होते. इतक्या रात्री कुठे चालले असावेत ते? समोरच्या तळ्यात आत्महत्या–

या कल्पनेचीसुद्धा दादासाहेबांना भीती वाटू लागली, 'किती दिवस जगणार तुम्ही असे?' असा मघाशी त्या कमलने त्यांना प्रश्न केला आणि 'आजची शेवटची रात्र आहे!' असे त्यांनी तिला उत्तर दिले. त्या उत्तराचा अर्थ काय असावा? आत्महत्या करण्याचा त्यांचा निश्चय झाला आहे की काय?

भगवंतराव फाटकाबाहेर केव्हाच गेले होते.

दादासाहेब लगबगीने त्यांच्यामागून जाऊ लागले.

भगवंतराव थेट तळ्याकडे गेले. दादासाहेबांना वाटले, अगदी धावत जावे नाही तर आपण त्यांना गाठायच्या आधीच ते तळ्यात उडी टाकतील नि मग–

दादासाहेब झपझप चालू लगले. त्यांची चाहूल लागताच भगवंतराव एकदम थांबले. दादासाहेब जवळ येताच ते उद्गारले, 'कोण?' लगेच ते आश्चर्याने उद्गारले, 'दादासाहेब!'

'हो! काही केल्या झोप येईना तेव्हा म्हटलं बाहेर गार वाऱ्यात जरा घटकाभर बसावं, म्हणजे–'

बोलता बोलता दादासाहेब तळ्याच्या दगडी काठावर बसले. दोघही बराच वेळ स्तब्ध होते.

शेवटी भगवंतराव त्यांच्याकडे न पाहता म्हणाले, 'एका गोष्टीबद्दल मला क्षमा मागायचीच तुमची!'

दादासाहेबांनी शोधक दृष्टीने त्यांच्याकडे पाहिले.

'ते तुमच्या नावाचं दिनकरचं पत्र! ते फोडून वाचलं होतं मी! वाचायला नको होतं पण–'

पुढे काय बोलावे हे न सुचल्यामुळे की काय, ते गप्प बसले.

दोघांनीही आकाशाकडे पाहिले. चांदणे तर नव्हतेच. पण आभाळ भरून आले असल्यामुळे एखादी चांदणीसुद्धा कुठे दिसत नव्हती. सारी सृष्टी कशी उदास भासत होती.

भगवंतराव तळ्यातल्या पाण्याकडे पाहत म्हणाले, 'इतकी वर्षे मी या बंगल्यात राहतोय पण शोभेपेक्षा या तलावाची किंमत अधिक मला कधीच वाटली नव्हती! गेल्या महिन्यात मात्र–'

ते किंचित थांबले.

त्यांच्या आवाजात एकदम कंप उत्पन्न होऊ लागला होता. पण पाय घसरून पडणाऱ्या मनुष्याने चटकन तोल सावरावा तसा त्यांनी आपला स्वर स्थिर केला.

ते शांतपणाने म्हणाले, 'गेल्या महिन्यात या आभाळानं मला सोबत केली नसती, हा तलाव माझा मित्र झाला नसता, तर–'

त्यांनी मध्येच बंगल्याकडे वळून पाहिले. तिसऱ्या मजल्यावरल्या खोलीकडे बघत त्यांनी दादासाहेबांना प्रश्न केला, 'तुमचा भुताखेतांवर विश्वास आहे का?'

दादासाहेबांनी नकारार्थी मान हलविली.

भगवंतराव म्हणाले, 'माझासुद्धा नाही. पण गेल्या महिन्यात एक गोष्ट मला कळून चुकली. भुतं जगात नसली तरी ती माणसाच्या मनात असतात!'

दादासाहेब काहीच बोलत नाहीत असे पाहून ते किंचित हसून म्हणाले, 'माझं हे असलं बोलणं ऐकून तुम्हाला आश्चर्य वाटेल. पण–'

'जाळ फार झाला म्हणजे दूध ऊतू जातं ना? तसं झालंय माझं!'

एखादी दगडी पुतळ्याप्रमाणे दादासाहेब दिसत होते. त्यांनी हूं की चूं सुद्धा केलं नाही. भगवंतराव बोलू लागले–

'तुमची पहिली तार आली तेव्हा बरं वाटलं मला! पण गाडीमागून गाडी आली नि गेली. सुलू मात्र काही आली नाही. तेव्हा माझी खात्री झाली की–

क्षणभर थांबून ते पुढे बोलू लागले– 'आम्ही दोघांनी पहिली वर्षं किती आनंदात काढली. पण सुखाच्या त्या धुंदीत सुलूचं मन मला कळलं नाही नि माझं तिला कळलं नाही. कळायचं तरी कसं? पुष्कळ वेळा आपलं मनच जिथं आपल्याला कळत नाही तिथं–

माणसाला ताप खोकला येऊ लागला म्हणजे आम्ही डॉक्टर क्ष किरणांनी त्याची तपासणी करतो; आयुष्यातही असंच होतं. सुलूचं नि माझं भांडण होऊन– रामगड संस्थानात बत्तीस-तेहतीस वर्षांपूर्वी एका खेड्यात जन्माला आलेला विनायक भट शहाण्यांचा भगवंत नि मी एकच आहो. पण–

सुलू इथून गेली ती काही एकटी गेली नाही. माझी झोप नि माझ्या मनाची शांती बरोबर घेऊन गेली ती! ती गेल्यावर दिवस कसाबसा कामात निघून जाई पण रात्र? अगदी खायला येई मला!

सुलूचा मनस्वी संताप आला होता मला! पण तिच्यावरलं माझं प्रेम मात्र जसंच्या तसं कायम होतं. तिच्यावाचून आपलं आयुष्य नीरस होईल असं माझं मलाच वाटत होतं. तिच्यावाचून जगणं म्हणजे क्लोरोफॉर्मवाचून शस्त्रक्रिया होईल असं काही तरी–

झोप येईनाशी झाली म्हणजे माणसाचं मन भूतकाळात नाही तर भविष्यकाळात

भराऱ्या मारायला लागतं. पण भविष्यकाळचा विचारच मला भयंकर वाटे. उद्या सुलू घटस्फोट घेऊन आपल्यापासून दूर जाईल ही कल्पनाच–

शस्त्रक्रिया करताना माझा हात आजपर्यंत कधी चळला नाही, नजर कधी ढळली नाही! पण ही कल्पना मनात आली म्हणजे अशी तगमग होई– ती तगमग थांबावी म्हणून मी अगदी जुन्या आठवणीत रमून जायचा प्रयत्न करू लागलो. किती निरनिराळे भगवंतराव माझ्या डोळ्यांपुढे उभे राहिले. कुठला भगवंतराव खरा, हे माझे मलाच कळेना. नदीच्या पात्राप्रमाणे माणसाचं जीवनही बदलत जातं हे पाहून माझं मलाच आश्चर्य वाटू लागलं.

माझे वडील खेडेगावातले भिक्षुक होते. स्वभावानं फार साधे-भोळे. मलेरिया आमच्या गावात पाचवीला पूजलेला. त्यामुळं अंगात ताप असतानासुद्धा आंघोळ करून बाबांना कामाला जावं लागे. त्यांचे ते हाल पाहून लहानपणी मला भारी वाईट वाटे. मी मनात म्हणत असे– मलेरिया हा एक मोठा राक्षस आहे. गोष्टीतल्या राक्षसांना मारतात तसं यालाही ठार करायला हवं! आपण मोठे झालो की या राक्षसाला मारण्यासाठी–

माझी आई मी तीन-चार वर्षांचा असतानाच वारली. बाबांनी दुसरं लग्न केलं. पण ती आईही फार जगली नाही. माझ्या आईच्या भुतानं तिचा बळी घेतला असं गाव म्हणे. पोराचे हाल होतात म्हणून बाबा पुन्हा लग्न करणार होते. पण एक तर त्यांचं वय झालं होतं! शिवाय मलेरियानं ग्रासलेल्या त्या बाजूच्या खेडेगावात मुली द्यायचं लोकांना भय वाटू लागलं होतं. पुढं पुढं मलासुद्धा वरचेवर ताप येऊ लागला. माझा अभ्यास बुडू नये म्हणून इथं एक माझी दूरची मावशी होती, तिच्या घरी बाबांनी मला आणून ठेवलं. पण–

माय मरो नि मावशी जगो ही नुसती पुस्तकातली म्हण आहे! मावशीनं मला कधीच नीट वागवलं नाही. मराठी सातवीची परीक्षा झाली की कुठं तरी मास्तर व्हायचे बेत मी मनातल्या मनात करू लागलो.

आज माझं मलाच हसू येतंय त्या बेताचं. मराठी शाळामास्तराला तेरा रुपये पगार होता तेव्हा! त्या तेरातले पाच बाबांना पाठवून बाकीच्या आठांत आपण कसं राहायचं याचा हिशेब करता करता त्या वेळी माझं मन अगदी थकून जाई.

मराठी सातवीच्या परीक्षेत मी पहिला आलो. त्यामुळं इंग्रजी शाळेच्या हेडमास्तरांचं लक्ष माझ्याकडे गेलं. त्यांनी एका वर्षात माझ्या इंग्रजी तीन इयत्ता करून घ्यायचं ठरविलं. वार लावून ते वर्ष मी कसंबसं पार पाडलं. या वेळीसुद्धा मला मावशीच्याच घरचा अनुभव आला. मी म्हणू लागलो, जग पैशाचं आहे. प्रेमाचं नाही.

याच वेळी बाबा वारले. जगात माझं असं कुणीच उरलं नव्हतं. आता मी झटून अभ्यास करू लागलो. माझी पहिली स्कॉलरशिप कधीच गेली नाही. जग पैशाला

मान देतं हे मला आता पुरेपूर कळू लागलं होतं. आपणही खूप शिकावं नि खूप पैसा मिळवावा असं माझ्या मनात येऊ लागलं. माझी हुशारी लक्षात घेऊन राजेसाहेबांनी मला मदत करायला सुरुवात केली. अस्मान ठेंगणं झालं मला! रामगडचं नाव गाजविण्याच्या ईर्ष्येनं मी पुस्तकातला किडा बनून गेलो. परीक्षा, पुस्तकं, स्कॉलरशिप, युनिव्हर्सिटी याशिवाय मला दुसरं काही सुचेना नि रुचेना!

पुढे राजेसाहेबांनी मला मेडिकल कोर्सला पाठविलं तेव्हा तर त्यांच्याविषयी मला वाटणाऱ्या आदराचं भक्तीत रूपांतर झालं. मला कुणी मित्र नव्हते, वर्तमानपत्रं वाचायचा नाद नव्हता, सिगारेटचंसुद्धा व्यसन नव्हतं आणि कादंबऱ्यांचा तर मी शत्रूच होतो म्हणानात! त्यातल्या त्या प्रेमकथा मला अगदी खोट्या खोट्या वाटायच्या! लहानपणाच्या गोष्टीतले राक्षस आणि तरुणपणीच्या गोष्टीतल्या सुंदर स्त्रिया जगात कधीच भेटत नाहीत असं मी नेहमी म्हणे!

पण–

मेडिकलचं चवथं वर्ष असावं ते! कादंबऱ्यांतल्या सुंदर स्त्रिया जगातल्या माणसांना भेटतात ही कबुली माझं मन आनंदानं देऊ लागलं. मघाशी जेवताना मला आग्रह करीत होती ती कमल– त्यावेळी मी पहिल्यांदा पाहिलं तिला.

प्रेम आंधळं असतं असं म्हणतात. पण मला अगदी उलटा अनुभव आला. जे इतरांना दिसत नाही ते प्रेमाला दिसतं. तसं नसतं तर–

कमलनं काही दिवस मला अगदी वेड लावलं होतं. मी अभ्यासाला बसलो की माझ्या मनात येई– कसल्या विचित्र धंद्याच्या नादाला लागलोय आपण! मनुष्याचं शरीर इतकं गोंडस असताना आमच्या पुस्तकात मात्र त्याच्या हिडीस आकृती तेवढ्या दिल्या आहेत. छे! आपण उगीच डॉक्टर व्हायच्या फंदात पडलो. चित्रकार व्हायला हवं होतं आपण. म्हणजे कमलला सारखी पुढ्यात बसवायची संधी मिळाली असती आपल्याला!

कमलचा ओढाही माझ्याकडेच आहे असं दिसत होतं. इतक्या हुशार विद्यार्थ्याला आपण नादाला लावलं म्हणून तिला स्वतःचा अभिमान वाटत होता की काय कुणाला ठाऊक! कदाचित तसं आपलं लाडकं मांजर किंवा कुत्रं इतरांना दाखविण्याची माणसाला हौस असते ना? तसं झालं असलं तरी मागं पुढं माझं कमलशी लग्न होणार अशी खात्री त्या वेळी सर्वांनाच वाटत होती.

पण प्रीतीच्या मार्गात नुसते काटेच नसतात, अगदी खोल खड्डेही असतात हे मला चार-सहा महिन्यांतच कळून चुकलं. मी गरीब विद्यार्थी होतो. राजेसाहेबांचे उपकार फेडण्याकरिता पुढे त्यांचीच नोकरी करण्याचं मी निश्चित केलं होतं! त्याचा परिणाम–'

भगवंतराव एकदम थांबले. गाडी सुटायची वेळ झाली असावी नि त्या गाडीने

जाणाऱ्या उतारूने फलाटावर त्या माणसाशी घाईघाईने बोलत असावे तसे भगवंतरावांचे बोलणे दादासाहेबांना वाटत होते. म्हणून ते स्तब्ध राहून पुढे ऐकू लागले.

'मुंबईतल्या एका बड्या डॉक्टरशी कमलनं लग्न केलं. कॉलेज सोडून कुठं तरी हिमालयात निघून जायचे विचार माझ्या डोक्यात घोळू लागले; पण हळूहळू माझ्या लक्षात आलं... आपल्या लहानपणाच्याच कटू अनुभवाची ही निराळी आवृत्ती आहे. आजच्या जगात पैसा हा देव आहे; त्या देव्हाऱ्यात प्रेमाला जागा नाही!

एखाद्या संन्याशाने परमार्थाच्या मार्गाला लागावं तसा मी अभ्यासाला लागलो. कष्ट करणारे मजूर जमिनीला पाठ लागली की झोपतात ना? अगदी तश्शी माझी स्थिती झाली. अभ्यास– चोवीस तास करीत होतो मी!

अभ्यास करणाऱ्या भगवंतराव शहाणे नावाच्या यंत्राला शेवटच्या परीक्षेत अपूर्व यश मिळालं. राजेसाहेबांनी मोठ्या आनंदानं त्याला पुढील शिक्षणाकरिता परदेशी पाठवलं.

माझं मन पुन्हा अभ्यासात रमून गेलं. कीर्तीच्या धुंदीत हृदयाला झालेल्या साऱ्या जखमा मी विसरून गेलो.

रामगडला सर्जन झाल्यावर मात्र मी गोंधळलो. मला कीर्ती मिळाली होती. पैसा मिळाला होता. मानमरातबाला कमतरता नव्हती. लोकांच्या दृष्टीनं मी भाग्यवान होतो, पण... जगायचं कशासाठी नि कुणासाठी हे मला कळेना!

एखादा रुपया बद्द वाजावा तसं वाटू लागलं मला. लग्नाचा विचार मनात आला की कमलची आठवण होई न वाटे– प्रेम हा जुगार आह. ज्याची हरायची तयारी असेल त्यानंच तो खेळावा.

मी उदास होत चाललो होतो नि सुलू माझ्या आयुष्यात आली नसती तर– जगण्याकरिता कदाचित मी एखाद्या व्यसनाचा आधार घेतला असता!

सुलूच्या सहवासात आयुष्यातली जुनी नवी सर्व शल्यं मी विसरून गेलो. आपल्या जीवनाला आता पूर्तता आली असं वाटलं मला. राजेसाहेब नि सुलू ही माझी दोन दैवतं झाली. त्यांच्या प्रसन्नतेखेरीज मला आणखी काहीच नको होतं. या दोघांच्या पूजेत कधी काळी विरोध येईल अशी कल्पनासुद्धा माझ्या मनाला शिवली नाही कधी! पण–

याच बंगल्याच्या तिसऱ्या मजल्यावर राजेसाहेबांच्या मुलीवर तिच्या इच्छेविरुद्ध मी शस्त्रक्रिया केली होती. आक्कासाहेबांचा नि त्यांना शिकवणाऱ्या गवयाचा प्रेमसंबंध होता. तो गरीब असला तरी त्याच्याशी लग्न करायची आक्कासाहेबांची तयारी होती. पण राजेसाहेबांना ते नापसंत होतं. त्यांनी माझ्यावर उपकार केले होते. शिवाय मी त्यांचा हुकमाचा ताबेदार होतो. तो विचित्र दिवस–

आक्कासाहेबांना क्लोरोफॉर्म दिला तेव्हा त्यांनी माझ्याकडे ज्या करुण दृष्टीनं

पाहिलं– बाणानं घायाळ झालेल्या चिमण्या पाखरासारखी त्यांची नजर अजून माझ्या डोळ्यांपुढे उभी आहे.

ती शस्त्रक्रिया यशस्वी झाली असती. पण आक्कासाहेबांच्या मनालाच जबर धक्का बसला होता. शुद्धीवर आल्यावर त्या जे बोलल्या ते अजून आठवतंय मला! त्या म्हणाल्या, 'डॉक्टर, क्लोरोफॉर्म उगीच दिला तुम्ही! कटकट असा तुमच्या हत्याराचा आवाज मला एकसारखा ऐकू येत होता. माझं बाळ–' ते बोलणं ऐकून माझ्या अंगावर शहारे आले. त्यांची शेवटची बडबडसुद्धा किती विचित्र होती. 'जीव जगवणं हा डॉक्टरचा धर्म आहे! जीव घेणं हा खाटकाचा धंदा आहे!'

माझा नि सुलूचा पहिला खटका याच हकीकतीवरून झाला. या बाबतीत माझं कर्तव्य मी केलं, असं मला तोपर्यंत वाटत होतं पण– सुलूनं सरळ विचारलं, 'तुम्ही नोकरीवर लाथ का मारली नाहीत?'

दिनकर इथं आल्यापासून तिच्या प्रश्नाचा रोख हळूहळू माझ्या लक्षात येऊ लागला. जगात पैशाला मान असेल, पण ध्येयालाही आहेच आहे!

त्याची नि सुलूची मैत्री वाढू लागली. तिच्यासाठी मी तुरुंगातला अन्नसत्याग्रह थांबविला, राजेसाहेबांना वाढदिवशी राजकीय कैदी सोडून देण्याचा सल्ला दिला. पण मला उभ्या आयुष्यात एकदाच प्रेम मिळालं होतं. त्या प्रेमाच्या आड दिनकर येतोय असं दिसताच मला त्याचा राग येऊ लागला नि शेवटी–

दिनकरची आई फार आजारी होती. तिला पाहून चला म्हणून दिनकरच्या मेव्हण्याचा मला निरोप आला. मी गेलो. दिनकर आईपाशी नव्हताच. मात्र सुलूनं त्याला लिहिलेलं एक पत्र तिथं पडलं होतं, सुलूचं अक्षर मी ओळखलं. लगेच ते पत्र मी उचललं.

त्या पत्रात आपल्या छातीत कळा येताहेत. आताच्या आता येऊन मला भेट, असं तिनं त्याला लिहिलं होतं. तिला असलं काही झालेलं नाही हे मला पूर्णपणे ठाऊक होतं.

मी बंगल्यावर आलो, सुलूच्या खोलीचं दार उघडलं. तिनं गोंधळून दिनकरच्या गळ्याला मिठी मारली ती पाहिली नि मग–

पुढचे चोवीस तास मी कसे काढले ते माझे मलाच माहीत! मी सुलूला नाही नाही ते बोललो. तीही असंच वेडंवाकडं बोलली! मला न सांगता निघून गेली– ती!

विधवा झालेली कमल मुंबईला मला वरचेवर भेटत असे. सुलू निघून गेल्यावर रागाच्या भरात मी तिला तार केली. मला माणसाची सोबत हवी होती. ती आली पण–'

भगवंतराव एकदम उठले व चालू लागले. पावसाचे मोठे मोठे थेंब पडू लागले होते.

चालता चालता ते हसून दादासाहेबांना म्हणाले, 'तुम्ही कंटाळला असाल हे सारे चऱ्हाट ऐकून. पण– ताप चढला म्हणजे रोगी बडबडू लागतो ना? तसंच झालंय माझं! एकदा वाटतं– आपले जुने कपडे असतात ना? मनुष्याचं मागचं आयुष्यही असंच असतं. माणसाला नेहमी नवे कपडे शिवावे लागतातच तसं नवीन मनही तयार करून घ्यायला हवं त्यानं! सुलूच्या सहवासात हे बळ मला कदाचित आलंही असतं! पण–'

दादासाहेब मध्येच म्हणाले, 'आज ना उद्या सुलू परत येईलच. पण तिनं तुम्हाला वाचायला देण्यासाठी–'

या वेळी दोघेही फाटकातून आत आले होते; भगवंतराव अधीरतेने म्हणाले,

'तुम्ही आल्याबरोबर का सांगितलं नाहीत हे मला?'

एखाद्या लहान मुलाप्रमाणे धावतच ते बंगल्याच्या पायऱ्या चढले.

त्यांच्या हातात सुलूची कहाणी देताना दादासाहेबांच्या मनात धस्स झालं. त्या कहाणीत साऱ्याच गोष्टी सुलूने कुठलाही आडपडदा न ठेवता लिहिल्या होत्या. दिनकरच्या चुंबनाची तिनं वारंवार व्यक्त केलेली इच्छा– छे! भगवंतरावांना ती कशी आवडेल?

पण भगवंतरावांना दादासाहेबांनी दिलेली ती जाडजूड वही घेऊन ते केव्हाच वर निघून गेले होते.

दादासाहेबांना मात्र काही केल्या झोप येईना. घड्याळात खणकन एक ठोका पडला.

त्यांच्या मनात आले– एक वाजला असावा. दिलीप फाशी जायला आता अवघे पाच-सहा तास उरले. एवढ्या अवधीत त्याची सुटका कशी–

किती तरी वेळ ते जागेच होते. पुन्हा खणकन एक ठोका पडलेला त्यांनी ऐकला.

ते जागे झाले ते घड्याळाच्या खण् अशा आवाजानेच!

त्यांनी खिडकीतून बाहेर पाहिले. दिशा केव्हाच फाकल्या होत्या. पण पावसाची बुरबुर असल्यामुळे सारे उदास दिसत होते.

आपल्याला इतका वेळ झोप कशी लागली याचे त्यांचे त्यांनाच आश्चर्य वाटत होते.

बाहेर येऊन ते लगबगीने वर भगवंतरावांच्याकडे जाऊ लागले. नोकराने सांगितले, 'साहेब केव्हाच बाहेर गेल्याती!'

भगवंतराव तुरुंगाचे मुख्य अधिकारी आहेत, त्यामुळे फाशीच्या शिक्षेच्या वेळी त्यांना स्वत: हजर राहावं लागत असेल, अशा किती तरी कल्पना एकदम

दादासाहेबांच्या मनात आल्या. त्यांचे हातपाय गळून गेले. ते कसेबसे दिवाणखान्यात येऊन बसले.

समोरच क्रौंचवधाचे चित्र होते. त्यांच्या डोळ्यांपुढे दिनकर उभा राहिला. भिल्लाचा बाण हवेतल्या हवेत उडवून लावणारा शूर तरुण या चित्रात काढला, की ते उद्याच्या जगाचे द्योतक होर्सल असे त्याने लिहिले होते. दादासाहेब त्या कल्पित तरुणाची मूर्ती डोळ्यांपुढे आणण्याचा निष्फळ प्रयत्न करू लागले. एकदम त्यांच्या कानांवर गड्याचे शब्द पडले– 'बाईसाब, बाईसाब!'

दादासाहेबांनी दरवाजात जाऊन पाहिले. फाटकातून सुलूच आत येत होती. किती सावकाश चालत होती ती आणि या दोन दिवसांत ती किती वाळून गेली होती! तिचे ते हसरे डोळे– एक विचित्र निस्तेजपणा आला होता त्यांच्यात.

पायऱ्या चढून वर येताच तिने दादासाहेबांच्याकडे पाहिले.

लगेच तिने दुसरीकडे तोंड फिरविले. दादासाहेबांनी पुढे होऊन तिच्या पाठीवर हात फिरविला. पदराने आपले डोळे पुशीत ती म्हणाली, 'राजेसाहेबांना सारी खरी हकीकत सांगायचा निश्चय करून आलेय मी! या तीन रात्री मी कशा घालविल्या ते– दादा, रागावू नका माझ्यावर नि त्यांनाही सांगा, सुलू तुमचीच आहे. पण दिनकरला सुलूशिवाय दुसरं कुण्णी कुण्णी नाही!'

तिला पुढे बोलवेना. दिवाणखान्यात येऊन ती मटकन खाली बसली. लगेच तळहातात तोंड झाकून घेऊन ती स्फुंदू लागली.

घड्याळात सात वाजायला पाच मिनिटे होती. दादासाहेबांच्या मनात आले– सुलू एक दिवस आधी आली असती तर किती बरं झालं असतं! आता– अगदी या शेवटच्या क्षणी–

आताच्या आता तिला मोटारीतून तुरुंगाकडे नेले तर? काय नेम सांगावा? एखाद्या मिनिटाची चुकामूक होऊन–

समोरच्या चित्रातल्या रक्तबंबाळ पक्ष्यावर त्यांची नजर खिळली. त्यांना ते चित्र पाहवेना. त्यांनी डोळे मिटून घेतले.

बाहेर मोटार थांबल्याचा आवाज झाला. दादासाहेब उठून दारात आले. भगवंतराव मोटारीतून उतरत होते. मोटारीत आणखीही कुणी तरी असावे! उतरता उतरता भगवंतराव त्या व्यक्तीशी बोलत होते.

दिनकरच्या शिक्षेची अंमलबजावणी करून भगवंतराव परत आले असावेत.

आता सुलूला काय सांगायचे? त्यांना दरदरून घाम सुटला. जिभेला कोरड पडली.

ती दुसरी व्यक्ती आता मोटारीतून उतरली होती.

दादासाहेबांनी निरखून पाहिले– हो, दिनकरच होता तो! पूर्वीपेक्षा जरा निराळा

दिसत होता. पण–

एखाद्या लहान मुलाप्रमाणे टाळ्या वाजवीत ते ओरडले, 'सुलू, सुलू–'

सुलोचनेने मान वर करून पाहिले. दादांना इतका कसला आनंद झाला आहे हे तिला कळेना.

दादासाहेबांनी तिला घाईघाईने दारापाशी आणले. भगवंतराव नि दिनकर फाटकातून आत शिरत होते. सुलूचा आपल्या डोळ्यांवर विश्वास बसेना. दादांच्या खांद्यावर मान ठेवून तिने फक्त एक अस्फुट उद्गार काढला, 'दादा–' जणू काही ती विचारीत होती, 'दादा, हे सारे स्वप्न तर नाही ना?'

तिने मान उचलून पुन्हा वळून पाहिले. ते स्वप्न नव्हते. भगवंतराव नि दिनकर हसत-खिदळत एकमेकांशी बोलत आत येत होते.

आनंदाने आपल्याला मूर्च्छा येईल अशी तिला भीती वाटू लागली. माणसाची चाहूल लागताच झाडाच्या फांदीवर खेळणारी खार जशी चटकन शेंड्यावर जाते तशी धावतच ती तिसऱ्या मजल्यावर गेली.

दादासाहेबांना दिनकरने वाकून नमस्कार केला; तेव्हा त्याचे मन गहिवरून गेले. लगेच हसत हसत तो म्हणाला, 'मागं तुम्ही मला उपदेश करीत होता ना तसाच पुन्हा करायला हवा.'

'कुणाला?'

'भगवंतरावांना. त्यांनी नुसतं मला सोडविलं नाही आज! स्वतःलाही सोडवून घेतलं!'

'म्हणजे?'

'आपल्या जागेचा राजीनामा देऊन आलेत ते! नि मलेरियावरल्या औषधाच्या संशोधनाकरिता आत्ता आठाच्या गाडीनं कलकत्त्याला जायचा बेत चालला आहे त्यांचा!'

'पण तो साधायचा नाही!' दादासाहेब हसत म्हणाले.

घड्याळाकडे पाहत भगवंतराव उद्गारले, 'न साधायला काय झालं? ट्रंकेत चार कपडे भरले की झाली माझी तयारी! बाकीच्या गोष्टी–'

'पण आमचं आपल्या म्हाताऱ्या माणसाचं भविष्य आहे की या गाडीनंच काय पण आणखी चार-दोन दिवससुद्धा तुम्हाला जायला मिळणार नाही!'

'पाहू या, कसं जायला मिळत नाही ते.' असे म्हणत भगवंतराव भराभर जिन्याच्या पायऱ्या चढू लागले.

खोलीत पाऊल टाकताच त्यांचे लक्ष समोरच्या पलंगाकडे गेले. गड्याचा असा राग आला त्यांना! किती अस्ताव्यस्त पडली होती सारी पांघरुणे. परक्याला वाटावे– भगवंतराव अजून झोपलेच आहेत.

ते घाईघाईने ट्रंकेकडे गेले. आतले सारे सामान बाहेर काढून जरूर तेवढ्याच वस्तू ते ट्रंकेत व्यवस्थितपणे भरू लागले. मध्येच लग्न झाल्यानंतरचा सुलोचनेचा एक फोटो त्यांना मिळाला. त्याच्याकडे ते एकाग्र दृष्टीने पाहू लागले. पाहता पाहता त्याचे चुंबन घेण्याकरिता ते वाकले. इतक्यात मागून कुणी तरी तो फोटोच त्यांच्या हातातून काढून घेतला.

त्या वेळी नि असली थट्टा– बहुधा कमल आली असावी वर!

भगवंतरावांनी रागाने वळून पाहिले.

हातात तो फोटो घेऊन सुलोचना हसत उभी होती.

भगवंतरावांनी झटकन तिला जवळ ओढले. आपल्या स्कंधावर विसावलेले सुलूचे मस्तक हळुवारपणे थोपटताना त्यांना वाटत होते– जगातले सारे सुख या क्षणी आपल्या सेवेला सज्ज झाले आहे!

सुलोचनेचे चुंबन घेण्याकरिता ते वाकले. 'इश्य' म्हणत तिने त्यांच्या कुशीत तोंड लपविले. तिचा लाजरेपणा पाहून भगवंतराव हसत म्हणाले, 'लाजायला काय झालं? दोघंच आहोत आपण इथं!'

एखाद्या सशाने बिळाच्या बाहेर डोकावून पाहावे त्याप्रमाणे त्यांच्या कुशीतून हळूच वर पाहत नि आपले डोळे त्यांच्या डोळ्यांना भिडवीत सुलू म्हणाली, 'अं हं! इथं तिघं आहोत आपण!'

'तिघं?'

'हो.' त्यांच्या कुशीत अधिकच तोंड लपवीत तिने अस्फुट उद्गार काढला, 'बाळ आहे ना आपलं!'

रात्री वाचलेली सुलूची हकीकत भगवंतरावांना आठवली. तिच्यात शेवटी– अंगावर पुष्पवृष्टी व्हावी तसा त्यांना भास झाला!

खालून सतारीचे मधुर स्वर ऐकू येऊ लागले.

एकदम बाहेरून हाक आली, 'सुलूताई!' सुलोचनेने भगवंतरावांच्या बाहुपाशातून स्वतःला झटकन सोडवून घेतले.

दिनकर दारात येताच ती उद्गारली, 'दिलीप!'

खालून सतारीचे स्वर अधिकच स्पष्ट ऐकू येऊ लागले– 'इस तनधनकी कोन बढाई–'

पतिपत्नींना भास झाला– दारात दिलीप उभा नाही. त्या आर्त, मधुर उदात्त स्वरांची प्रतिमाच अवतरली आहे. दोघांनाही वाटले, त्याचे डोळे म्हणत आहेत– प्रीती हे क्रांतीचेच दुसरे नाव आहे.

कुटुंबाच्या सुखासाठी सर्वस्वाचा त्याग करणाऱ्या कुटुंबप्रमुखाची करूण कथा

सुखाचा शोध

वि. स. खांडेकर

'मानवी जीवन हा एक प्रकारचा त्रिवेणी संगम आहे. स्वत:चे सुख आणि विकास ही या संगमातील पहिली नदी. कुटुंबाचे ऋण फेडणे हा त्यातला दुसरा प्रवाह आणि ज्या समाजाचा घटक म्हणून समाजाच्या प्रगतीला हातभार लावणे ही या संगमातील गुप्त सरस्वती.'

मानवी जीवनाचे रहस्य सांगणारे हे क्रांतीकारी विचार वि.स.खांडेकरांनी 'सुखाचा शोध' या कादंबरीतून मांडले आहेत.

'त्यागातच दु:ख असते' ही परंपरागत जीवनमूल्ये प्रमाण मानणारा 'आनंद', एकावरच संसाराचे ओझे लादणारी 'आप्पा आणि भय्या' ही कर्तृत्वहीन माणसे, मनामनाची मिळवणी करण्यात असमर्थ ठरलेली सुशिक्षित 'माणिक' आणि भावनातिरेक व भावनाशून्यता या दोन्ही विकृतींपासून अलिप्त असलेली 'उषा'

ही सर्व पात्रे हेच सांगतात की, परंपरागत आदर्श आंधळेपणाने पाळणे हे व्यक्तीच्या तसेच समाजाच्या दृष्टीनेही अहितकारक ठरते.

मानवी मूल्यांच्या दृष्टीने भोगापेक्षा त्याग श्रेष्ठ आहे; परंतु त्याग कधीही कुपात्री होता कामा नये.

व्यक्तीगत ऋण, कुटुंबऋण आणि समाजऋण ही तीनही सर्वसामान्य माणसाच्या जीवनात अविरोधाने नांदू शकली तरच हे जीवन यशस्वी झाले असे म्हणता येईल.

मानवी मनाच्या अथांगतेचा वेध घेणारी कादंबरी

रिकामा देव्हारा

वि. स. खांडेकर

किती मोहक मूर्ती ती!
एवढी सुंदर मूर्ती ठेवायची कुठं हा भक्तांना प्रश्न पडला.
मूर्ती म्हणाली, 'भक्तांचं हृदय हाच माझा स्वर्ग!'
पण हृदयातली मूर्ती डोळ्यांना कशी दिसणार?
सर्व भक्तांनी मूर्तीसाठी एक सुंदर देव्हारा करायचं ठरविलं.
कुणी चंदनाचं लाकूड आणलं, कुणी त्यावर सुंदर नक्षीकाम केलं.
स्वर्गातलं सर्व सौंदर्य त्या देव्हाऱ्यात अवतरलं.
देव्हाऱ्यातल्या मूर्तीची रोज पूजा होऊ लागली. देव्हाऱ्याला शोभतील
अशी सुंदर फुलं रोज कुणी आणायची,
याबद्दल भक्तांत अहमहमिका सुरू झाली.
धूप, दीप, नैवेद्य– देव्हाऱ्याला शोभतील अशी पूजेची साधनं गोळा
करण्यात प्रत्येक भक्त रमून जाऊ लागला. महोत्सवाचा दिवस उगवला.
देव्हारा फुलांनी झाकून गेला. धूपानं अदृश्य सुगंधी फुलं फुलविली. दीपज्योती
तारकांशी स्पर्धा करू लागल्या. भक्तगण पूजा संपवून समाधानानं मागं वळला.
वळत-वळता आपला पाय कशाला अडखळत आहे म्हणून प्रत्येकानं वाकून
पाहिलं. देव्हाऱ्यातली मूर्ती होती ती! ती कुणी कधी बाहेर फेकून दिली होती
देव जाणे! पण एकालाही तिची ओळख पटली नाही.
प्रत्येक भक्त तिला तुडवून पुढं गेला.

www.ingramcontent.com/pod-product-compliance
Lightning Source LLC
Chambersburg PA
CBHW061437030726
47503CB00005B/1460
* 9 7 8 8 1 7 7 6 6 6 6 8 7 *